மாகே கஃபே

அரிசங்கர்

எதிர்
வெளியீடு

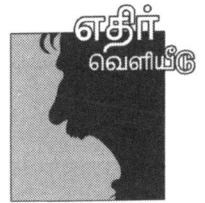

மாகே கஃபே
அரிசங்கர்

முதல் பதிப்பு: ஜூலை 2023

எதிர் வெளியீடு,
96, நியூ ஸ்கீம் ரோடு, பொள்ளாச்சி – 642 002
தொலைபேசி: 04259 226012, 99425 11302

விலை: ரூ. 275

Mahe Cafe
Harisankar

Copyright © Harisankar
First Edition: July 2023

Published by
Ethir Veliyeedu, 96, New Scheme Road, Pollachi – 2
email: ethirveliyedu@gmail.com
www.ethirveliyeedu.com

ISBN: 978-81-960244-7-5
Cover Design: Harisankar
Printed at Jothy Enterprises, Chennai.

All rights reserved. No part of this book may be reprinted or reproduced or utilised in any form or by any electronic, mechanical or other means, now known or hereafter invented, including Photocopying and recording, or in any information storage or retrieval system, without permission in writing from the Publisher.

கவிஞர் வேல் கண்ணனுக்கு

நன்றி

இந்த நாவலை வாசித்து கருத்துக்களைப் பகிர்ந்துகொண்ட த. ராஜன், கார்த்திக் பாலசுப்ரமணியன், விஜயராவணன், வேல்கண்ணன், சுரேஷ் பிரதீப் மற்றும் இந்நாவலின் மலையாள மொழி மாற்றத்திற்கு உதவிய லாந்திஷ் ஆகியோர்களுக்கும் இந்த நாவலை வெளியிடும் எதிர் வெளியீடு அனுஷ் அவர்களுக்கும் என் மனமார்ந்த நன்றி.

பாண்டியும் மாகேயும்

இந்தியாவில் இந்தியை முதன்மை மொழியாகக் கொள்ளாத மாநிலங்களின் மைய அரசியல் போக்கில் மொழி முக்கியமான பங்கு வகிக்கிறது. இந்திய மாநிலங்கள் மொழிவாரியாகப் பிரிக்கப்பட்டதும்கூட இந்திய மக்களின் மொழிசார் போதத்தையே காட்டுகிறது. தமிழ்நாட்டினைப் பொறுத்தவரை இந்தியா சுதந்திரம் பெற்ற இந்த முக்கால் நூற்றாண்டுகளில் இந்த மொழிசார் போதம் ஆட்சியதிகாரத்தை தீர்மானிக்கும் சக்தியில் ஒன்றாகவே மாறியிருக்கிறது. மிகப்பெரிய அமைப்பு மற்றும் ஊடக பலத்துடன் நிகழும் அரசியல் செயல்பாடுகள் தமிழ்-இந்தி, ஆரியர்-திராவிடர் என்பது போன்ற எதிர்வுகளையே மீள மீள கட்டமைக்கின்றன. இந்த எதிர்வுகள் மட்டுமே நம் பண்பாடு என்பது போன்ற தோற்றம் உருவாக்கப்பட்டுக் கொண்டே இருக்கிறது. இவற்றுக்கு அப்பால் உள்ள நுண்ணிய பண்பாட்டு அம்சங்களையும் அவற்றுக்கு இடையேயான மோதல்களையும் சுட்டிக் காட்டுவது படைப்பாளியின் முக்கிய கடமையாக என்றுமே இருந்து வந்துள்ளது. அரிசங்கரின் முந்தைய நாவலான பாரிஸ் அத்தகைய நுண்மையான பண்பாட்டு இடைவெளியைச் சுட்டிக் காட்டிய படைப்பு. மாகே கஃபே பாரிஸ் நாவலில் இடம்பெறும் பாத்திரங்களின் முந்தைய தலைமுறையினரின் வாழ்க்கையை மையமிட்டு எழுதப்பட்டுள்ளது. இரண்டு நாவல்களுமே புதுச்சேரியை மையமிட்டு நடந்தாலும் இரண்டின் உணர்வுத்தளமும் உரையாடுவதற்கு எடுத்துக் கொண்டு சிக்கல்களும் முற்றிலும் வேறானவையாக இருப்பது கவனிக்கப்பட வேண்டிய அம்சம்.

சுதந்திரத்துக்கு முன் பிரெஞ்சுக்காரர்களின் ஆட்சியில் இருந்த பகுதிகள் பாண்டிச்சேரியை தலைநகராகக் கொண்டு இந்தியாவுடன் இணைக்கப்பட்டன. ஆனால் காரைக்கால் (தமிழ்நாடு), மாகே(கேரளா), ஏனாம் (ஆந்திரா) என்று அப்பகுதிகள் வெவ்வேறு மாநிலங்களில் உள்ளன. இந்த விசித்திரமான இணைப்பினை மையமிட்டே மாகே கஃபேயின் கதை தொடங்குகிறது. மாகேயில் இருந்து பாண்டிச்சேரிக்கு பிழைக்க வரும் வினயன், அப்புண்ணி என சில மலையாளிகள் மற்றும் பாண்டியிலிருக்கும் சில தமிழ் குடும்பங்களைச் சுற்றி கதை நிகழ்கிறது. பாண்டிச்சேரியை சொந்த ஊராக உணர முடியாத மலையாளிகளின் நிலை அவர்களுக்கும்

தமிழர்களுக்குமான உரசல் என்பது கதைப்போக்கின் ஒரு பகுதியை பிண்ணுகிறது. பாரிஸ் அரிசங்கரின் முதல் நாவல். புதுச்சேரியில் ஊடாடி இருக்கும் பிரெஞ்சு கலாச்சாரத்தை அந்நாவல் தொட்டுக்காட்டி பேசி இருந்தாலும் நாவலின் பிரதான உணர்வுநிலையாக உறவுச்சிக்கலே இருந்தது. அதிலிருந்து மாகே கஃபேயில் ஹரியிடம் மிகப்பெரிய முன்னகர்வை காணமுடிகிறது. சந்திரன், வினயன், அப்புண்ணி, ரவி டெய்லர், சூரியன் என பலரின் குடும்பங்கள் குறைந்த பக்கங்களில் முழுமையாக சித்தரிக்கப்பட்டுள்ளன. இவர்களுக்கு இடையேயான உணர்வுரீதியான ஊடாட்டங்களை அரி மிக நேர்த்தியாக கட்டமைக்கிறார். நாவலில் பக்க அளவு என்பது ஒரு பிரம்மைதான். மிகப்பெரிய நாவல்களில் பல பக்கங்கள் 'ஒன்றுமே இல்லாமல்' கடந்து போய்க் கொண்டிருக்கும். மாறாக இந்நாவல் குறைந்த பக்கங்களில் ஏராளமான பாத்திரங்களை நுட்பமாக காட்சிப்படுத்துகிறது. உதாரணமாக குமார் என்ற பாத்திரத்தைச் சொல்லலாம். இரண்டு அத்தியாயங்களில் மட்டுமே குமார் பற்றிய பேச்சு நாவலில் வருகிறது. ஆனால் குமார் வழியாக பாண்டிச்சேரியில் புழக்கத்தில் உள்ள டெம்போ, குமார் டெம்போ ஓட்டுநராக மாறியது, அவருடைய குடும்பம், தொழில்வாழ்க்கை என அனைத்தும் சொல்லப்படுகிறது. ஆனால் அது எதுவும் தகவல் பகிர்வது போலில்லாமல் நாவலின் உணர்வுத்தளத்துடன் நுட்பமாக பிணைக்கப்படுள்ளது.

கலாச்சார ஊடாட்டம்தான் நாவலின் முதன்மை இழை என்றாலும் நாவல் அதை மட்டுமே சுற்றிக் கொண்டிருக்கவில்லை. நிலையற்ற தொழில்ச்சூழல், வறுமை, வாழ்க்கை கைவிட்டுப் போய்விடுமோ என்ற பதற்றநிலை என சமகாலத்தின் முக்கியமான இருப்புசார் பிரச்சினைகளை தொட்டுப் பேசி இருக்கிறது. அரியின் சொல்முறை தொடர்ச்சியாக சம்பவங்களை அடுக்கிக் கொண்டே போகும் இயல்புவாதத் தன்மை கொண்டது. ஆனால் இத்தன்மையினூடாக பாத்திரங்களின் குணவார்ப்பினை நுட்பமாக சொல்லிச் செல்கிறார். சந்திரனின் மனைவி ஒரு உதாரணம். மனநலக் குன்றலால் சிறப்பு விடுதியில் இருக்கும் மகனைப் பார்க்கச் செல்வதாக சொல்லிவிட்டு அவர் சினிமாவுக்குப் போகிறார். இதைச் சொல்லும்போது ஆசிரியரின் குரலில் எவ்வித சீற்றமும் வெளிப்படுவதில்லை. மாறாக அப்பாத்திரத்தின் மீது ஒரு வினோதமான பரிதாப உணர்ச்சியே மேலிடுகிறது. இதுபோன்ற நுட்பமான பல இடங்கள் நாவலில் வாசகரின் கற்பனைக்கு விடப்பட்டுள்ளன.

உறவுச்சிக்கல்களை பேசுவதிலும் இந்நாவலில் அரி முன்னகர்ந்திருக்கிறார். ஏராளமான இளைஞர்கள் நாவலில்

இடம்பெற்றும் அவர்களுடைய இருப்புசார்ந்த பிரச்சினைகள்தான் முதன்மையாகப் பேசப்படுகின்றனவே தவிர காமம் ஒரு முக்கிய பிரச்சினையாக சொல்லப்படவில்லை. ரவி டெய்லருக்கும் அவர் முன்பு காதலித்தவரின் மகன் அசோக்குக்குமான உறவு ஏறத்தாழ ஒரு தந்தை மகனைப் போன்றது. அதுபோலவே சந்திரன் பாவாடைக்கு இடையே உருவாகும் நட்பைச் சொல்லலாம். நாவல் முழுக்க தோற்றுப்போனவர் என்றே சந்திரன் சொல்லப்பட்டாலும் அவரே நாவலுடைய உணர்வுத்தளத்தின் மையமாக இருக்கிறார். தன் பலவீனங்களை கோபத்திரை போட்டு மறைக்காமல் இருக்கிறார். மாகே கஃபேயில் அவருடன் வேலை செய்யும் அப்புண்ணியால் முதலில் வெறுக்கப்படுகிறார். ஆனால் அப்புண்ணியும் சந்திரனுக்கு காலப்போக்கில் நண்பராகவே செய்கிறார். ஆண்-பெண் உறவு என்ற நிலையைக் கடந்து நண்பர்கள், உறவினர்கள் எனப் பலருடனும் நிகழும் ஊடாட்டத்தை பல இடங்களில் நாவல் பேசியுள்ளது. தன் தந்தை சந்திரனைப் போல ஆகிவிடக்கூடாது என்று அவரிடமிருந்து விலகி விலகி ஓடும் கதிர் இன்றைய இளைஞர்களின் அலைச்சலும் நிலையின்மையும் மிகுந்த வாழ்வின் குறியீடு போல தென்படுகிறான். எந்த உணர்ச்சியும் உன்னதப்படுத்தப்படாமலும் வறட்டுத்தனமான தர்க்கம் பார்வையை மட்டும் கொண்டு கையாளாமலும் ஒரு சமநிலையைப் பேணியிருப்பது நாவலின் நம்பகத்தன்மையை அதிகப்படுத்துகிறது.

நாவலில் அதிகம் இடம்பெறும் சொல் பாண்டிச்சேரி. சில பெயர்களை தேடுவதற்காக நாவலில் கண்ணோட்டியபோது இச்சொல் மீள மீள கண்ணில்பட்டது. பல அத்தியாயங்களின் தொடக்கமாக பாண்டிச்சேரி என்ற பெயரே உள்ளது. எழுத்தாளன் எங்கெங்கோ சுற்றினாலும் என்னென்னவோ கற்றுக் கொண்டாலும் அவன் மீள மீள எழுதுவது தன்னுடைய பால்யத்தின் நினைவுகளாகவே இருக்கின்றன. தான் எழுத வேண்டியவை குறித்த போதத்தை எழுத்தாளன் தன்னுடைய தொடக்க நாட்களிலேயே உருவாக்கிக் கொள்வது அரிதானது. அரிசங்கர் தன்னுடைய முதல் நாவலில் இருந்தே பாண்டிச்சேரியை விதவிதமாக சொல்லிப் பார்க்கிறார். ஒரு ஊரின் நினைவு அவ்வூரை எழுதும் எழுத்தாளருடன் இணைந்து எழுவது எழுத்தின் வெற்றிகளில் ஒன்று. அரிசங்கர் என்ற பெயர் பாண்டிச்சேரியுடன் இணைந்து நினைவில் நிற்பதை மாகே கஃபே நாவல் உறுதி செய்கிறது.

சுரேஷ் பிரதீப்

11.05.2023

தக்களூர்

குறிப்பு 1

பிரெஞ்சியர் ஆட்சிக் காலத்தில் அவர்களுடைய உச்சரிப்பு மற்றும் வேறு சில காரணங்களால், புதுச்சேரி என்ற பெயர் பாண்டிச்சேரி என்று அழைக்கப்பட்டது. சுதந்திரத்துக்குப் பிறகும் புதுவை, புதுச்சேரி, பாண்டிச்சேரி, பாண்டி ஆகிய பெயர்கள் புழக்கத்தில் இருந்தன. 2006-ல் புதுச்சேரி என்று அதிகாரபூர்வமாக மாற்றப்பட்டது. இதன் அடிப்படையிலேயே இந்நாவலில், 2006-க்கு முன் நடக்கும் கதையில் பாண்டிச்சேரி என்றும், 2006-க்குப் பின் நடக்கும் கதையில் புதுச்சேரி என்றும் இடம்பெற்றுள்ளது. மெட்ராஸ், சென்னை ஆகிய பெயர்களும் இதுபோன்றே பயன்படுத்தப்பட்டுள்ளன.

குறிப்பு 2

மாகே கஃபே ஒரு முழுமையான நாவல். அதேசமயம் இந்நாவலை 'பாரிஸ்' நாவலின் தொடர்ச்சியாகவும் வாசிக்கலாம்.

பகுதி 1

1

1982, மாகே, பாண்டிச்சேரி.

பெருமழை பெய்து ஓய்ந்திருந்தது. இலைகளில் நீர் சொட்டும் சத்தமும், யாரோ சேற்றில் கால் பதிய வேகமாக நடக்கும் சத்தமும் கேட்டவாறு இருந்தன. தன் மடியில், அழுதுகொண்டே படுத்திருந்த மகனின் தலையைக் கோதிவிட்டவாறு சுவரில் சாய்ந்தபடி உட்கார்ந்திருந்தாள் நாராயணி. அருகே சிறிய மண்ணெண்ணெய் விளக்கு. அழுது அழுது சிவந்த அவளது கண்கள், லேசாகக் காற்றில் அசையும் விளக்கின் ஜுவாலையைப் பார்த்துக்கொண்டிருந்தன. அந்த ஜுவாலையின் ஒவ்வொரு அசைவும் அவள் ஞாபகத்தின் ஏதோ ஒரு பக்கத்துக்கு வெளிச்சம் பாய்ச்சி, முழுக்க வற்றிப்போயிருக்கும் அவளது கண்களை மீண்டும் அழத் தூண்டிக்கொண்டிருந்தது. அவளது மகன் இன்னமும் அழுதுகொண்டிருந்தான். அவனது கண்ணீர்த் துளிகளை அவளால் தன் மடியில் உணர முடிந்தது.

அது ஒரு சிறிய குடிசை வீடு. அவர்கள் உட்கார்ந்திருந்த இடத்திலிருந்து இடதுபக்கம் சற்றுத் தள்ளி நான்கு அடியில் வீட்டு வாசல், வலதுபக்கம் சில அடிகளில் ஜன்னல் வைத்த சுவர், அதற்கு முன் சிறிது இடைவெளி விட்டு சமையலுக்காக ஒரு தடுப்பு. மேலே தென்னை ஓலை வேயப்பட்டிருந்தது. அது நன்றாகப் பராமரிக்கப்பட்டிருந்தது. இந்த மழைக்கு எங்கேயும் ஒழுகவில்லை. நாராயணியின் வீடும் கிட்டத்தட்ட இதே போன்றதுதான். ஆனால், சில வருடங்களாகப் பராமரிக்கப்படாமல் இருந்தது. சரியாகச் சொல்ல வேண்டுமென்றால், அவளுடைய கணவன் இறந்ததிலிருந்து. இப்போது அந்த வீடும் இல்லாமல் போய்விட்டது. உண்மையில், கடன் பிரச்சினையால் அவளிடமிருந்து அது பிடுங்கப்பட்டுவிட்டது. அன்றைய மழைநாளில் அவளும் அவளது மகனும் துரத்தப்பட்டிருந்தனர். அவர்கள் எவ்வளவோ கெஞ்சிப்பார்த்தனர். யாரும் காதுகொடுக்கவில்லை. அவர்கள் கண் முன்பாகவே அந்த வீடு தரைமட்டமாக்கப்பட்டது. சில நொடிகள்தான். எல்லாம் முடிந்துவிட்டது. விடிந்தால் அந்த நிலத்துக்குள் நுழைய முடியாதபடி ஒரு வேலி இருக்கலாம். இனியென்ன என்று நாராயணிக்குத் தோன்றியது. மகனைப்

பார்த்தாள். அவன் கொஞ்சம் வளர்ந்துவிட்டான். எப்படியாவது பிழைத்துக்கொள்வான் என்று அவளுக்குத் தோன்றியது. தாங்கள் துரத்தப்பட்ட விஷயம், மழை காரணமாக இன்னும் ஊர் முழுக்கப் பரவாமல் இருக்கலாம். விடிந்ததும் பரவிவிடும். சிறிய ஊர். குறைந்த மக்கள். அவர்களுக்கு இரண்டு நாட்களுக்குப் பொழுதுபோகும். இதையெல்லாம் பார்க்க அவள் விரும்பவில்லை.

சூழ்ந்திருந்த இருளும், எப்போது வேண்டுமானாலும் அணைந்துவிடக்கூடிய சிறிய விளக்கும் நாராயணிக்கு எதையோ உணர்த்துவதுபோல் இருந்தன. இனி ஒன்றுமில்லை என்ற வெற்றிடத்துக்குத் தான் தள்ளப்பட்டுவிட்டதை உணர்ந்தாள். இனி இந்த ஊராரின் ஏச்சுக்கும் பேச்சுக்கும் ஆட்பட்டு, வதைப்பட்டு, கண்ணீர் விட்டுத்தான் வாழ வேண்டும். தான் போகும்போதும் வரும்போதும் சாராய போதையில் எச்சில் ஒழுகச் சிரிக்கும் ஆண்களையும், குருட்டுத் தைரியத்தில் தன் வீட்டினுள் நுழையப்போகும் ஆண்களை... கடைசி வார்த்தை அவள் மனதுக்குள் நுழைந்து வெளியேறிய நொடியில் அவள் சிந்தனை திசைமாறியது. வீட்டினுள்... வீட்டினுள்... ஏது வீடு? ஏது வாழ்வு? நினைவுகள் கலைத்து, சட்டெனத் தலையைக் குலுக்கிக்கொண்டாள்.

வெளியே பார்த்தாள். முழுக்க இருட்டு. எல்லாம் முடிந்ததும், நாராயணி தன் மகனை இழுத்துக்கொண்டு தன் கணவனின் தங்கை வீட்டுக்கு வந்திருந்தாள். அவள் ஏதோ விசேஷத்துக்கு வெளியூர் சென்றிருக்க, அவளுடைய கணவன் மட்டும் இருந்தார். அவராலும் எதுவும் செய்ய முடியாத நிலை. இவர்களை இருக்கச்சொல்லிவிட்டு அவர் வெளியே சென்று நீண்ட நேரமாயிற்று. நாராயணி ஒரு முடிவுக்கு வந்திருந்தாள். தன் மகனை எழுப்பினாள்.

“வினயா.”

“ம்.”

“நீ போய் மாமன் எவடயான்னு நோக்கிட்டுவா.”

“பொறத்து பயங்கற இருட்டான்னு, எனிக்கிப் பேடியா.”

“ஆ, விளக்கின எடுத்தோண்டுபோ.”

“பொறத்து மழையா.”

“எண்ட முத்தல்ல, போய் எவடியான்னு நோக்கிட்டுவா.”

சலித்தவாறே மெல்ல எழுந்தான். அவன் முகம் லேசாக வீங்கியிருந்தது. வாசலில் தட்டிக்கு அருகே இருந்த கோணியை எடுத்துத் தலைக்குப் போர்த்தியபடி, விளக்கை எடுத்துக்கொண்டு வெளியேறினான். நாராயணி மேலே கட்டப்பட்டிருந்த சவுக்குக்கழியையே பார்த்துக்கொண்டு, மெல்ல எழ முற்பட்டாள். அப்போது தூரத்திலிருந்து ஒரு குரல், "எடோ... எவடெக்கா நீ போன?" என்றது. அது வினயனுடைய மாமாவின் குரல். அதைக் கேட்டதும் அவள் அப்படியே மீண்டும் சரிந்து உட்கார்ந்தாள். திறக்கப்பட்ட அணையைப் போல மீண்டும் அவள் கண்களில் நீர் பொங்கி வழிந்தோடியது. வினயன் பதிலேதும் சொல்லாமல், மீண்டும் உள்ளே வந்து கோணியையும் விளக்கையும் அதனதன் இடத்தில் வைத்துவிட்டு, அம்மாவின் அருகில் உட்கார்ந்துகொண்டான்.

"எடோ... நீண்டெடுத்து ஞான் எந்தா பரஞ்ஞு. அம்மேண்ண விட்டுட்டு எவடிக்கும் போண்டனு பரஞ்சதுல்ல. இப்போ எவடிக்கா போன?"

"அம்மா நிங்கள எவடியாண்ணு நோக்கிட்டு வாரான் பரஞ்ச."

நாராயணியைப் பார்த்தார். அவள் தலையைத் தாழ்த்தி அழுதுகொண்டிருந்தாள். சட்டென முகத்தில் கோபத்தின் ரேகைகளைப் படரவிட்டவர் சத்தமாகக் கத்தினார், "சாவனெங்க வேற எவடிங்கிளும் போயிச் சாவுடி. இவடைக்கி எந்துனா வந்ன. எப்பொழும் ஞான் அது அனுபவவிக்கனோ?"

வினயனுக்கு அவர் என்ன சொல்கிறார் என்று புரியவில்லை. அவன் இருவரையும் மாறிமாறிப் பார்த்துக்கொண்டிருந்தான். அவர் ஒரு பெருமூச்சை விட்டுவிட்டு வினயனுக்கு சற்றுத் தள்ளி உட்கார்ந்துகொண்டார். அவருக்குள் ஏதோ ஓடிக்கொண்டிருந்தது. ஆனால், இப்போது சொல்லலாமா வேண்டாமா என்று தயங்கினார். கொஞ்ச நேரம் ஆகட்டும் எனக் காத்திருக்கத் தொடங்கினார்.

சிறிது நேர அமைதி, அவர்களுக்கு ஏதோ நீண்ட நேரக் காத்திருப்புபோல் தோன்றியது. ஒவ்வொருவரின் மனதிலும் ஏதேதோ எண்ணங்கள், நிலையில்லாமல் சோழிகளாக மாறிமாறி உருண்டுகொண்டிருந்தன. அவர்களும் அதைத் திரும்பத்திரும்ப, ஏதாவது ஒரு வழியில் தங்களைத் திருப்திப்படுத்துமா என்று உருட்டிக்கொண்டே இருந்தனர். வெளியே காலடிச் சத்தம்

கேட்டுத்தான் மூவரும் சுயநினைவுக்கு வந்தார்கள். வெளியே வந்துகொண்டிருந்த ஆளைப் பார்த்ததும் மூவருமே எழுந்துநின்றனர். வந்தவர் நேராக வினயனின் மாமாவைப் பார்த்துப் பேசினார்.

“ஐயப்பா... ஞான் அவன்டெடுத்து சம்சாரிச்சு. பக்ஷே... அவன் இதுன்னு சம்மைக்கின்னில்லா. அவன் சோதிக்கின்னபோல நாள நிங்களு போயிக் கையெழுத்திட்டேரு. பாக்கி ஏதேங்கும் உண்டெங்கில் கொடுத்துவிடு. அது வேடிச்சிட்டு ஜீவிக்கின்ன வழிநோக்கிக்கோ.”

யாரும் எந்தப் பதிலும் சொல்லவில்லை. அவரும் நிலைமையைப் புரிந்துகொண்டு சற்று அமைதியாக இருந்தார். பின் ஏதோ யோசித்தவராக, வினயனைக் காட்டி, “இவன் எந்தா செய்யுனு?” என்றார் ஐயப்பனிடம்.

“ஸ்கூலிக்கி போயோண்டு இருந்ததா. இப்ப போகுனில்லா.”

“எந்தா வயசு?”

“பதினொன்னு தோனுன்னு.”

“பன்துரெண்டு” என்றான் வினயன்.

இருவரும் அவனைப் பார்த்தனர்.

“மணி நாள நாட்டிப்போவா. ஜோலிக்கி வேண்டி இவனக் கூட விடாம்.”

நாராயணி சட்டெனப் பதறினாள். “அய்யோ... எனிக்கில்லது இவன் மாத்ரா. நான் எந்தெங்கிலும் செய்திட்டு இவன்டகூட ஜீவிச்சோலாம்.”

“குரச்ச துவசல்ல. அவன் ஒன்னும் ஜோலி செய்யட்ட. நீயும் எந்தெங்கிலுமொக்க ஒரு ஜோலி செய்திட்டு நல்ல வழிக்குவா. பின்ன அவன நம்மளு விளிச்சோண்டு வராம். இவன கொண்டு நீ எந்தா செய்யாம்போன. மணி நல்ல மனிஷனா. நிண்ட மோன நன்னாயிட்டு அவன் நோக்கும். அவனும் கொறச்சி லோகம் அறியிட்ட.”

நாராயணி அழுதாள். வினயன் எதுவும் புரியாமல் விழித்தான். அவர் ஐயப்பனிடம், “பரஞ்ஞி மனசிலாக்கு. மணி நாள நாட்டிப்போவா. ஞான் அவன்டெடுத்து ஒரு வாக்கு பரஞ்ஞி வெக்காம். காலத்து

எந்தான்ச்சுட்டு வன்நு பரா” என்று சொல்லிவிட்டு, அவர் வேகமாக மறைந்தார்.

குடிசை மீண்டும் அமைதிக்குத் திரும்பியது. நாராயணி தன் மகனை இழுத்து அணைத்துக்கொண்டாள். ஐயப்பன் எதுவும் பேச விரும்பவில்லை. “ஆ, விளக்க கெடுத்தீட்டு கெடுந்நுரங்கு. ராவிலே நோக்கிக்கலாம்” என்று சொல்லிவிட்டுப் படலை மூடிக்கொண்டு வெளியே சென்றார். திரும்பி உள்ளே வந்தவர், “அதிகம் ஆலோஜன வேண்டா” என்று அழுத்தமாகச் சொல்லிவிட்டுப்போனார்.

சிறிது நேரத்தில் வினயன் உறங்கிவிட்டான். நாராயணி இரவு முழுக்கத் தத்தளித்துக்கொண்டிருந்தாள். அவளுடைய இரவு நீண்டுகொண்டிருந்தது.

மறுநாள் விடியல். வினயனைக் குளிப்பாட்டிக்கொண்டிருந்தாள் நாராயணி. இரவு பெய்த மழையில் தண்ணீரின் குளிர்ச்சி அதிகரித்திருந்தது. வினயனுக்கு உடல் நடுங்கியது. அவன் மேல் ஒரு துண்டைச் சுற்றிவிட்டாள். உள்ளே கூட்டிக்கொண்டுவந்து நல்ல உடைகளைப் போட்டுவிட்டாள். ஐயப்பன் அவர்களுக்காக சாப்பாடு வாங்கிவைத்திருந்தார். நாராயணி அதைப் பிரித்து, அவன் எதிரில் வைத்தாள்.

“இது எந்தா புட்டும் கடலைக்கறியோ. கஞ்சியல்லே ஸ்திரம் வெக்காரு?”

“இன்னு ஒரு திவசமல்லே கழிச்சோ. நாளதொட்டு இது செலப்போ கிட்டியில்லான்னு வரும்.”

“அது எந்தா?”

“சமயமாயி, கழிக்கி”

வினயன் கடலைக்கறியைத் தொடவே இல்லை. அருகில் இருந்த ஒரு பெரிய வாழைப்பழத்தை எடுத்து உரித்து, அதைப் புட்டோடு சேர்த்துப் பிசைந்து சாப்பிடத் தொடங்கினான். அது அவனுக்கு எப்போதும் பிடித்தமானது. சாப்பிட்டு முடித்ததும் சிறிதுநேரம் நாவில் இருக்கும் தித்திப்பை அவன் எப்போதும் விரும்புவான். இதுவே கடலைக்கறி என்றால் அதன் காரம் தொண்டையை எரியவைக்கும். பிறகு, அதைப் போக்க ஒரு வாழைப்பழத்தைச் சாப்பிட வேண்டிவரும்.

வினயன் சாப்பிட ஆரம்பித்ததும் நாராயணி அவனிடம் மெல்ல, "மோனே, போவுன சலத்து நல்ல பேரு வேடிச்சோ. குறுத்தகேடு எதும் காணிக்கறது."

வினயனிடம் தொடர்ந்து பேசிக்கொண்டிருந்தாள் நாராயணி. அவனுக்கு அவள் பேசுவது எதுவுமே புரியவில்லை. தன்னை இந்த ஊரிலிருந்து அனுப்புகிறார்கள் என்று மட்டும் புரிந்துகொண்டான். அம்மா அழ ஆரம்பித்தவுடன் அவனும் அழுதான். ஆனால், தனக்குப் போக விருப்பமில்லை என்று அவன் சொல்லவில்லை. உண்மையில், அவனுக்கு எதுவும் தெரியவில்லை. தான் எங்கே போகப்போகிறோம், தன்னை என்ன செய்யப்போகிறார்கள் என்று எதுவும். ஆனால், இனி அம்மாவுடன் இருக்கப்போவதில்லை என்று தோன்றியபோது மட்டும் அவனுக்கு அழுகை முட்டிக்கொண்டுவந்தது. அம்மாவையும் தன்னுடன் வரும்படி அழைத்தான். அதைக் கேட்டு அவள் இன்னும் அழுதாள். ஐயப்பன் பையில் துணிகளைத் திணித்துக்கொண்டு வெளியே வந்து வினயனை அழைத்தார்.

"வினயா, வா நமக்குப் போகாம். அம்மெடடுத்து பரஞோ."

"அம்மா" என்றான் வினயன்.

நாராயணி கண்களைத் துடைத்துக்கொண்டாள். "போயிட்டுவா மோனே, பேடிக்கிண்டா."

வினயனின் கைகளைப் பிடித்துக்கொண்டு வேகமாக வெளியேறினார் ஐயப்பன். எந்த நாடகத் தருணத்தையும் அங்கு நிகழ்த்த ஐயப்பன் விரும்பவில்லை. இருவரும் போவதையே நாராயணி பார்த்துக்கொண்டிருந்தாள். கண்களை விட்டு அவர்கள் அகலும்வரை காத்திருந்தாள். அவர்கள் மறைந்ததும் ஓவெனக் கதறி அழ ஆரம்பித்தாள்.

♦

மாகே மிகச் சிறிய ஊர். அது ஐந்து சிறு பிரிவுகளாக இருந்தது. மாகேவின் மொத்த அழகில் கடலின் பங்கும் ஆற்றின் பங்குமே அதிகம். சமீபத்திய மழையோ ஊரை மேலும் பசுமையாக்கியிருந்தது. சிறிய குளங்கள் எல்லாம் நிரம்பியிருந்தன. அவர்கள் இருவரும் குளத்தை ஒட்டிய பாதையில் நடந்துசென்றனர். அவர்கள் காலடி வைப்பதற்கேற்ப, தேங்கிக்கிடந்த சேற்றிலிருந்து சத்தம் வந்துகொண்டிருந்தது.

ஐயப்பன் ஊர்த் தலைவர் வீட்டுக்குச் சென்று விஷயத்தைச் சொல்லிவிட்டு, வினயனை அழைத்துக்கொண்டு மணியின் வீட்டை நோக்கி நடந்தார். போகும் வழியில், வினயன் வழக்கமாக விளையாடும் இடத்தில் அவனது நண்பர்கள் விளையாடிக்கொண்டிருந்தார்கள். அவர்களைப் பார்த்ததும் உற்சாகமானான் வினயன்.

கூட்டத்திலிருந்து ஒருவன், "வினயா, எவெடெக்கா போன?" என்று கத்தினான்.

"நாட்டிப்போவா" என்று வினயனும் பதிலுக்குக் கத்திவிட்டு, சட்டென நினைவுக்கு வந்தவனாய் ஐயப்பனிடம், "மாமா, நம்மளு எவெடெக்கா போன?" என்றான். தன்னிடம் கேள்வி கேட்ட நண்பர்களை மறந்துவிட்டான். அவர்களும் சிறிதுநேரம் நின்று பார்த்துவிட்டு மீண்டும் விளையாடச் சென்றுவிட்டார்கள்.

"பாண்டிடோ" என்றார் ஐயப்பன்.

"பாண்டியா?"

"பாண்டிச்சேரியடோ."

"அது எவடையாள்ளது?"

"அது கொறே அகலயா"

"கொறைய தூரானோ?" என்று வினயன் பயந்தான். அவன் குரலில் தெரிந்த அச்சத்தை ஐயப்பனும் உணர்ந்தார்.

"பேடிக்கெண்டா, அதும் நம்மட நாடான்னு. நம்மட சகாக்கள் அவடயும் உண்டு."

"செரிக்கும்?"

"அதேடா."

"அவடயும் எல்லாம் மலையாளம் தன்னே சம்சாரிக்கும்?"

"அவட தமிழும் உண்டு. பக்ஷே, மலையாளிகள் நிறச்சுண்டு."

"அதெங்கனு?"

"அவட நம்மட ஆளுகளும் உண்டுடா."

"நம்பட ஆளுகள் அவடெக்கி எந்துனா போயிது?"

"அதுவும் நம்பட நாடெல்லே. அதொண்டு போயிதா."

"அது வளர தூரல்லே. அதெங்கினியா நம்பட நாடாகும். எனிக்கி மனசுலாவுனில்லா."

"அதொக்க மனசுலாயிக்கொள்ளும். இப்ப இது மதி."

"நம்பளு கழிக்கின பக்ஷனம் தன்னேயானோ அவரும் கழிக்கா."

"இல்லா, அவரு வேற கழிக்கும்."

"அப்ப எங்கனியா அது நம்முட நாடாவா?"

"எடோ, கொறச்ச நேரம் மின்டான்ட இரிடோ ."

வினயன் குழப்பத்துடன் ஐயப்பனின் கைகளைப் பிடித்துக்கொண்டு நடந்தான்.

2

1989, மெட்ராஸ்.

வெயில் சுட்டெரித்துக்கொண்டிருக்கும் ஒரு கோடைப் பகல். தனது ஜவுளிக்கடையில் தனியாக உட்கார்ந்திருந்தார் கணபதி. அது ஒரு நீண்ட 'பா' வடிவக் கடை. நுழைந்தவுடன் வலதுபக்கம் கல்லா. அதன் அருகில் புடவைகள். அடுத்து பேண்ட் துணி, சட்டைத் துணி. கல்லாவின் எதிரில், அடுக்கிய நிலையில் வேட்டிகள். அந்தக் கடையில் ஒரே ஒரு வேலையாள் மட்டும் இருந்தார். எப்போதாவது கூட்டம் வந்தால் கணபதியும் சேர்ந்து துணிகளை எடுத்துப்போடுவார். கணபதி ஐந்தடி உயரம். கோதுமை நிறம். எப்போதும் மீசை வைத்துக்கொள்வதில்லை. காலையில் அடித்த திருநீற்றுப்பட்டையை மதியம்வரை அழியாமல் பார்த்துக்கொள்வார். மீண்டும் மாலை அடிக்கும் பட்டையை இரவுவரை அழியவிட மாட்டார். பெரும்பாலும் எங்கு சென்றாலும் நடந்தே போகும் பழக்கமுடையவர். ஆனால், இப்போது மழிக்கப்படாத முகத்தோடும், நெற்றியில் திருநீறு இல்லாமலும் நெற்றியில் கவலை ரேகைகள் தெரியும்படி இருந்தார்.

வேலையாள் மதிய சாப்பாட்டுக்குச் சென்றிருந்தார். சாலை வெறிச்சோடிக்கிடந்தது. அவ்வப்போது சில சைக்கிள்களும் பல்லவன் பேருந்துகளும் சாலையைக் கடந்தவாறு இருந்தன. அந்த ஒருவழிச் சாலையில் எதிர்வந்த வாகனங்களையும், அதைச் சாக்காக வைத்து, சற்றுத் தள்ளி எதிரில் பூட்டப்பட்டிருந்த பாத்திரக் கடையையும் மாறிமாறிப் பார்த்துக்கொண்டிருந்தார். அந்தக் கடையைப் பார்க்கப்பார்க்க அவருக்குத் தொண்டை அடைத்தது. தான் இத்தனை ஆண்டுகள் உழைத்துச் சம்பாதித்த காசும் மரியாதையும் அங்கே பூட்டப்பட்டுத் துருப்பிடித்துக்கொண்டிருப்பதை அவரால் தாங்கிக்கொள்ள முடியவில்லை. ஒருபக்கம் கோபமும் மறுபக்கம் வருத்தமும் அவரைச் சுழற்றிக்கொண்டிருந்தன. ஆனால், அவர் எப்போதும் எந்த உணர்ச்சியையும் வெளிக்காட்டாத ஒருவராகவே இதுவரை இருந்துள்ளார். அவர் கோபப்படுவதையோ எரிச்சலாவதையோ யாராவது எப்போதாவது பார்த்திருக்கலாம்.

மற்றபடி, உணர்ச்சிகளை மூடிமறைக்கும் வித்தையைக் கற்றவர் அவர்.

வேலையாள் சாப்பிட்டுவிட்டு வரும்போது, அவருக்குக் கூடையில் உணவு கொண்டுவந்தார். கூடையை அவர் மேஜை அருகே வைத்துவிட்டு, வெயில் உள்ளே வராமல் இருக்க, வாசலில் இருபுறமும் இருந்த கொக்கிகளில் துணிப்படுதாவை மாட்டிவிட்டு, உள்ளே மூலையிலுள்ள தனது இருக்கையில் உட்கார்ந்துகொண்டார். வேலையாளின் செயலை ஒரு இயந்திரம்போல் கவனித்துக்கொண்டிருந்தார் கணபதி. அவருக்குச் சாப்பிடப் பிடிக்கவில்லை. வழக்கமாக, வேலையாள் சாப்பிட்டு வந்ததும், வீட்டுக்குச் சென்று சாப்பிட்டுவிட்டு சற்று ஓய்வு எடுத்த பிறகே வருவார். கடந்த சில நாட்களாக அவர் மதியச் சாப்பாட்டுக்கு வீடு செல்லவில்லை. உண்மையில், அவருக்கு வீட்டுக்குச் செல்லவே பிடிக்கவில்லை. வீட்டுக்கு வந்து தங்கியிருக்கும் தனது மாமியாரையும் அவளது மருமகளையும் அவருக்குப் பார்க்கவே பிடிக்கவில்லை. அவர் வரும் வழியில் எப்போதும் கைக்குழந்தையுடன் உட்கார்ந்திருப்பதும், இவரைப் பார்த்ததும் மாமியார் அழுது ஆர்ப்பாட்டம் செய்வதையும் பார்க்கவே அவருக்கு வெறுப்பாக இருந்தது. பூட்டப்பட்டிருந்த கடையை மீண்டும் ஒருமுறை எட்டிப்பார்த்தார். அவர் தனது மனைவியின் தம்பிக்காக வைத்துக்கொடுத்த பாத்திரக்கடை அது. திறமையற்ற அவரது செயல்களால் அது மூடப்பட்டுக்கிடக்கிறது. அதோடு, கடந்த பத்து நாட்களாக அவர் காணாமல்போய்விட்டார். அவர் பிரச்சினைக்குப் பயந்து ஓடிவிட்டதாகத் தகவல்கள் பரவ ஆரம்பித்திருந்தன. பிள்ளையைக் காணவில்லை என்பதைக் காரணமாக வைத்துதான், அவரது மாமியார் தனது மருமகளையும் அழைத்துக்கொண்டுவந்து, இங்கே உட்கார்ந்திருக்கிறாள். காவல் நிலையத்தில் புகார் அளித்தாகிவிட்டது. சொந்தங்கள் அனைவருக்கும் கடிதம் அனுப்பியாகிவிட்டது. எந்தத் தகவலும் இல்லை. தான் தொடர்ந்து தவறிழைக்கிறோம் என்று மட்டும் கணபதிக்குத் தோன்றிக்கொண்டிருந்தது.

கணபதிதான் தன் மச்சானுக்குப் பெண் பார்த்துத் திருமணம் செய்துவைத்தார். சந்திரனின் திருமணமே சற்று விநோதமானது. பெண்வீட்டில் யாருக்குமே சந்திரனைப் பிடிக்கவில்லை. சந்திரன் பக்கத்திலும், பெண்ணையும் பெண்வீட்டாரையும் பிடிக்கவில்லை. மேலும், சந்திரனுக்குப் பார்த்த பெண் அவளுடைய குடும்பத்தில் ஆறாவது. பொதுவாக, ஆறாவது எட்டாவது பெண்ணை

மணம் முடிக்கத் தயங்குவார்கள். சிறு வயதிலேயே ஒரு குழந்தை இறந்துவிட்டதால் சந்திரன் குடும்பத்தாரிடம், ஐந்தாவது பெண் என்று சொல்லிவிட்டார்கள். இவ்வளவையும் மீறி, இருவருக்கும் செவ்வாய் தோஷம் என்ற ஒரே காரணத்தால்தான் திருமணம் செய்துவைத்தார்கள்.

சந்திரனை வளர்த்துப் படிக்கவைத்ததோடு, ஒரு தொழில் வேண்டுமே என்று தனது கடைக்கு எதிரியிலேயே ஒரு கடையை அமைத்துக்கொடுத்தார். ஆனால், எதுவும் அவர் எண்ணம்போல நடக்கவில்லை. அவர் கஷ்டப்பட்டுப் போடும் கோடுகளையெல்லாம் காலத்தின் அலைகள் கொஞ்சம்கூடத் தயவுதாட்சண்யம் இல்லாமல் அழித்துக்கொண்டிருந்தன. அதற்கேற்றாற்போல் அவர் பார்த்துவைத்த பெண்ணும், குடும்பத்தைக் கரைசேர்ப்பவளாக இல்லை. தான் வளர்த்து ஆளாக்கியவன் இப்படித் தன் கண்ணெதிரே சீரழிகிறானே என அவர் நாளுக்குநாள் வேதனையடைந்தாலும், வழக்கம்போல் அவர் அந்த உணர்ச்சியை வெளிக்காட்டிக்கொள்ளவில்லை.

பல்லவன் பேருந்து அவர் கடையைக் கடந்துபோகும்போதெல்லாம் எட்டிப்பார்த்தபடி இருந்தார். குறிப்பாக, 21சி வரும்போது. 21சி அவர் கடையைக் கடக்கும்போது அதிலிருந்து ரன்னிங்கிலேயே குதித்து இறங்கிவருவார் சந்திரன். எப்போதும் இப்படித்தான். கணபதி பலமுறை திட்டியும் சந்திரன் அதை மட்டும் தொடர்ந்து செய்துகொண்டிருந்தார். சமீப காலமாக அதுபோல் சந்திரன் செய்யவில்லை என்றாலும் ஒருவேளை ஏதாவது ஒரு 21சியிலிருந்து சந்திரன் குதித்து வந்துவிட மாட்டானா என்று ஏங்கினார். ஆனால், அப்படி எதுவும் நடக்கவில்லை.

வேலையாள், "சாப்பாடு எடுத்தாந்து நேரமாச்சி" என நினைவூட்டினான். அவர் தலையை மட்டும் அசைத்துவிட்டு மீண்டும் சிந்தனையில் ஆழ்ந்தார். மதிய நேரத்தில் அவர் கடைக்குப் பெரும்பாலும் யாரும் வருவதில்லை. வியாபாரமெல்லாம் காலையிலும் மாலையிலும்தான். தூரத்தில் நடந்துவந்துகொண்டிருந்த ஒரு மனிதனையே பார்த்துக்கொண்டிருந்தார். அவன் நெருங்கநெருங்க அவர் கண்கள் சட்டென இருட்டின. ஒருகணம் தலையைக் குலுக்கி நிமிர்ந்தார். அந்த மனிதன் அவரைக் கடந்துசென்றுகொண்டிருந்தான். தான் பசி மயக்கத்தில் இருக்கிறோம் என்பதை உணர்ந்தார். பின் எழுந்து வெளியே சென்று கைகளைக் கழுவிவிட்டுவந்து கூடையை

எடுத்து மேஜை மீது வைத்த நொடி, அவர் மாமியார் வேகமாகக் கடைக்குள் நுழைந்தார். அவர் கையில் ஒரு கடிதம் இருந்தது. என்ன என்பதுபோல் பார்த்தார்.

“இப்பதான் வந்துச்சி” என்று கடிதத்தை நீட்டினார். கடைக்குப் பக்கத்துத் தெருவில்தான் அவர் வீடு இருந்தது. தபால்காரர் சற்று முன் தெருவுக்குள் நுழைந்ததைக்கூட அவர் பார்த்திருந்தார். கடிதத்தை வீட்டில் ஏற்கெனவே படிக்கச்சொல்லிக் கேட்டுவிட்டு, விஷயம் முக்கியமானது எனத் தெரிந்துதான் தனது மாமியார் வந்திருக்கிறார் என்பது கணபதிக்குத் தெரியும்.

பசி மயக்கம் மறந்துவிட்டது. இனிதான் செய்தியைப் புதிதாகக் கேட்கப்போவதுபோல அவர் மாமியார் தவிப்புடன் இருந்தார். கடிதத்தைப் படித்துமுடித்த கணபதி, சோர்வாகத் தனது இருக்கையில் சாய்ந்து உட்கார்ந்துகொண்டார். கடிதத்தை மேஜை மீது எறிந்தார். மாமியார் அவர் என்ன சொல்லப்போகிறார் என்ற ஆவலுடன் பார்த்துக்கொண்டிருந்தாள். சட்டென எரிச்சலடைந்த அவர், “இப்ப எதுக்கு என் மூஞ்சியப் பாத்துனு இருக்கீங்க. அதான் உங்க புள்ள சொல்லிட்டான்ல. பாண்டிச்சேரில இருக்கேன், அங்கயே தொழில் பண்ணப்போறேன், வீடு பாத்துட்டு வந்து கூட்டிகினு போறன்னு. போங்க. போயி ஆவுற கதையப் பாருங்க” என்று சொல்லிவிட்டு முகத்தைத் திருப்பிக்கொண்டார். சிறிது நேரம் நின்றுகொண்டிருந்தவர், பிறகு கடிதத்தை எடுத்துக்கொண்டு புறப்பட்டார்.

பாண்டிச்சேரியிலுள்ள தனது தங்கையின் வீட்டில்தான் சந்திரன் இத்தனை நாட்களாக இருந்தார் என்று தெரிந்ததும்தான் கணபதிக்கு சற்று நிம்மதியாக இருந்தது. வெளியே சொல்லிக்கொள்ளவில்லை என்றாலும் ஏதாவது விபரீதமாக நடந்திருக்குமோ என்றுதான் உண்மையில் நினைத்துக்கொண்டிருந்தார். இப்போது சற்று ஆறுதலாக இருந்தாலும், பாண்டிச்சேரியில் என்ன தொழில் செய்து எப்படிப் பிழைக்கப்போகிறான் என்ற கவலை புதிதாக அவர் மனதில் துளிர்விட்டது. எப்படியாவது போகட்டும் என்று விட்டுவிடுவதா அல்லது கூப்பிட்டு மீண்டும் ஏதாவது செய்துகொடுக்கலாமா என்று அவர் மனம் யோசிக்கத் தொடங்கிய மறுநொடியே அந்த எண்ணத்தைக் கைவிட்டார். அவன் ஒன்றும் தோற்றுப்போய் மீண்டும் தன்னைத் தேடிவரவில்லை எனத் தனக்குள் சொல்லிக்கொண்டார். தான் வேண்டாமென்று போனவன்தானே. போகட்டும். அவனே அவன் வாழ்க்கையைப்

பார்த்துக்கொள்ளட்டும். ஆனாலும், அவர் மனம் ஏதோ ஒரு மூலையில் சந்திரனுக்காகக் கலங்கிக்கொண்டுதான் இருந்தது.

சரியாக ஒரு மாதம் கழித்து சந்திரன் வந்தார். அதற்குள் பாண்டிச்சேரியில் வீடு பார்த்துக் குடும்பத்தை அங்கே மாற்றியிருந்தார். கடைக்குள் நுழைந்த சந்திரன், நீண்ட நேரம் கணபதியின் எதிரில் நின்றுகொண்டிருந்தார். இருவரும் எதுவும் பேசிக்கொள்ளவில்லை. கணபதி தனது தலையைத் திருப்பாமல் சாலையையே பார்த்துக்கொண்டிருந்தார். இடையில், தெரிந்த ஒருவர் அவசரமாகத் துண்டு வாங்க வந்திருந்தார். அவருக்கு சந்திரனும் நல்ல பழக்கம். என்ன ஏது என்று விசாரித்துவிட்டுத் துண்டு வாங்கிக்கொண்டு சென்றார். அவரிடம் சாதாரணமாகப் பேசிய கணபதி மீண்டும் முகத்தை இறுக்கமாக வைத்துக்கொண்டார். நீண்ட காத்திருப்புக்குப் பின் பொறுமையிழந்த சந்திரன், "நான் துணி வியாபாரம் செய்யலாம்னு இருக்கேன்" என்றார். கணபதி எங்கோ பார்த்தபடி, "ம்" என்றார். அதன் பிறகு மீண்டும் மௌனம்.

இருவராலும் பார்வையைப் பரிமாறிக்கொள்ள முடியவில்லை. கேட்கவும் சொல்லவும் ஆயிரம் இருந்தாலும் இருவருக்குள்ளும் வார்த்தைகள் ஒளிந்துகொண்டன. ஏதாவது தவறான ஒரு வார்த்தையைத் தேர்ந்தெடுத்துவிடுவோமோ என்று இருவருமே அஞ்சினர்.

"செரி, நான் கிளம்பறன்."

"இரு" என்று சொல்லிவிட்டு, உள்ளேயிருந்து ஒரு துணிப்பையை எடுத்துவந்து கொடுத்தார் கணபதி. அதை வாங்கிய சந்திரன் உள்ளே இருக்கும் பணத்தைப் பார்த்துவிட்டு, "இல்ல இருக்கட்டும்" என்று திரும்பக்கொடுக்க முயல, கணபதி முறைப்பதைக் கண்டு, "வரேன்" என்று சொல்லிவிட்டுப் பையை எடுத்துக்கொண்டு புறப்பட்டார். கணபதி பதிலேதும் சொல்லவில்லை.

வெளியே வந்த சந்திரன் அந்தச் சாலையையே பார்த்துக் கொண்டிருந்தார். பின்பு, பூட்டப்பட்டிருந்த தன் கடையின் அருகில் சென்று நின்று அதையே சிறிது நேரம் பார்த்தார். கண்களில் வழிந்த நீரைத் துடைத்துக்கொள்வதை, கணபதி தனது இருக்கையில் இருந்தபடி பார்த்துக்கொண்டிருந்தார். கடையின் ஷட்டரை ஒருமுறை தடவிப்பார்த்தவர் சட்டெனத் திரும்பி வேகமாக நடக்கத் தொடங்கினார். கணபதியைத் தவிர அருகில் இருந்த சில கடைக்காரர்களும் இதைப் பார்த்துக்கொண்டிருந்தனர்.

சந்திரன் அங்கிருந்து சென்றதும், பக்கத்துக் கடைக்காரர் வந்து கணபதியிடம், “என்ன, மச்சான் வந்துட்டுப் போறாருபோல” என்றார். கணபதி தலையசைத்தார். அவர் அப்போதும் எந்த உணர்ச்சியையும் வெளிக்காட்டிக்கொள்ளவில்லை.

♦

பேருந்தில் பாண்டிச்சேரிக்குச் சென்றுகொண்டிருந்தார் சந்திரன். எல்லாவற்றையும் சரியாகச் செய்துவிட்டதாக அவர் நம்பினாலும் மனம் முழுக்க அச்சம் மட்டுமே நிரம்பியிருந்தது. அந்த அச்சம் மட்டுமே அவரைத் தொடர்ந்து வீழ்த்திக்கொண்டிருந்தது.

பாண்டிச்சேரி கடற்கரையில் இருந்தார் சந்திரன். சுற்றி ஒருமுறை பார்த்தார். கடற்கரையில் யாருமே இல்லை. அலைகளின் சத்தத்தைத் தவிர எதுவுமே இல்லை. அதுவுமேகூட சற்று விநோதமாக இருந்தது. அலைகளையே உற்றுப்பார்த்துக் கொண்டிருந்தார். ஒரு அலை வந்து அவர் காலை நனைத்துவிட்டுச் சென்றது. அது பின்வாங்கியதும், மணலிலிருந்து அதே நிறத்தில் ஒரு பாம்பு அவரை நோக்கி சட்டெனப் பாய்ந்தது. திடுக்கிட்டுப் பின்வாங்கினார். காலுக்கு அடியில் ஏதோ ஒன்று ஊர்வதுபோல் தோன்றவும் கீழே பார்த்தார். அவரைச் சுற்றி ஏராளமான பாம்புகள் மேய்ந்தவாறு இருந்தன. நின்றுகொண்டிருந்த இடத்தில் அப்படியே மணலில் புதைய ஆரம்பித்தார். சுற்றியிருந்த பாம்புகள் அவர் மீது ஏறி அவரைக் கொத்தத் தொடங்கின. எதிலிருந்தும் விடுபட முடியாமல் மெல்ல மூழ்கத் தொடங்கினார். யாராவது தன்னைக் காப்பாற்ற வருவார்களா என்று பயத்துடன் அலறிக்கொண்டே சுற்றிச்சுற்றிப் பார்த்தார். சட்டென ஒரு பாம்பு அவர் கண்ணில் கொத்தியது.

திடுக்கிட்டு எழுந்து சுற்றும்முற்றும் பார்த்தார். பேருந்து சென்றுகொண்டிருந்தது. சிறிது நேரம் அப்படியே உட்கார்ந்திருந்தார். இதயத் துடிப்பை அவரால் உணர முடிந்தது. சில்லென்ற காற்று, மீண்டும் அவர் கண்களை இழுத்துக்கொண்டு சென்றது. பாண்டிச்சேரிக்குப் போய்ச்சேரும்வரை தூங்கித்தூங்கி விழுந்தார். ஒவ்வொரு தூக்கத்திலும் கெட்ட கனவுகளாக வந்தன. விழிக்கும்போதெல்லாம் அது கனவுதான் எனத் தெரிந்து சற்று நிம்மதியடைந்தாலும் அவர் மனதின் ஏதோ ஒரு மூலையில், தான் பெரிய தவறிழைத்துவிட்டோம் என்று ஆழப் பதியத் தொடங்கியது. கடை மூடப்படும் நிலைக்கு வரும்போதே மாமாவிடம் சென்று நின்றிருக்கலாமோ என்று நினைத்தார். ஆனால், அப்போது அவருக்குள் இருந்த அகங்காரம்

அவரை விடவில்லை. தான்தோன்றித்தனமான முடிவுகளால், பிறந்துவளர்ந்த ஊரைவிட்டுப் போய்க்கொண்டிருக்கிறார். அவருடைய கண்கள் மீண்டும் தூக்கத்தைத் தேடின. துர்கனவுகள் அவருக்காகக் காத்திருந்தன.

3

1989.

பேருந்து சிறிது ஓய்வுக்காக நின்றுகொண்டிருந்தது. எங்கே நின்றுகொண்டிருக்கிறது என்று அப்புண்ணிக்குத் தெரியவில்லை. அருகில் பாருக்குட்டி நன்றாகத் தூங்கிக்கொண்டிருந்தாள். அவர் மெல்ல எழுந்து பேருந்தைவிட்டு வெளியே வந்தார். பேருந்து நின்றிருந்த இடத்தைத் தவிர சுற்றிலும் இருட்டாக இருந்தது. லேசாகப் பனி பொழிந்துகொண்டிருந்தது. எதிரில் ஒரு சிறிய உணவகமும் அதன் வாசலில் ஒரு டீக்கடையும் இருந்தன. பேருந்தை விட்டு இறங்கியவர்கள் சிலர் டீ குடித்துக்கொண்டிருந்தனர். ஓட்டுநரும் நடத்துநரும் உள்ளே சாப்பிட்டுக்கொண்டிருந்தனர். அப்புண்ணி சுற்றி ஒருமுறை பார்த்தார். உணவகத்தின் அருகில் சென்றுபார்த்தார். அவருக்கு எதுவுமே சாப்பிடப் பிடிக்கவில்லை. மாகேவில் இட்லி தோசை பரோட்டாக்கள் சாப்பிடும் வழக்கம் இருந்தாலும், அவையெல்லாம் இப்போது அவருக்கு அந்நியமாக இருந்தன. டீஸ்டால் பக்கமும் போகவில்லை. தமிழர்களுக்கு சாயா போட வராது, அது முழுக்க மலையாளிகளுக்கே ஆனதென்று அவருக்கு ஒரு நினைப்பு.

இருளும் வெளிச்சமும் மெல்லப் புணர்ந்துகொண்டிருந்த இடத்தில் சில ஆண்கள் சிறுநீர் கழித்துக்கொண்டிருந்தனர். அப்புண்ணியும் மெல்ல அந்த இடத்தை நோக்கி நகர்ந்தார். அவருள் இருந்த அச்சம் அவரின் நடையில் நன்றாகத் தெரிந்தது. மேல் பாக்கெட்டையும் பேன்ட் பாக்கெட்டையும் ஒருமுறை தொட்டுப்பார்த்துக்கொண்டார். பின் திரும்பி, பேருந்து நின்றுகொண்டிருக்கிறதா என்று ஒரு முறை பார்த்துக்கொண்டார். சிறுநீர் கழித்துவிட்டு வேகமாகச் சென்று பேருந்தில் ஏறி பாருக்குட்டியின் அருகில் உட்கார்ந்துகொண்டார். கடையைச் சுற்றிப் பல வண்ணங்களில் விளக்குகள் எரிந்துகொண்டிருந்தன. அவருக்குக் கண்கள் கூசின. தலையைப் பேருந்தினுள் திருப்பிக்கொண்டார். கண்களை மூடியவாறே பாருக்குட்டி, "இது *ஏதா ஸ்தலம்?"* என்றாள்.

"*அறியில்லா*."

“யாரெங்கிலெடுத்தும் சோதிக்காம்?”

“வேண்டா, காலத்து எத்துப்போல் ஆரெங்கிலெடுத்தும் நம்மல் சோதிக்காம். நினிக்கி எந்தெங்கிலும் வேணோ?”

“ஒந்நு வேண்டா. நிங்கள் எவடயும் போகண்டா. இவட தன்ன இரி.”

அப்புண்ணி எதுவும் பேசவில்லை. சிறிது நேரத்தில் நடத்துநரும் ஓட்டுநரும் பேருந்தில் ஏறினர். நடத்துநர், “வண்டி விடாம்போவா. ஆரெங்கிலும் கேரான் உண்டோ?” என்றார். அனைவரும் ஒருமுறை தலையை மட்டும் சுற்றிச்சுற்றிப் பார்த்தனர். யாரும் அவருக்குப் பதில் சொல்லவில்லை. சில நொடிகள் காத்திருந்தவர், “விட்டோ” என்று கத்தினார். பேருந்து மெல்லப் பின்வாங்கி, பிறகு சாலையில் தன்னை இணைத்துக்கொண்டது.

அப்புண்ணியின் தோளில் பாருக்குட்டி சாய்ந்துகொண்டு மீண்டும் கண்களை மூடிக்கொண்டாள். அவள் இவ்வளவு நேரமும் தூங்கிக்கொண்டிருப்பதாகவே அப்புண்ணி நினைத்திருந்தார். அவள் துளிகூடத் தூங்கவில்லை. அவள் முகத்தில் தெரியும் அச்சம் அவரை மேலும் கலவரப்படுத்தும் என்று நினைத்தாள். ஏதோ ஒரு குருட்டு நம்பிக்கையில் இருவரும் ஊரைவிட்டு வந்துவிட்டோம், இனி என்ன என்ற கேள்வி இருவருக்குள்ளும் இருந்தது. கேள்வி என்பதைவிட பயம் என்று சொல்வதுதான் சரி. போன முறை ஊருக்கு வந்த அப்புண்ணியின் மாமா, விஷயம் கேள்விப்பட்டு இருவரையும் தனியாக அழைத்துப் பேசியிருந்தார். ஏதாவது பிரச்சினை என்றால் தயங்காமல் புறப்பட்டுவரும்படி சொல்லியிருந்தார். அவர் சொன்னதுபோலவே, சிலநாட்களில் பிரச்சினை வெடிக்க ஆரம்பித்தது. பாருக்குட்டி யாரையோ காதலிக்கிறாள் என்று தெரிந்துகொண்டார்கள் என்றாலும், அது அப்புண்ணிதான் என்று அவர்களுக்குத் தெரியவில்லை. அவ்வப்போது உதை, எப்போதும் திட்டு என பாருக்குட்டியின் நாட்கள் நகரத் தொடங்கின. முற்றவிட்டால் அதன் பிறகு ஒன்றும் செய்ய இயலாது என்று இருவருக்குமே தெரிந்தது. மாமாவுக்குத் தந்தி அடித்துவிட்டு இருவரும் புறப்பட்டனர். பாருக்குட்டியிடம் கொஞ்சம் நகைகளும், அப்புண்ணியிடம் கொஞ்சம் சேமிப்பும் இருந்தன. பெரும் இருட்டுக்குள் சிறிது வெளிச்சத்தை மட்டுமே நம்பிப் போய்க்கொண்டிருக்கும் இந்தப் பேருந்தைப் போல அவர்களும் சென்றுகொண்டிருந்தனர்.

“எல்லாருக்கும் அறிஞ்சிருக்குமல்ல?” என்றார் அப்புண்ணி.

“ஞான் உறங்கியில்லான்னு விஜாரிச்சோ?” என்று கண்களை மூடிக்கொண்டே கேட்டாள் பாருக்குட்டி.

“அறியிலா, பக்ஷே உறங்கியோன்னு நோக்கியதா.”

அவள் கண்களைத் திறக்காமலே மெல்லச் சிரித்தாள்.

“எந்துனா சிரிக்கினது?”

“வெரத ச்சிரிச்சதா.”

“அறிஞ்சிருக்கியோ?”

“ம்.”

“பாருக்குட்டிக்குப் பேடியில்லே?”

“இத்தரையோக்காயிட்டு பேடியில்லாதிரிக்கோ. பேடியில்லான்னு பரஞ்சா அது நொனையா. அப்புண்ணிக்குப் பேடியில்லே?”

“ம். நல்ல பேடியா. இதுனுமும்பு நிண்ட குடும்பத்தினே கண்டு பேடி. இப்போ நின்ன எங்கனே கெட்டி முன்னோட்டுக் கொண்டுபோவானுல்ல பேடி.”

“அதொக்க அப்புண்ணி முன்னோட்டுக் கொண்டுபோவும்.”

அப்புண்ணி திரும்பி அவளைப் பார்த்தார். அவள் கண்களை மூடிக்கொண்டுதான் இருந்தாள்.

“அத்தரையும் தீர்ச்சியானோ?”

“இல்லலெங்கில் நீ இப்போ ஓடியேர்னே.”

“ஆவ்ஷ்யமில்லாத ச்ந்தா வேண்டா.”

“ஞான் அங்கன தன்னே ச்ந்திக்கியு.”

அப்புண்ணி பதிலேதும் பேசவில்லை. ஜன்னல்பக்கம் தலையைத் திருப்பிக்கொண்டார். பனிக்காற்று உடலை நடுங்கவைத்தது. நீண்ட நேரமாக எதிரில் எந்த வாகனமும் அவர்களைக் கடக்காததால் அவர் தடைபடாமல் தன் நினைவுகளில் மூழ்கியிருந்தார். இந்நேரம் என்ன ஆகிக்கொண்டிருக்கும். பாருக்குட்டி வீட்டிலிருந்து பிரச்சினை செய்யத் தனக்கு ஊரில் யாருமில்லை என்று தோன்றியபோது, தனக்கு யாருமில்லை என்பதை நினைத்து

முதன்முறையாக மகிழ்ந்தார். ஆனாலும், அவர்கள் தன் முதலாளியிடம் தகராறு செய்ய வாய்ப்புள்ளது என்று அவருக்குத் தோன்றியது. தன் முதலாளியும் லேசுப்பட்ட ஆள் இல்லை என்று அவருக்குத் தெரியும். அவரை நெருங்குவது அவர்களுக்குத்தான் சங்கடமாக முடியும். தனது நண்பர்களைக் குறித்து நினைத்தார். யாரிடமும் சொல்லிவிட்டு வரவில்லை என்பது அவருக்கு மிகுந்த வேதனையளித்தது. அவர்களுக்கு விஷயம் தெரியவரும்போது நிச்சயம் தன் மீது கோபம் கொள்வார்கள் என்று அவனுக்குத் தெரியும். மேலும், எங்கே சென்றிருப்பான் என்று அவர்கள் ஊகித்திருப்பார்கள். ஆனால், கோபத்தில் கண்டிப்பாகத் தன்னைக் காட்டிக்கொடுக்க மாட்டார்கள் என்று நம்பினார். ஒருநாள் அவர்களுக்குப் புரியவைத்துவிடலாம் என்றும் நினைத்துக்கொண்டார்.

பேருந்தில் கிட்டத்தட்ட அனைவருமே உறங்கிவிட்டனர். பாருக்குட்டியும் உறங்கிவிட்டதை, அவளின் மெல்லிய குறட்டையொலி மூலம் அப்புண்ணி தெரிந்துகொண்டார். நூலிழையின் மீது ஏறும் எறும்பைப் போல் பேருந்து பார்த்துப்பார்த்து ஜாக்கிரதை உணர்வுடன் மெல்ல ஊர்ந்துகொண்டிருந்தது. நேரம் என்னவென்று தெரிந்துகொள்ள விரும்பினார். எதிர் இருக்கையில் உட்கார்ந்திருந்தவர் கையில் கடிகாரம் இருந்தாலும் இருட்டில் எதுவும் தெரியவில்லை. தன் வாழ்நாளில் இதுவே மிக நீண்ட இரவாக இருக்கும் என்று அவர் நம்பினார். ஏதேதோ நினைவுகள் அந்த இரவில் அவரைக் கட்டியிழுத்து ஊஞ்சலாடச் செய்துகொண்டிருந்தன. பேருந்து ஒரு பெரிய பள்ளத்தில் இறங்கி ஏறிய அதிர்வில் உறங்கிக்கொண்டிருந்த பலர் சட்டென விழித்தனர். சிலர் மீண்டும் உறக்கநிலைக்குச் சென்றனர். சிலர் சுற்றிச்சுற்றிப் பார்த்துக்கொண்டிருந்தனர். பாருக்குட்டியைப் பார்த்தார் அப்புண்ணி. நன்றாகத் தூங்கிக்கொண்டிருந்தாள். இதுபோலவே அவள் வாழ்நாள் முழுவதும், ஒவ்வொரு இரவும் நிம்மதியாக உறங்க வேண்டும், அதற்காக என்ன வேண்டுமோ அத்தனையும் செய்ய வேண்டுமென்று தனக்குள் சொல்லிக்கொண்டார்.

அப்புண்ணி கண் விழித்தபோது விடியத் தொடங்கியிருந்தது. தான் எப்போது தூங்கினோமென்று யோசித்தார். அவரால் அதை மீட்டெடுக்க முடியவில்லை. பாருக்குட்டியைப் பார்த்தார். அவள் அவரையே பார்த்துக்கொண்டிருந்தாள். அவர் திருதிருவென விழித்துக்கொண்டிருப்பதைப் பார்த்துச் சிரித்தாள்.

“எந்தா?”

“எந்தொரு கூர்க்கம்வலி?”

“அத நீ பரயானோ?”

“ஏய்... ஞான் கூர்க்கம்விலிகில்லா.”

“ஆ... ஞான் கேட்டூ” என்று சொல்லிவிட்டு, தண்ணீர் இருக்கிறதா என்று பார்த்தார். “வெல்லம் தீர்னு” என்றாள் பாருக்குட்டி. எச்சிலை விழுங்கிவிட்டு, இருக்கையில் நன்றாகச் சாய்ந்து உட்கார்ந்துகொண்டார். வானம் மெல்ல நிறமாறிக்கொண்டிருந்தது. பறவைகளின் இயக்கம் தொடங்கிவிட்டது. சாலைகளில் மக்கள் நடமாட்டம் தெரிந்தது. அவர்களை அப்புண்ணியும் பாருக்குட்டியும் நன்றாகக் கவனித்தனர். யாருமே அவர்கள் ஊர்க்காரர்கள்போலவே இல்லை. அதுவே இருவருக்குள்ளும் ஒரு கலக்கத்தை உருவாக்கியது. இருவரும் எதுவும் பேசிக்கொள்ளவில்லை. யாரும் யாரையும் அச்சப்படுத்த விரும்பவில்லை. பேருந்து ஒவ்வொரு ஊராக நின்று சிலரை இறக்கிவிட்டுக்கொண்டிருந்தது. பேருந்தின் இருக்கைகள் காலியாகத் தொடங்கின. அப்புண்ணி சட்டென பாருக்குட்டியிடம் கேட்டான், “நினிக்கி தமிழ் எழுதான் அறியுமோ?”

“ஆ பின்னே, சம்சாரிக்கான் போலும் அறியில்லா. பின்னையா எழுதான்.”

அமைதியாக இருந்தார். பிறகு, “அப்புண்ணிக்கு அறியோ?” என்றாள்.

“ம்... கொறச்சிக் கொறச்சி...”

“எண்டெடுத்து எந்தா பரயாத்த.”

“நீ சோதிச்சில்லா.”

“தமிழ் அறியாத எங்கனயா இவட?”

“மாமன் இண்டுலோ. நம்பட ஆளுகளும் இவட நிறச்சுண்டு.”

சட்டென பாருக்குட்டி, “அய்யோ” என அதிர்ந்தாள்.

“எந்தா?” என்று பதறினார் அப்புண்ணி.

“எண்ட மாமன் இவட போலிஸாயிட்டு ஜோலி செய்யுவா.”

“அது சரி.”

"இப்ப எந்தா செய்யா?"

"அறியிலா. அது நமக்கு சரியாக்காம். நிண்ட மாமன் நின்ன கண்டா கண்டறியுமோ?"

"ம்... தீர்ச்சியாயிட்டும். நாலு வயசுல கண்டதா. ச்சலப்போ கண்டறியும். போலிஸல்ல."

பாருக்குட்டியை முறைத்தார்.

"எந்தா?"

"முகம் மறச்சோ. ச்சலப்பு ஈ ஜன்னல் வழியாய் நிண்ட மாமன் நின்ன கண்டறியும்." அப்புண்ணி சொன்னதும் பாருக்குட்டி தன் முகத்தை நன்றாக இழுத்து மூடிக்கொண்டாள். அப்புண்ணி மெல்லச் சிரித்துக்கொண்டார்.

இருவரும் வேடிக்கைபார்த்துக்கொண்டே பயணத்தைத் தொடர்ந்தனர். சரியாக அரைமணி நேரம் கழித்து, பாருக்குட்டியைக் கூப்பிட்டு, "ஸ்தலம் எத்தி" என்றார் அப்புண்ணி.

"தீர்ச்சியானோ?"

"அவட நோக்கு" என்றார்.

மாகேவின் நுழைவாயில் போன்ற ஒரு நுழைவாயில் தூரத்தில் தெரிந்தது. அதன் அருகில் 'வெல்கம் டு பாண்டிச்சேரி' என்று தமிழிலும் ஆங்கிலத்திலும் எழுதியிருந்தது. அதைக் கடக்கும்வரை இருவரும் அதையே பார்த்துக்கொண்டிருந்தனர். பாண்டிச்சேரி எல்லைக்குள் பேருந்து நுழைந்துகொண்டிருந்தது.

அப்புண்ணியின் கண்கள் எதேச்சையாக வாகனங்களை நோட்டமிட்டன. அதன் பதிவு எண் PY-01 என்று இருந்தது. மாகேவில் PY-03. ஏனோ, PY என்று பார்த்ததும் அப்புண்ணி ஒரு நிமிடம் தன்னுடைய சொந்த ஊரில் இருப்பதுபோல் உணர்ந்தார். ஆனால், கடந்துசெல்லும் கடைகளின் பெயர்ப்பலகைகளில் இருந்த தமிழ் எழுத்துகளைப் பார்த்ததும், மெல்ல அவர் எண்ணங்கள் முழுவதையும் பயம் விழுங்கிக்கொண்டது.

4

1990.

ரவியின் மனம் மாறத் தொடங்கியிருந்தது. நண்பர்கள் அனைவரும் பேசிப்பேசி அவன் மனதைக் கரைக்கத் தொடங்கியிருந்தனர். மேலும், நண்பர்கள் அனைவருக்கும் திருமணமாகிவிட்டிருந்ததால் அவனிடமிருந்து மெல்லமெல்ல விலக ஆரம்பித்திருந்தனர். சந்திக்கும் சில நிமிடங்கள்கூட அவர்கள் ரவியின் மனதை மாற்றவே முயன்றனர். தனிமை ரவியைத் தன் முடிவிலிருந்து பின்வாங்கவைத்தது. இன்னும் எத்தனை நாட்கள் இப்படியே இருப்பது என்று தோன்றவைத்தது. எப்போது திருமணப் பேச்சை எடுத்தாலும் எரிந்துவிழுபவன் இப்போதெல்லாம் அமைதியாகக் கடந்துசெல்வதை நினைத்து வீட்டிலும் வேலைகளைக் கொஞ்சம் வேகப்படுத்தினர்.

காதல் தோல்விக்குப் பின், அவன் அலைந்துதிரிந்து தன்னை உருக்கிப் பின் மீண்டு புது வாழ்வைத் தொடங்க நினைத்தபோது அவனுக்கு வயது முப்பத்தைந்து நெருங்கி முன்மண்டையில் வழுக்கை விழுந்துவிட்டது. ஆனால், அது அவனுடைய திருமணத்துக்கு எந்தத் தடையையும் ஏற்படுத்தவில்லை.

ரவி நன்றாகச் சிரிக்கத் தொடங்கியிருந்தான். சிலருக்கு வீழ்ந்த பின்தான் வாழ்க்கையின் பாடம் புரியும், சிலருக்கு வீழப்போகும் கடைசித் தருணத்தில் புரியும். ரவி இரண்டாவது.

கடந்தவற்றை நினைத்து, முழுவதும் மூழ்கிவிடாமல் தப்பித்திருந்தான். சிறிது காலம் கடந்திருந்தாலும் குடிமுழுகிப் போய்விடவில்லை. பெண்ணை அவனுக்குப் பிடித்திருந்தது. அவளுக்கு எல்லாமும் தெரிந்திருந்தன. அதுவே அவனுக்கு ஆறுதலாகவும் இருந்தது.

ரவி தனது திருமணச் சட்டையைத் தானே தைத்துக்கொண்டிருந்த ஒரு மாலை வேளையில், "மச்சான், அவ வூட்டுக்குப் போயிப் பத்திரிக்க வெச்சிட்டு வரலாம்டா" என்றான் நண்பன் புருஷோத்தமன். அதைக் கேட்டதும், இயக்கிக்கொண்டிருந்த தையல் இயந்திரத்தை நிறுத்திவிட்டு, முறைத்துப்பார்த்தான்.

"இன்னா மச்சான். நாம நம்ப கெத்த காட்ட வேணாமா?"

"அவ எனக்குக் காட்டனதும் போதும், நான் அவளுக்குக் காட்டனதும் போதும். நீ மூடிகினு இருக்கறதா இருந்தா இரு. இல்லானா கெளம்பு."

"இல்ல மச்சான்..."

"ங்கோத்தா, இப்ப கெளம்பறியா இல்லயா."

"செரி செரி கத்தாத, வந்ததுக்கு அளவு குடுத்துட்டுப்போறேன். வந்து பேன்ட்டுக்கும் சட்டைக்கும் அளவெடு."

ரவி வேண்டாவெறுப்பாக எழுந்துவந்து, அவன் கேட்ட மாதிரி அளவுகளை எடுக்கத் தொடங்கினான்.

"சட்ட அரைக்கயா முழுக்கையா?"

"முழுக்கை, உள்பாக்கெட்டு வெச்சிடு."

"ம்."

"பெல்பாட்டம் வேணும்."

"அதெல்லாம் இப்போ யாரும் போடறதில்லடா."

"பரவால. எனக்குப் புடிக்கும்."

'பைத்தியக்காரன்' என்று மனதுக்குள் சொல்லிக்கொண்டான் ரவி.

அளவு எடுத்துவிட்டு, "துணி எங்கடா?" என்றான் ரவி.

"உன் கல்யாணதுக்கு நானா துணி எடுப்பேன். நீதான் எடுக்கணும். நல்ல கலரா எடுத்து செரியா தச்சிக்குடு. போனவாட்டி தச்சது தொடயாண்ட ஒரே இறுக்கமா இருந்துச்சி. சப்ளாங்கால் போட்டு உக்காரவே முடியல. வரட்டா. லேட்டாக்கிடாத" என்று சொல்லிவிட்டு, சைக்கிளை எடுத்துக்கொண்டு சென்றான். அவன் போவதையே அசையாமல் பார்த்துக்கொண்டிருந்த ரவி, அளவுகளைக் குறித்துவைத்த காகிதத்தை எடுத்துக் கிழித்தெறிந்தான்.

♦

காராமணிக்குப்பம் ரயில்வே கேட் அருகில் இருந்த முருகன் கோயிலில் ரவியின் திருமணம் எளிமையாக முடிந்தது. நெல்லித்தோப்பில் இருந்த வீட்டுக்குச் சென்று, ஆக வேண்டிய

வேலைகளைப் பார்த்துக்கொண்டிருந்தார்கள். ரவி அமைதியாகத் தன் அறையில் உட்கார்ந்திருந்தான். அருகில் இருந்த புருஷோத்தமன், "மச்சான், சட்ட சூப்பரா இருக்குதுடா. அளவுலாம் பக்காவா இருக்குது" என்று, அருகில் இருந்த புது பீரோவின் கண்ணாடியில் பார்த்தவாறே சொன்னான். ரவி எதுவும் பேசவில்லை. எங்கோ வேடிக்கைபார்த்துக்கொண்டிருந்தான்.

"இன்னா மச்சான் சைலன்ட்டா இருக்கற. பயமா இருக்குதா?"

ரவி எதுவும் பேசவில்லை. அருகில் ஒருவன் பேசிக்கொண்டிருக்கிறான் என்ற உணர்வே இல்லாமல் இருந்தான்.

"பயப்படாத மச்சான். நான் வேணும்னா ஒரு ஐடியா குடுக்கட்டா. இன்னா பண்ற, இன்னிக்கு நைட் எதுவும் பண்ணாமத் தூங்கிடு. அதாவது, தூங்கற மாதிரி நடி. லைட்லாம் நிறுத்திட்டுக் கொஞ்ச நேரம் கழிச்சி அப்டியே தூக்கத்துல கையப் போடற மாதிரி போடு. அது கைய எடுத்து வுட்டுச்சினு வெச்சிக்கயேன் கம்முன்னு இருந்துடு. எப்போ நீ கையப் போட்டும் அது கம்முன்னு இருக்குதோ அன்னிக்கி டிரை பண்ணு. மச்சான், என்னிக்குமே ஃபோர்ஸ் மட்டும் பண்ணாத. அது வீரத்துக்கு அழகே இல்ல."

"ஒருவேளை மாமா கை போடறதுக்கு முன்னாடியே அக்கா காலத் தூக்கிப் போட்டுருச்சினா இன்னா பண்ணுவீங்க?" என்றது ஒரு பெண்குரல். இருவருமே அதிர்ச்சியுடன் திரும்பிப்பார்த்தபோது, தாவணியில் யாரோ ஒரு பெண் ஓடிக்கொண்டிருந்தாள். இருவருக்குமே அவளை அடையாளம் தெரியவில்லை. திரும்பி புருஷோத்தமனை முறைத்தான்.

"மன்னிச்சிக்க மச்சான், கவனிக்கல."

ரவி எதுவும் பேசவில்லை.

"மச்சான்."

"இன்னாடா?"

"இருந்தாலும். அதுவும் ஒரு முக்கியமான ஆங்கிள்டா. அது காலத் தூக்கிப் போட்டா இன்னாடா பண்ணுவ?"

"டேய் கொஞ்ச நேரம் சும்மா இருடா. நானே கடுப்புல இருக்கேன்."

"தெரியும்டா. நீ கடுப்புல இருக்கறன்னு. எப்போலருந்து கடுப்புல இருக்கன்னும் தெரியும், ஏன் கடுப்புல இருக்கன்னும் தெரியும்."

ரவி அவனை அதிர்ச்சியுடன் பார்த்தான். "உனுக்கு எப்படா தெரியும்?"

"அவன் செத்த அன்னிக்கே தெரியும்."

"ஏன்டா எங்கிட்ட சொல்லல."

"சொன்னா இன்னா செய்யப்போற. இங்கப் பாரு, அந்தப் பொண்ணு..." என்று ஆரம்பித்தவன் சட்டென நிறுத்திவிட்டு, ஜன்னல் அருகே சென்று யாராவது இருக்கிறார்களா என்று பார்த்தான். திரும்பிவந்தவன், குரலைத் தாழ்த்திப் பேசத் தொடங்கினான், "அந்தப் பொண்ணுக்கும் உனுக்கும் நடுவுல இப்ப எதுவும் இல்ல. அதுபாட்டுக்கு அது லைப்பப் பாத்துகினு போயிடுச்சி. அதுல இன்னா நடக்குதோ அது அதோட தலையெழுத்து. உனுக்கு இப்பத்தான் ஒரு புது லைப்பு ஆரம்பிச்சிகிது. மூடிகினு கம்முனு இரு. எதுனா ஏடாகூடம் பண்ண, அடிச்சி மண்டயத் தொறந்துடுவேன்."

உண்மையில் அவன் பேச்சைக் கேட்டு ரவி பயந்துவிட்டான். அவன் எந்த அளவுக்கு முட்டாள்தனமாகவும் நகைச்சுவையாகவும் பேசுவானோ அதே அளவுக்கு மோசமானவன். பல அடிதடி வழக்குகளிலும் சில வெட்டுக்குத்து வழக்குகளிலும் உள்ளே சென்றுவந்தவன். அவன் பேச்சுக்கு உடன்படும் முடிவுக்கு வந்தான். அவளை அத்தோடு மறந்துவிட்டதுபோல நடிக்கத் தொடங்கினான்.

♦

ஒரு வருடத்துக்குப் பிறகு. நெல்லித்தோப்பில் இருந்த தனது தையல் கடையை முதலியார்பேட்டை ஆலை ரோடும் சிமென்ட் ரோடும் சந்திக்கும் இடத்துக்கு ரவி மாற்றியிருந்தான். ஒருநாள் மாலையில் டீ குடிக்கச் சென்றுகொண்டிருக்கும்போது ரவி அவளைப் பார்த்தான். அவனது கடையிலிருந்து இடதுபுறத்தில் சாலைக்கு அந்தப்பக்கம் இருந்த வீட்டிலிருந்து வந்துகொண்டிருந்தாள். நன்றாக மெலிந்திருந்தாள். தலை சரியாகச் சீவப்படாமல் இருந்தது. புடவையை ஒருபக்கம் இழுத்து இடுப்பில் சொருகியிருந்தாள். அவளது கையைப் பிடித்துக்கொண்டு, ஒரு சிறுவன் மூக்கு ஒழுக்கிக்கொண்டு வந்தான். சாலைக்கு வந்ததுமே ரவியைப் பார்த்துவிட்டாள். உடனே, சொருகியிருந்த புடவையை எடுத்துவிட்டாள். ரவி அவளைப் பார்த்து அப்படியே நின்றுவிட்டான். அவன் முகத்தில் பதற்றம் குடிகொண்டுவிட்டது. ஆனால், அவள் சாதாரணமாகவே

இருந்தாள். அவனைப் பார்த்துச் சிரிக்க முயன்றாள். இயல்பாக இருப்பதுபோல் காட்டிக்கொண்டாள்.

“இன்னா ரவி இந்தப்பக்கம்?”

“அது... அது... இங்கதான் கடை தொறந்துகிறேன்” என்று தனது கடையைக் காட்டினான். கடையைக் காட்டும்போது, கடை வாசலில் புருஷோத்தமன் நிற்பதைப் பார்த்ததும் அவனுக்கு பதற்றம் அதிகமானது. அவனும் இவர்களையே பார்த்துக்கொண்டிருந்தான்.

“அது புருஷோத்துதான?” என்றாள்.

“ஆங்... ஆமா. நீ எப்படி இருக்கற?”

“எனக்கு இன்னா, நல்லாத்தான் இருக்கேன். இதோ இந்த வூட்டுல குடியிருக்குறேன்.”

“ஓ...”

“உன் பொண்டாட்டி எப்படி இருக்குது?”

“ஆங்.... நல்லா இருக்குது. இது யாரு உன் பையனா?”

“ம்...”

அவனைத் தூக்கலாமா வேண்டாமா என்று ஒருகணம் தயங்கினான். பிறகு, சிரித்தவாறே மெல்ல அவனை நோக்கிக் கைகளை நீட்டினான். ஆனால், அவன் தன் அம்மாவின் பின்னால் மறைந்துகொண்டு ரவியை முறைத்துப்பார்த்தான். சிறிது நேரம் பேசிவிட்டு, கடையில் ஆள் இல்லை என்றும், பிறகு பார்க்கலாம் என்றும் சொல்லிவிட்டு டீ குடிக்காமல் மீண்டும் கடைக்கே வந்தான்.

புருஷோத்தமன் எதுவும் பேசாமல் அமைதியாக இருந்தான். அவன் அமைதியாக இருந்தது ரவிக்கு ஒருமாதிரியாக இருந்தது.

“இன்னாடா கம்முன்னு இருக்கற?”

“அப்போ அது இங்கதான் குடுத்தனம் இருக்குதுன்னு தெரியாமத்தான் நீ இங்க கடைய வெச்ச, அப்புடித்தானே?”

“டேய்... பின்ன? அத்த இன்னிக்குத்தான்டா பாக்குறேன்.”

“ஓஹோ.”

"நெஜமாடா."

"ம். செரி, இன்னாவாம்?"

"ஒன்னும் இல்ல. எப்புடி இருக்கறன்னு கேட்டா. நல்லா இருக்கேன், நீ எப்புடி இருக்கன்னு கேட்டேன்."

"ம். அது யாரு அவ புள்ளயா?"

"ஆமா."

"பேரு இன்னாவாம்?"

"அசோக்காம்?"

"ஓஹோ."

"இன்னா ஓஹோ?"

"இல்ல, நான் ரவியா இருக்குமோன்னு நெனச்சேன்."

"எழுந்து வெளிய போடா மயிரு."

"ஏன், யாருனா வராங்களா?"

"சாவடிக்காதடா."

"நீ போற போக்கப் பாத்தா, எனுக்கு இன்னொரு சட்ட பேன்ட் தெச்சிக் குடுத்துடுவ போலருக்கே" என்று சொல்லிக்கொண்டே எழுந்து வெளியே சென்றான். அவன் போய்விட்டானா என்று பார்க்கத் திரும்பினான் ரவி. வெளியே சாலையில் தனது மகனை இடுப்பில் வைத்துக்கொண்டு சென்றுகொண்டிருந்தாள் அவள். அப்படியே நின்று சிறிது நேரம் அவள் போவதைப் பார்த்துக்கொண்டிருந்தான். அவள் இடுப்பில் உட்கார்ந்த அவளது மகன், வேடிக்கைபார்த்துக்கொண்டே ரவியைப் பார்த்தான். என்ன நினைத்தானோ, சட்டென ரவிக்குக் கையை ஆட்டிக் காண்பித்தான். ரவியும் அவனையறியாமல் கைகாட்டினான். இந்த ஆட்டம் இத்தோடு முடியாதுபோல எனத் தனக்குள் சொல்லிக்கொண்டான்.

5

பாண்டிச்சேரி என்ற பெயர் புதுச்சேரியாக மாற்றப்பட்ட சில நாட்களுக்குப் பிறகான ஒரு பகல் பொழுது.

கடற்கரை காந்தி சிலைக்கு அருகிலுள்ள லீ கஃபேக்கு எதிர்ச்சாலையில் நேராகச் சென்று, பாரதிப் பூங்காவை ஒரு அரைவட்டமடித்து நேராகச் சென்றால், சாலையின் இடதுபுறம் அரசு பொது மருத்துவமனையின் பின்புறமும் சாலையின் வலதுபுறம் மகப்பேறு மருத்துவமனையின் முன்புறமும் தென்படும். அரசு பொது மருத்துவமனையின் பின்புறமே அவசரச் சிகிச்சைக்கான வழி இருந்தது. மகப்பேறு மருத்துவமனைக்கு எதிரில் பூங்கா. இடதுபுறம் புதுச்சேரி சட்டமன்றம். இதோடு, கவர்னர் மாளிகை, ரோமன் ரோலன் நூலகம், காவல்துறை ஐ.ஜி. அலுவலகம் எனப் பூங்காவைச் சுற்றி முக்கியமான பல இடங்கள் இருந்தன. மருத்துவமனைக்கு வரும் நேயாளிகளுக்கும் அவர்களுடைய உறவினர்களுக்கும் பாரதிப் பூங்கா ஒரு முக்கியமான ஓய்விடமாக இருந்தது. இரண்டு மருத்துவமனைகளுக்கும் இடையில் இருந்த சாலையில் தொடர்ந்து சில நொடிகள் நடந்தால், சரியாக மகப்பேறு மருத்துவமனையின் பின்புறத்துக்கு எதிரில், முனிஸிபாலிட்டி இடத்தில் பல ஆண்டுகளாக இயங்கிக்கொண்டிருந்தது அந்த உணவகம்.

வட்டவடிவ இடத்தில் மொத்தம் ஆறு கடைகள். மருத்துவமனையைப் பார்த்தவாறு இருக்கும் மூன்று கடைகளையும், அவற்றின் நடைபாதையையும் ஆக்கிரமித்துக்கொண்டிருந்தது அந்த உணவகம். அரசு பொது மருத்துவமனைக்கும் மகப்பேறு மருத்துவமனைக்கும் வரும் மக்கள், மருத்துவமனைச் சிப்பந்திகள், எப்போதாவது சில மருத்துவர்கள் என உணவகம் காலை வேளையில் நிரம்பிவழியும். மருத்துவமனையில் அனுமதிக்கப்பட்டிருக்கும் நோயாளிகளுக்கு உணவு வாங்க மதியமும் மாலை வேளைகளிலும் ஒரு கூட்டம் வரும். மருத்துவமனைக்குப் பின்புறமும் சில உணவகங்கள் இருந்தாலும் இதுவே நல்ல ஓட்டமாக ஓடிக்கொண்டிருந்தது. அது ஒரு மலையாளிக்குச் சொந்தமான உணவகம். மலையாளிகளும்

தமிழ் ஆட்களும் கலந்தே வேலைபார்த்துக்கொண்டிருந்தார்கள். முதலாளியை அதிகம் கடையில் காண முடியாது.

உணவக நுழைவாயிலின் இடதுபுறத்தில் கல்லாவும் அதன் பின்னால் டீஸ்டாலும் இருந்தன. வலதுபுறத்தில் பழங்கள் அடுக்கிவைக்கப்பட்டு ஜூஸ் போடப்பட்டன. கல்லாவுக்கு நேரெதிரில் பார்சல் கட்டப்படும். மொத்தம் ஆறு டேபிள்கள். டேபிளுக்கு நான்கு இருக்கைகள். காலை உணவாக இட்லி, பூரி, பொங்கல், இடியாப்பம், வடையும், மதியத்துக்குத் தக்காளி சாதம், எலுமிச்சை சாதம், தயிர் சாதம், முழுச் சாப்பாடும், இரவுக்குத் தோசை, சப்பாத்தி, இட்லி, இடியாப்பமும். காலையிலிருந்து இரவுவரை எப்போதும் டீ கிடைக்கும்.

1995-லிருந்து இயங்கிக்கொண்டிருந்த அந்த உணவகத்தில் 99-ல் பகுதிநேரக் கணக்காளராகச் சேர்ந்திருந்தார் சந்திரன். 89-ல் சென்னையிலிருந்து பாண்டிச்சேரிக்கு வந்துசேர்ந்தவர், முதலில் சொந்தமாகத் துணி வியாபாரம் செய்தார். வியாபாரம் பார்த்து முன்னேறுவது என்பது அவருடைய சுபாவத்துக்கு முடியவே முடியாது என்ற யதார்த்தத்தை, அவர் மொத்தத்தையும் இழந்துதான் கண்டுபிடிக்க வேண்டியிருந்தது. மனைவி, தாய், இரண்டு குழந்தைகளுடன் குடும்பத்தை நடத்தியாக வேண்டிய சூழலில், நேரு வீதியின் பிரபலமான ஒரு துணிக்கடையில் வேலைக்குச் சேர்ந்தார். அதுவும் சில காலம்தான். பிறகு, இவரிடம் துணி வாங்கி, சரியாகப் பணம் கொடுக்காமல் ஏமாற்றிய ஒரு போலிஸ்காரரின் லாட்டரிச் சீட்டுக் கடையை எடுத்து நடத்தும் வாய்ப்பு கிடைத்தது. இப்போது இருக்கும் உணவகத்துக்கு நேர்பின்னால் அந்தக் கடை இருந்தது. லாட்டரிச் சீட்டுக்கு அரசாங்கம் தடைவிதிக்கும்வரை அதில் குடும்பத்தை ஓட்டினார். எப்போதோ ஏதோ ஒரு சூழலில் இந்த உணவக முதலாளிக்கு ஆங்கிலத்தில் கடிதம் எழுதி வேண்டிய தேவை ஏற்பட்டது. சந்திரன் நன்றாக ஆங்கிலம் எழுதுவார் என்று யார் மூலமாகவோ கேள்விப்பட்டு அவர் சந்திரனைத் தேடிவந்தார். அப்போதுதான் சந்திரன் பி.ஏ. படித்தவர் என்று தெரிந்துகொள்கிறார் அந்த முதலாளி. பிறகு, ஒரு சந்தர்ப்பத்தில் லாட்டரிச் சீட்டுக் கடையை மூடியதும், மதியத்துக்கு மேல் தனது உணவகத்தில் பகுதிநேரமாகக் கணக்குபார்க்க அழைக்கப்பட்டார். பின்பு, லாட்டரிச் சீட்டு மொத்தமாக ஒழிக்கப்பட்டதும் உணவகத்திலேயே சந்திரன் தனது இடத்தை நிரந்தரமாக்கிக்கொண்டார். இப்போதும் பெயரளவுக்குத்தான் கேஷியர். பல நேரங்களில் பார்ப்பதென்னவோ

பார்சல் கட்டும் வேலைதான். சந்திரன் தனது இடத்தைத் தக்கவைத்துக்கொள்ளத் தெரியாதவர். ஒருபோதும் அவருக்கு அது வராது. அவர், சதுரங்க ஆட்டத்தில் இருக்கும் சிப்பாய்கூட அல்ல. அவர், சதுரங்கப் பலகையில் ஒட்டியிருக்கும் தூசி போன்றவர். யார் வேண்டுமானாலும் அவரைச் சுலபமாக ஊதி அகற்றிவிட முடியும். ஆனால், அவர் அதைப் பற்றியெல்லாம் கவலைகொள்பவர் கிடையாது. அவருக்கு அதற்கு மேலாகப் பல பிரச்சினைகள் வாழ்க்கையில் உண்டு.

சந்திரன் எப்போதும் ஆறரையிலிருந்து ஏழு மணிக்குள் கடைக்கு வந்துவிடுவார். ஆனால், காலை ஐந்தரை மணிக்கே வியாபாரம் தொடங்கிவிடும். அவர் வரும்வரை டீ மாஸ்டர்தான் டீ போடுவதையும் கல்லாவில் காசு வாங்கிப் போடுவதையும் பார்த்துக்கொள்வார். சந்திரன் வரும்வரை டீ வியாபாரம் மட்டும்தான். ஏழரை மணிக்குத்தான் காலை உணவு தயாராகும்.

சந்திரன் அன்று காலையில் வேலைக்கு வந்ததிலிருந்தே, நிலைமை சரியில்லை என்பதை உணர்ந்திருந்தார். ஒருவர் முகமும் சரியில்லை. சப்ளையர் பையன் அவரிடம் ஏதோ சொல்ல முயல்கிறான் என்று தெரிந்தது. சந்திரனுக்கு என்ன நடந்ததென்றே தெரியவில்லை. எப்படியும் விஷயம் வெளியேவரும், அதுவரை காத்திருப்போம் என்று சந்திரன் அமைதியாகக் கல்லாவில் அமர்ந்திருந்தார். உணவகத்தில் வியாபாரம் சூடுபிடிக்கத் தொடங்கியது. வழக்கமாக டீ குடிக்கவும் உணவருந்தவும் வருபவர்கள், உணவகத்தில் ஒருவர் முகமும் சரியில்லை என்பதை உணர்ந்தனர்.

டீ குடிக்கவரும் பொது மருத்துவமனை வார்ட்பாய் பெருமாள் நேராக சந்திரனிடம் வந்து கோபமாகக் கத்தத் தொடங்கினார். "இதப் பாரு கேஷியரு. நாளிக்கி மட்டும் அவன் இங்க நின்னு டீ போட்டுன்னு இருந்தான் அவன் கத அத்தோட முடிஞ்சிது தெரிஞ்சிக்கோ" என்று சொல்லிக்கொண்டே சந்திரனுக்குப் பின்னால் டீ போட்டுக்கொண்டிருந்த மாஸ்டரைப் பார்த்து, "ங்கோத்தா இன்னாடா மொறைக்கிற" என்று பாய்ந்தார். சந்திரன் சாமர்த்தியமாக அவரை அணைத்துப்பிடித்து இழுத்தார். அப்படியே அவரை வெளியே தள்ளிக்கொண்டுபோனார். பக்கத்தில் நின்றுகொண்டிருந்த முருகனிடம், "டேய்... கல்லாவப் பாருடா" என்று சொல்லிவிட்டு, பெருமாளைக் கூட்டிக்கொண்டு தூரத்தில் இருந்த கட்டணக் கழிப்பிடத்தின் அருகில் சென்றார். பெருமாள் ஏதோ கோபமாகப் பேசுவதையும், சந்திரன்

அவரை சமாதானப்படுத்துவதையும் தூரத்திலிருந்து கடை ஊழியர்களும் மற்றவர்களும் பார்த்துக்கொண்டிருந்தனர். ஆனால், மாஸ்டர் மட்டும் அதைக் கவனிக்காமல் தன் வேலையைப் பார்த்துக்கொண்டிருந்தார். அவரின் ஆத்திரம், கண்ணாடித் தம்ளர்களில் தெறித்துக்கொண்டிருந்தது.

சூரியன் தனது பைக்கை நிறுத்திவிட்டு, தூரத்தில் சந்திரனும் பெருமாளும் பேசிக்கொண்டிருப்பதைச் சிறிது நேரம் பார்த்தான். சூரியன் கிட்டத்தட்ட ஆறடி உயரம். உடலை நன்றாக வைத்திருந்தான். சிவப்பு நிறம். முப்பது வயதைக் கடந்திருந்தான். மாகேவிலிருந்து புதுச்சேரிக்கு மாற்றலாகிவந்த கான்ஸ்டபிள் அவன். முத்தியால்பேட்டை காவல் நிலையத்தில் பெறுப்பில் இருந்தான். சூரியனுக்கு எப்போதும் சந்திரன் மீது எரிச்சல் இருந்துகொண்டே இருந்தது. எவ்வளவு மகிழ்ச்சியான மனநிலையில் இருந்தாலும், சந்திரனைப் பார்க்கும்போதெல்லாம் அவன் மனம் நீர்த்துளி பட்ட இலையைப் போல் லேசாக அசைவுக்குள்ளாகும். சந்திரனுக்கு உணவக முதலாளி அதிக இடமளிப்பதாக சூரியன் கருதினான்.

சந்திரனின் மீதிருந்து தனது பார்வையை எடுக்காமலேயே கடைக்குள் நுழைந்தான். சூரியன் நுழைந்ததும் கல்லாவில் இருந்த முருகன் நகர்ந்துகொள்ள, அங்கு சென்று அமர்ந்துகொண்டான். அந்தக் கடையில் அப்படி ஒரு வழக்கம் இருந்தது. முதலாளியின் நெருங்கிய நண்பர்கள் சிலர் கடைக்குவந்து சிறிது நேரம் இருந்துவிட்டு, டீ குடித்துவிட்டுச் செல்வார்கள். முதலாளி இருந்தால் அவருடன் அரட்டையடித்தும், இல்லாதபோது சிறிதுநேரம் கல்லாவில் உட்கார்ந்துவிட்டும் போவார்கள். அதில் அதிகம் வருவது சூரியன்தான். சூரியன் திரும்பாமலேயே பின்னால் இருந்த டீ மாஸ்டரிடம், "எந்தா பிரஷ்னம்?" என்று கேட்டான். அவர்களுக்குள் பேசிக்கொள்ளும்போது எப்போதும் மலையாளம்தான்.

மாஸ்டர் கோபமாகப் பதிலளித்தார், "ஈ பெருமாள் பெலாடிமோன் காலத்த ஆவஷியமில்லாண்டு பிரஷ்னம் உண்டாக்கி, இப்போ அடிக்கான் வருவா. ஈ கேஷியர் வெல்லே மயிருமாதிரி பஞ்சாயத்து ச்செய்யுவா."

சூரியன் சட்டென வேகமாக எழுந்து மாஸ்டரின் அருகில் வந்து, "அடிக்கான் வருவானோ? எந்தா பிரஷ்னம்?"

“புலர்ச்சே என்டடெடுத்து இவன் சாயா சோதிச்சு. பாலு சுடாவான் சமயாகும். கொறச்சி நேரம் காத்திருக்கான் பரஞ்சு. எடைக்கி நம்முட ஜெராக்ஸ் கட சேட்டன் கட்டஞ்சாயா சோதுச்சு. அப்ப ஞான் கொடுத்து. அப்போல் இவன் ஞான் சோதிச்சப்போல் சாயா கொடுத்தில்லா, அவனு மாத்ரம் எவுடுன்னா கிட்டிய சாயான்னு பரஞ்சு தெரிவிலிக்கா.”

“நீ ஒன்னும் பரஞ்சில்ல?”

“கண்ணு தொறந்து நோக்கு. அது பால் சாயா அல்லான்னு பரஞ்சு. அதுன்னு அவன் நாடு விட்டு நாடு வன்னு நீ மரியாதிக்கி ஜீவிச்சிப் பொக்கோனு சீத்த விளிக்கா. இப்ப கேஷியரிடத்து, நாள என்ன கண்டா வெட்டும்னு பீஷனப்படுத்துவா” என்று நடந்ததைச் சொன்னார் மாஸ்டர். சொல்லி முடிக்கும்போது அவர் குரல் உடைந்து கண்களில் நீர் கோத்துக்கொண்டது. மீண்டும் தனக்குள் புலம்பத் தொடங்கினார். “தெய்வமே நாட்டிப்போயி வேறவெல்லும் பணியெடுத்து ஜீவிச்சா கொல்லாம். ஈ கல்வேறிர எடுத்தொக்க ஞான் சித்தவாக்கு கேக்கணும்?” என்று, தனக்குப் பின்னால் இருந்த நாற்காலியில் உட்கார்ந்தபடி, தலையில் அடித்துக்கொண்டு அழத் தொடங்கினார்.

சூரியனுக்குக் கோபம் தலைக்கேறியது. ஆனால், பெருமாள் மீது கைவைப்பது ஆபத்தாக முடியலாம். பெருமாளும் ஒரு அரசாங்க ஊழியன். நிச்சயம் பிரச்சினை பெரிதாகிவிடும் என்று சூரியனுக்கு தோன்றியது. அதே நேரம், சூரியனின் மொத்தக் கோபமும் சந்திரன் மீது திரும்பியது. சூரியன் திரும்பிப்பார்த்தான். பெருமாளிடம் சந்திரன் சிரித்துப் பேசிக்கொண்டிருந்தார். பிறகு, சந்திரனிடம் பெருமாள் கையைக் காட்டிவிட்டு அந்த இடத்திலிருந்து நகர்ந்தார்.

சந்திரன் திரும்பிக் கடையை நோக்கி நடந்துவரும்போதே, கல்லாவின் அருகில் சூரியன் நிற்பதையும் மாஸ்டர் அழுதுகொண்டிருப்பதையும் பார்த்தார். பிரச்சினை வேறு தளத்துக்கு நகர்வதை உணர்ந்தார். கடைக்குள் நுழைந்து, நேராகப் பார்சல் கட்டும் இடத்துக்குச்சென்று அங்கு இருந்த முருகனை சப்ளைக்கு அனுப்பினார். அவர் பார்வை சூரியனிடமோ மாஸ்டரிடமோ செல்லவில்லை. ஆனால், சூரியன் தன்னை முறைத்துக்கொண்டிருப்பதை உணர்ந்தார். “டேய் இங்க வாடா” என்ற சூரியனின் குரலைக் கேட்டு, யாரை அழைக்கிறான் என்று திரும்பினார் சந்திரன். சூரியனின் கண்கள் அவரை நோக்கியே இருந்தன. சூரியன் மறுபடியும் சந்திரனை நோக்கி, “இங்க வாடா” என்றான். கடையாட்களும் சாப்பிடவரும்

வாடிக்கையாளர்களும் அதிர்ச்சியாகப் பார்த்துக்கொண்டிருக்க, மருத்துவமனைச் சிப்பந்தி ஒருவர், “ஏய்... அவுரு வயசு இன்னா, உன் வயசு இன்னா. வாடா போடாங்கற” என்றார்.

“வந்தியா சாப்டியா போயிட்டே இரு” என்று அவரிடம் எகிறிய குரியன், சந்திரனிடம் திரும்பி, “நீ வேலைக்கு வேண்டாம் கெளம்பு. நான் ஓனர்கிட்ட சொல்லிக்கிறேன்” என்றான்.

சந்திரன் அசையாமல் அங்கேயே நின்றுகொண்டிருக்க, “சொல்லிட்டே இருக்கன், என்னடா மொறைக்கிற” என்று சந்திரனை நோக்கி குரியன் நகர, குரியனின் கன்னத்தில் பளாரென்று ஒரு அறை விழுந்தது.

6

1999.

பாண்டிச்சேரியில் டெம்போ என்று ஒரு பொதுப் போக்குவரத்து நீண்ட காலமாகவே உண்டு. அதன் வடிவம் சற்று வித்தியாசமானதாக இருக்கும். முன்பு, சிலர் அதை விக்ரம் என்ற பெயரிலும் அழைத்தனர். 'விக்ரம்' அந்த வாகனத்தை தயாரித்த நிறுவனத்தின் பெயர். வாகனத்தின் முன்னால் அந்தப் பெயர் சிறியதாக இருக்கும். அதனால், ஆரம்பத்தில் அதைச் சொல்லியே அழைத்தனர். பிறகு, டெம்போ ஆயிற்று. அது, பெரும்பாலும் பாண்டிச்சேரியின் டவுன் பகுதிகளில் மட்டுமே செயல்படும் ஒருவகையான ஷேர் ஆட்டோ. ஆட்டோ போன்று மூன்றுச் சக்கர வாகனம்தான் என்றாலும் அது நிச்சயம் ஆட்டோ கிடையாது. ஓட்டுநரின் அருகில் இரண்டு பேரும், பின்பக்கத்தில் ஏழிலிருந்து பத்து பேர்வரை அடைத்துக்கொண்டு செல்லும். பாண்டிச்சேரிப் பேருந்து நிலையத்தின் வெளியே அதற்கென ஒரு தனி ஸ்டாண்டு உண்டு. பேருந்து நிலையத்திலிருந்து புறப்பட்டால் சில டெம்போக்கள் அண்ணா சாலை வழியாகவும், சில டெம்போக்கள் புஸ்ஸி வீதி வழியாகவும் செல்லும். புஸ்ஸி வீதி வழியாகச் செல்லும் டெம்போக்களில் அதிகம் பயணிப்பது, பெரிய ஆஸ்பத்திரிக்குச் செல்பவர்களாகவே இருப்பார்கள்.

குமார் தற்போது டெம்போவைத்தான் ஓட்டிக்கொண்டிருந்தான். சில வருடங்களுக்கு முன், பள்ளிப்படிப்பைப் பாதியில் நிறுத்திவிட்டு, சில காலம் அங்குமிங்குமாகச் சுற்றிக்கொண்டிருந்தான். பிறகு, வீட்டின் அருகில் இருந்த ஒரு ஆட்டோ மெக்கானிக்கின் சகவாசம் ஏற்பட்டு, அவனுடன் சுற்ற ஆரம்பித்தான். விழித்திருக்கும் பெரும்பாலான நேரம் அவனுடைய ஷெட்டிலேயே கழித்தான்.

முதலியார்பேட்டை ஆலை ரோட்டில் இருந்தது சுபாஷின் ஆட்டோ ஷெட். சிறிய கடையும் அதன் வெளியே கொட்டகையுமாக இருந்தது. கருவிகளும் கழற்றிய பாகங்களும் கடையின் உள்ளே இருக்கும். கொட்டகையில் நிறுத்தித்தான் ஆட்டோக்கள் வேலைபார்க்கப்படும். சுபாஷின் தொழில் நேர்த்தி சுற்றுவட்டாரத்தில் பிரசித்தி என்பதால், அவனுக்கு எப்போதும் வேலை இருந்துகொண்டிருக்கும். ஆனால், அவன்

தனக்கென ஒரு உதவியாளனை வைத்துக்கொண்டதில்லை. பெரும்பாலும், ஆட்டோவைக் கொண்டுவரும் டிரைவர்களையே வேலைவாங்குவான்.

சுபாஷ் திருமணம் செய்துகொள்ளவில்லை. அவனுக்கு மிக நெருக்கமான சிலரிடம் அவனைப் பற்றிய ஒரு கதை இருந்தது. அதாவது, சில வருடங்களுக்கு முன்பு அவன் ஒரு திருமணமான பெண்ணுடன் தொடர்பில் இருந்தான் என்றும், அவள் வீடு முதலியார்பேட்டைக் காவல் நிலையத்தின் எதிரில் இருந்த சிறிய மைதானத்தின் பின்புறம் இருந்தது என்றும், அவள் கணவன் ஒரு காண்ஸ்டபிள் என்றும் சொல்லிக்கொண்டார்கள். இவர்களின் தொடர்பு தெரிந்த அந்த போலிஸ்காரர், வழக்கு எதுவும் தொடுக்காமல், தனது காவல்துறை நண்பர்களின் உதவியுடன் சுபாஷை மூன்று நாட்கள் ஸ்டேஷனில் வைத்து, இனி அவன் பெண்களிடமே போக முடியாத அளவுக்குச் செய்துவிட்டாதாகவும், அதன் பிறகு பெண் வெறுப்பாளனாக மாறிவிட்டதாகவும் பேசிக்கொண்டார்கள்.

குமாருக்கு இந்தக் கதைகள் எதுவும் தெரியாது. அவனைப் பொறுத்தவரை சுபாஷுக்கு சம்பாதிக்க வேண்டும், அதைக் கொண்டு சந்தோஷமாக இருக்க வேண்டும். அவ்வளவுதான். குமார் அவனிடம் ஒட்டிக்கொண்டதும், சுபாஷுக்குத் தேவையான அனைத்து உதவிகளையும் இவனே செய்தான். சுற்றியிருந்தவர்கள் அனைவரும் சுபாஷிடம் குமார் வேலை செய்வதாகவே கருதினர். சிலர் குமாரிடம், “இன்னா சம்பளம் கொடுக்கறான்?” என்பார்கள். அதற்கு குமார் அவசரமாக, “நான் அங்க வேலலாம் செய்யல” என்பான். சிரித்துக்கொள்வார்கள். ஆனால், குமாரை ஒரு வேலையாளைப் போலவே சுபாஷ் நடத்தினான். அவன் சொல்வதைச் சரியாகச் செய்யவில்லை என்றால் திட்டுவான். சில சமயம் ஸ்பேனரால்கூட அடிப்பான். குமார் தன்னையும் அறியாமல் மெல்லத் தொழில் கற்றுக்கொண்டான். சில சமயம் சுபாஷும் அவனுக்குச் சொல்லிக்கொடுத்தான்.

சம்பளம்தான் தரவில்லையே தவிர வாராவாரம் சினிமாவுக்கும் குடிப்பதற்கும் சுபாஷ் நன்றாகச் செலவுசெய்தான். சுபாஷ் தனக்கு இருந்த அனைத்துக் கெட்டப்பழக்கங்களையும் குமாருக்குக் கற்றுக்கொடுத்தான். சுபாஷ் இல்லாத ஒரு மதிய நேரத்தில், அவசரமாக பிரேக் ஒயர் மாட்டவந்த ஆட்டோவுக்கு, குமாரே ஒயரை மாற்றிவிட்டுக் காசை வாங்கிவைத்து, சுபாஷ் வந்ததும் கொடுத்தான்.

சுபாஷ் எதுவும் பேசாமல் அதை வாங்கிவைத்துக்கொண்டு, அன்று இரவு குமார் வீட்டுக்குப் போகும்போது அவனுக்கு முதன்முறையாகச் சம்பளம் கொடுத்தான். குமார் அன்றிலிருந்து சுபாஷின் அதிகாரபூர்வ உதவியாளன் ஆனான்.

பின்பொருநாள், குமாரின் கண்களில் காதல் துளிர்விட்டிருப்பதை சுபாஷ் உணர்ந்தபோது அவனுக்கு எரிச்சலாக இருந்தது. தொடர்ந்து மாலை வேளைகளில் அவன் மறைந்துவிடுவதை, சுபாஷ் கவனித்துக்கொண்டுதான் இருந்தான். அப்படி ஒரு மாலை, குமார் வெளியே சென்று திரும்பிவருகையில் அவனுக்காகவே கோபத்துடன் காத்திருந்த சுபாஷ், அவன் வந்தவுடனேயே தனது ஆத்திரத்தை வெளிப்படுத்தினான்.

"எங்கடா போயி மேஞ்சிட்டு வர? பொறம்போக்கு..."

சுபாஷிடமிருந்து இதைச் சற்றும் எதிர்பார்க்கவில்லை. குமாரைத் திட்டியிருக்கிறான்தான். ஆனால், இப்போது கேட்ட தொனி புதிது. அது குமாருக்கு அச்சமேற்படுத்தியது. அதனால், அதிர்ச்சியுடன் சுபாஷைப் பார்த்துக்கொண்டிருந்தான்.

"வுடு சுபாஷ்..." சுற்றி இருந்த ஆட்டோ டிரைவர்கள் சுபாஷை சமாதானப்படுத்த முயன்றார்கள்.

"கம்முன்னு இருணா" என்று அவர்களை அதட்டியவன் மீண்டும் குமாரிடம் எகிறினான்.

"ங்கோத்தா, உன்னத்தான்டா கேக்கறன். எவகூடப் போயி மேஞ்சிட்டு வர?"

சுபாஷின் கடைசி வார்த்தைகள், குமாரை அச்சத்தின் பாதையிலிருந்து கோபத்தின் பாதைக்குத் திருப்பிவிட்டன.

"ண்ணா... உனுக்கு அவ்ளோதான் மரியாத. தேவ இல்லாத பேச்செல்லாம் பேசாத."

"அடிங்கோத்தா பொறம்போக்கு... என் சோத்த துண்ட்டு எங்கிட்டயே எகுர்ரியா. த்தா... இனிமே உன்ன இந்த ஷெட்டாண்ட பாத்தேன். அத்துப்போட்டுடுவேன்."

குமார் எதுவும் பேசாமல் சுபாஷை முறைத்துவிட்டு அங்கிருந்து வெளியேறினான். சுற்றியிருந்த ஆட்டோக்காரர்கள் சங்கடமாக உணர்ந்தார்கள்.

♦

அலைகள் பாறைகளில் பட்டுத் தெறித்துச் சிதறிக்கொண்டிருந்தன. கடற்கரையை ஆக்கிரமித்திருக்கும் பாறைகளில் பல இடங்களில் பாசி படிந்திருந்தது. சிலர் பாறைகளில் நின்றும் உட்கார்ந்தும் அலைகளோடு விளையாடிக்கொண்டிருந்தனர். சிலர் பாறைகளில் மறைவுகள் இருக்கின்றனவா என்று தேடிக்கொண்டிருந்தனர். குமாரும் சுஜாதாவும் கடற்கரையின் வடதிசைக் கடைசியிலுள்ள சாராய ஆலையின் எதிரில் உட்கார்ந்திருந்தனர். இருவருமே எதுவும் பேசிக்கொள்ளவில்லை. நடைபயிற்சியில் இருந்தவர்களும், அந்தப் பக்கமாகச் சென்றுகொண்டிருந்தவர்களும் ஒருகணம் இவர்களைப் பார்த்துவிட்டே சென்றனர். அவர்கள் அவ்வாறு பார்க்கும்போதெல்லாம் குமார் எரிச்சலடைந்தான்.

"இப்ப என்ன பண்லாம்னு இருக்க?" என்று பேச்சைத் தொடங்கினாள் சுஜாதா.

"ஏதாவது செய்யனும்."

"வேற எங்கனா வேலைக்குப் போவப்போறியா?"

"இல்ல, தனியா ஷெட் போடணும்."

"காசு?"

"தெரில."

"எங்கூட்டுல எப்ப வந்து பேசப்போற?"

"இப்பப் போலாமா?"

"உங்கூட்டுலருந்து எல்லாரையும் கூட்டினுவா."

"எங்கூட்ல யாரு இருக்கா?"

"உங்கப்பாவ இட்டுனுவா."

"அந்தாளு வரதுக்கு வராமலயே இருக்கலாம்."

"இப்ப இன்னாதான் பண்ணப்போற?"

"நீ உங்கூட்டுல மொதல சொல்லு, இன்னா சொல்றாங்கன்னு பாப்போம்."

சுஜாதா அமைதியாக இருந்தாள்.

"இன்னா?"

"இருட்டுது போலாமா?"

"ம்."

♦

குமார் பத்தாம் வகுப்பைப் பாதியிலேயே நிறுத்திவிட்டு சுபாஷுக்கு உதவியாளனாக மாறிய பின், ஒருநாள் ஆட்டோவை முழுவதுமாகப் பிரித்து மாட்டும் வேலைக்காக, உப்பளம் அவ்வை நகரில் இரண்டு முழு நாட்கள் வேலைபார்க்க நேர்ந்தது. அவர்கள் வேலைபார்த்த அந்த வீட்டுக்குப் பக்கத்து வீட்டில்தான் சுஜாதா தன் அம்மா சரளாவுடன் இருந்தாள். முதலியார்பேட்டை அன்னை சிவகாமி பள்ளியில் பன்னிரண்டாம் வகுப்பு படித்துக்கொண்டிருந்தாள். தன் மகள் எப்படியும் பாஸ் ஆகிவிடுவாள், அவளை ஒரு டிகிரி படிக்கவைத்துவிட வேண்டும் என்ற கனவு அவள் அம்மாவுக்கு இருந்தது. ஆனால், சுஜாதாவின் போக்கு அவளுடைய நம்பிக்கையை மெல்லமெல்லக் கரைத்துக்கொண்டிருந்தது. தெருவில் நடந்துகொண்டிருந்த ஆட்டோ வேலையின்போது சுஜாதா ஜன்னல் அருகிலேயே இருந்ததை அவள் கவனிக்காமல் இல்லை.

அந்த இரண்டு நாட்களும் குமார் தொடர்ந்து சுஜாதாவின் கண்களில் பட்டுக்கொண்டிருந்தான். அவளுக்கு அவன் ஒரு முழுக் கோமாளியாகத் தெரிந்தான். ஆனாலும், பிடித்திருந்தது. தன்னை சுஜாதா கவனித்துக்கொண்டிருக்கிறாள் என்பதைத் தொடக்கத்திலிருந்தே குமாரும் கவனித்துக்கொண்டிருந்தான். முதல் நாள் வேலை முடிந்து அசெம்பள் செய்த ஆட்டோவை ஓட்டிப்பார்க்கும்போது ஒரு சிறு விபத்து ஏற்பட்டது. மறுநாள் குமார் வந்ததுமே சுஜாதா அவனிடம், "ரொம்ப அடியா?" என்றாள். அவனுக்கு அதிர்ச்சியில் வார்த்தைகள் வரவில்லை. டூல் பாக்ஸ் எடுத்துக்கொண்டு ஓடிவிட்டான். பின்னால் சுஜாதா சிரிப்பது அவனுக்குக் கேட்டது. அன்று முழுவதும், சுஜாதாவின் உருவத்தை நினைவுகளில் பதியவைத்துக்கொண்டிருந்தான். அன்று வேலை முடிய இரவு பதினொரு மணியாகிவிட்டது. அனைத்தையும் மூட்டை கட்டிக்கொண்டு சுபாஷும் குமாரும் போனபோது சுஜாதா அவனைப் பார்த்து தலையசைத்தது, அவன் தன் வாழ்நாள் முழுவதும் நினைத்துப்பார்க்கத்தக்க நிகழ்வாக அமைந்தது.

மறுநாளே குமார் தன் காதல் சித்து விளையாட்டை ஆரம்பித்தான். தினமும் மாலை நாலே கால் மணிக்குப் பள்ளிவிட்டுக்

கிளம்பியதிலிருந்து வீடுவரை சுஜாதாவின் பின்னால் போவதைத் தினசரி நடவடிக்கையாக்கிக்கொண்டான். பன்னிரண்டாம் வகுப்பில் சுஜாதா ஃபெயில் ஆகி, ஒரு கம்பெனியில் வேலைக்குச் சென்றபோது, அவர்கள் காதல் முழுவதும் மலர்ந்திருந்தது. இந்த நேரத்தில்தான் சுபாஷுடன் ஏற்பட்ட தகராறில் அவன் வெளியே வந்து தனியாக ஒர்க் ஷாப் வைக்க முயன்றான். ஆனால், இருவருக்கும் பொதுவான சிலர் அவனைத் தடுத்தார்கள். ‘இப்போது அவனுக்குப் போட்டியாக ஒர்க் ஷாப் வைத்தால் பகைதான் வளரும்’ என எச்சரித்தார்கள். அவனுக்கு அது சரியெனத் தோன்ற, தெரிந்த ஒரு ஆட்டோ டிரைவர் மூலமாக வாடகைக்கு ஆட்டோ எடுத்து சிலகாலம் ஓட்டினான். பிறகு, அது சரிவராமல் டெம்போ ஓட்ட ஆரம்பித்து அதுவே அவன் முழுநேர வேலையானது. அவனது ஒர்க் ஷாப் கனவு கனவாகவே போனது.

♦

குமாரும் சுஜாதாவும் மைலம் முருகன் கோயிலில் திருமணம் செய்துகொண்டனர். இரு வீட்டாருமே வேண்டாவெறுப்பாக இந்தத் திருமணத்தை நடத்திவைத்தனர். குமார் குடிப்பதை நிறுத்தியிருந்தான். ஒழுங்காக டெம்போ ஓட்டி சுஜாவுடன் மகிழ்ச்சியாகவே இருந்தான். சுபாஷுக்கு வேண்டாதவர்கள் அவ்வப்போது குமாரிடம் அவனைப் பற்றி எதாவது சொல்லி ஏற்றிவிட்டுக்கொண்டே இருந்தார்கள். பெரும்பாலும் அது, குமாரின் மனைவியைப் பற்றியதாகவே இருக்கும். ஒவ்வொருமுறை சுபாஷ் காரணமாக குமார் ஆத்திரப்படும்போதும் சுஜாதா சமாதப்படுத்தினாள். சுஜாதா கர்ப்பமானபோதுகூட, சுபாஷ் ஏதோ சொன்னான் என்று குமாரின் காதில் விழ, குமார் அவனை எதாவது செய்துவிடத் துடித்தான். வயிற்றில் இருக்கும் குழந்தையைக் காட்டி சுஜாதா அவனைத் தடுத்திருந்தாள்.

சுஜாதாவின் பிரசவத்தின்போது பெரிய சிக்கலை சந்தித்தான் குமார். இரட்டைக் குழந்தை என்பதாலும், வேறுசில மருத்துவக் காரணங்களுக்காகவும் சுஜாதாவுக்கு அறுவைச் சிகிச்சை செய்ய வேண்டிய சூழல். தேவைப்பட்ட ரத்தம் எங்கேயும் கிடைக்கவில்லை. கடைசியாக, சுஜாதாவின் அம்மா தான் வேலைபார்த்த உணவகத்தின் கேஷியரான சந்திரனை அழைத்துக்கொண்டுவந்தாள். சந்திரனும் எவ்விதத் தயக்கமும் இல்லாமல் ரத்தம் கொடுத்ததோடு, தனது மருத்துவமனை நண்பர்களையும் தெரிந்தவர்களையும் கொண்டு சுஜாதாவை

நன்றாகக் கவனித்துக்கொள்ள வேண்டினார். அறுவைச் சிகிச்சை முடியும்வரை அவர்களோடு இருந்தார். குழந்தை பிறந்ததும் இருவரும் நலமென்று தெரிந்த பின்புதான் அங்கிருந்து நகர்ந்தார். அன்றிலிருந்தே குமாருக்கு சந்திரனை மிகவும் பிடித்துவிட்டது. டெம்போ ஓட்டும்போது வழக்கமாக அந்த ஓட்டலிலேயே டீ குடிக்கவும் உணவருந்தவும் தொடங்கினான். சந்திரனும் குமார் வரும்போதெல்லாம் அவனுடன் நன்றாகப் பேசிக் கவனிப்பார். குமாரின் மூலமாக மேலும் சில டெம்போ டிரைவர்கள் சந்திரனுக்குப் பழக்கமானார்கள்.

♦

வழக்கம்போல் காலையில் பேருந்து நிலையத்திலிருந்து அஜந்தா தியேட்டர்வரை இரண்டு ட்ரிப் ஓட்டிவிட்டு உணவகத்துக்குச் சாப்பிட வந்தான் குமார். அவன் தூரத்தில் வரும்போதே பெருமாளிடம் சந்திரன் பேசிக்கொண்டிருப்பதைக் கவனித்தான். உள்ளே வரும்போதுதான் சூரியன் கல்லாவில் இருப்பதைப் பார்த்தான். நேராகச் சென்று டேபிளில் உட்கார்ந்தான். அவன் வழக்கமாக என்ன சாப்பிடுவான் என்று அங்கு எல்லோருக்கும் தெரியும். அவன் மாமியார் இன்னும் அந்த உணவகத்தில்தான் வேலைபார்த்துக்கொண்டிருந்தாள். இவன் வருவதையும் போவதையும் அவள் கண்டுகொள்வதில்லை. அவள் ஒன்றை மட்டும் அவனிடம் திடமாகச் சொல்லியிருந்தாள்: “என் பேரச்சொல்லி ஓசில சாப்பிடாத.” அவனும் இதுவரை அப்படிச் செய்ததில்லை. குமார் சாப்பிட ஆரம்பித்தபோது டீ மாஸ்டரிடம் சூரியன் விசாரித்ததையும், அவன் அழுதுபுலம்பியதையும் கவனித்தான். அவர்கள் இருவருமே சந்திரனை ஒருமையில் பேசியதையும், தகாத வார்த்தைகளில் திட்டியதையும் அவனால் பொறுத்துக்கொள்ள முடியவில்லை. என்ன நடக்கிறது பார்ப்போம் என்று பொறுமையாகக் காத்திருந்தான்.

7

பாண்டிச்சேரிக்கு வினயன் வந்து மூன்று ஆண்டுகள் கடந்திருந்தன. அவன் மெல்லமெல்ல இழைக்கப்பட்டு ஒரு வடிவத்துக்கு வந்திருந்தான். உலகம் புரியத் தொடங்கியிருந்தது. ஒவ்வொரு காசும் அவனுக்கு முக்கியமாகப் பட்டது. தன் ஊரிலிருந்து வந்ததற்கும், தன் அம்மாவைப் பிரிந்ததற்கும் யார் யாரோ காரணமென்று இத்தனைக் காலம் அவன் நினைத்துக்கொண்டிருந்தது தவறு என்று புரிந்துகொண்டிருந்தான். அனைத்துக்கும் மூலகாரணம் பணம். அவன் வீட்டை அபகரித்தவர்கள், அவனை அம்மாவிடமிருந்து பிரித்தவர்கள், அவர்களைக் கேவலமாகப் பேசியவர்கள் என்று யார் மீதெல்லாம் கோபமாக இருந்தானோ அத்தனையும் தேவையற்றது என்று உணர்ந்திருந்தான். அவனது கோபம் அனைத்தையும், பணம் சம்பாதிக்கும் வெறியாக மாற்றினான். கிளாஸ் கழுவவும், டீ கொடுக்கவும் அழைத்துவரப்பட்டவன், மெல்ல டீ போடத் தொடங்கியிருந்தான். சம்பாக் கோயிலின் அருகில் இருந்த அந்த டீக்கடையின் பெயர் 'மாகே காபி பார்'.

'மழைக்காலம் என்பது இந்நீண்ட வாழ்க்கையின் கசடுகளைத் தன் உடலிலிருந்து கழுவிக்கொள்வதற்காகக் கடவுள் தெளிக்கும் புனிதநீர். வாய்ப்பு கிடைக்கும்போதெல்லாம் அதில் நனைந்துவிட வேண்டும். மழையில் நனைதல் எப்போதும் குழப்பங்களிலிருந்து விடுவித்து நமக்குள் புதிய சிந்தனைகளை ஊட்டும். அது நம் வாழ்க்கைப் பாதைகளைத் திறக்கும்' என்று, அருகில் இருந்த மாதா கோயிலுக்கு வந்த பெரியவர் எப்போதோ இவன் கடையில் டீ குடித்துக்கொண்டிருக்கும்போது யாரிடமோ சொல்லிக்கொண்டிருந்தது. அது வினயனின் மனதில் ஆழப் பதிந்துவிட்டது. அதன் பிறகு, எப்போது மழை பெய்தாலும் நனைய ஆசைப்படுவான். சில சமயம் நனையவும் செய்வான். அவ்வாறு நனையும்போதெல்லாம், ஒரு மழை நாளில்தான் தன் வீடு பிடுங்கப்பட்டு, தானும் தன் அம்மாவும் துரத்தப்பட்டோம் என்பது அவன் நினைவுகளில் சுரக்கும். அந்த மழைநீர் மட்டும் அவன் உடலிலேயே தங்கிவிட்டது. அது எப்போதும் அவனுள் வழிந்தவாறு அவனைத் தொடர்ந்து இயக்கிக்கொண்டிருந்தது.

ஒரு மழை நாளில் நனைந்தபடி நடந்துசென்றுகொண்டிருக்கும் போதுதான் இனி வேலை செய்வது கூடாது, சொந்தமாக டீக்கடை போட வேண்டும் என்று முடிவெடுத்தான். ஆனால், இந்த யோசனை அவனுள் வருவதற்குள் எட்டு ஆண்டுகள் ஆகியிருந்தன.

இந்த எட்டு ஆண்டுகளில் அவன் ஊரைப் பிரிந்ததற்கோ, அம்மாவைப் பிரிந்ததற்கோ, இப்படிக் கஷ்டப்படுகிறோமே என்றோ அவன் வருந்தியதில்லை. உண்மையில், அவன் கஷ்டப்பட்டதெல்லாம் இந்த ஊரைப் புரிந்துகொள்வதற்குத்தான். அதுதான் அவனைப் பாடாய்ப் படுத்தியது.

மாகேவிலிருந்து பாண்டிச்சேரிக்கு வினயன் வந்தபோது அவனுக்குத் தோன்றியதெல்லாம், தான் ஏன் இவ்வளவு தூரம் தள்ளிவந்து, மொழி புரியாத ஒரு இடத்தில் கஷ்டப்பட வேண்டும் என்றுதான். அவனிடம் திருவனந்தபுரத்தைப் பற்றி, கண்ணூரைப் பற்றி, கொச்சியைப் பற்றி அல்லது பக்கத்திலேயே இருக்கும் கன்னியாகுமரியைப் பற்றி அம்மா சொல்லியிருக்கிறாள். ஆனால், இவனிடம் இருக்கும் கேள்விகள்: நம் ஊர் ஆட்கள் மட்டும் ஏன் அவ்வளவு இடத்தையும் விட்டுவிட்டு இங்கு வந்து இருக்க வேண்டும்? நாம் ஏன் வேற்று மொழிக்காரனிடம் திட்டுவாங்க வேண்டும்?

"எடோ வினயா, வேகம்தன்னே தமிழ் படிக்கினம். இல்லிங்கில் ஜீவிக்கான் புத்தி முட்டா" என்று, தன்னை அழைத்துவந்த மணி அடிக்கடி சொல்லிக்கொண்டிருந்தார். மணி ஞாயிறுகளில் மூன்று மணிக்குக் கடையை அடைத்துவிடுவார். எப்போதாவது, அருகில் இருக்கும் கடற்கரைக்குச் சென்று சிறிது நேரம் உட்கார்ந்துவிட்டு வீட்டுக்குச் செல்வார்கள். பெரும்பாலும், காந்தி சிலையைச் சுற்றித்தான் எங்காவது உட்கார்ந்திருப்பார்கள். அப்படி ஒருநாள் உட்கார்ந்திருக்கும்போதுதான் மணியிடம் வினயன் கேட்டான்.

"சேட்ட, நம்முலு எந்துனா இவடிக்கி வன்ன. அடுத்து நிறைய மலையாளம் சம்சாரிக்கன்ன நாடுண்டல்லோ. பின்ன எந்தன இவடக்கி வன்ன?"

மணி லேசாகச் சிரித்துக்கொண்டார்.

"எந்தோ ச்சிரிக்கின்ன?"

"எடோ வினயா. ஈ பாண்டிச்சேரி, ம்மட்டய நாடுபோல பிரிட்டீஷிண்ட பிடியிலல்லா. இது பிரெஞ்சிகாரண்ட பிடியிலானு.

அதோண்டு இவட தமிழ் சம்சாரிச்சாலும் அது தமிழ்நாடல்ல. ஸ்வாதாந்திரயத்தின்னு பின்னே பிரெஞ்சுக்காரரோட மட்ட ஸ்தலங்களும் ஸ்வாதந்திரத்தின ஷேஷம் பாண்டியோட வன்னு சேர்னு. பாண்டிச்சேரி நாலு ஸ்தலாயிட்டு பிரிஞ்சி கிடக்கா. பாண்டி, தமிழ்நாட்டுலு காரைக்கால், ஆரந்திராலு ஏனாம், கேராவுள்ள நம்முடே மாகே. நம்முளு கேரத்ததிலு இண்டெங்கிலும் மலையாளம் சம்சாரிச்சாலும் நம்முளு பாண்டிச்சேரி ஜனங்கலாம். இது நம்முட நாடா. நம்மளு இவிட ஜீவிக்கான் வேண்டிவந்ததல்ல. இவட நமக்கும் எல்லா ஸ்வாதாந்திரமும் உண்டு."

வினயனுக்கு மணி சொன்னதில் கொஞ்சம் புரிந்தாலும் அவனுள் நிறைய கேள்விகள் எழுந்தன. குழப்பங்கள் மட்டுமே அவன் மனதில் அப்போது குதியாட்டம் போட்டுக்கொண்டிருந்தன. ஆனால், ஒன்றை மட்டும் அவன் அப்போது மனதில் நிறுத்திக்கொண்டான்: இது நம்முடைய ஊர், நாம் வேற்று ஆள் கிடையாது.

வினயன் தனக்கு எதிரில் இருந்த சிறிய கட்டடத்தைக் காட்டி, "அது ஏதா ஸ்தலம்?" என்றான்.

அவன் காட்டிய இடத்தைப் பார்த்த மணி, "அதுவானோ, பிரெஞ்சுகாரர் காலத்து ஈ ஸ்தலம் துறைமுகயார்னு. இது அதுண்ட ஆபிஸா. இப்போ ஒரு கஃபே அவடவுண்டு. போர்ட நோக்கு."

வினயன் அதைப் பார்த்தான். ஆங்கில எழுத்தில் 'லீ கஃபே' என்றிருந்தது. " கஃபேச்சா எந்தா?"

"நமட ச்சாயாக்கட போல பிரெஞ்சுக்காரனோட ஸ்டைலில் ஒரு ச்செறிய காபிக்கடா."

"கஃபே"

வினயன் தனக்குள் ஒருமுறை சொல்லிப்பார்த்தான். அது பாலில் கரையும் சர்க்கரையைப் போல அவனுள் கரைந்துபோனது.

♦

வினயனுக்குத் தனியாக டீக்கடை போட வேண்டும் என்ற எண்ணம் வந்த சிறிது காலத்திலேயே காற்று அவன் பக்கம் வீச ஆரம்பித்தது. மணியின் மனைவிக்கு உடல்நிலை சரியில்லாமல்போகவே அவளை ஊருக்கு அழைத்துச்சென்று வைத்தியம் பார்க்க முடிவெடுக்கப்பட்டது. மணிக்கு அப்போது என்ன செய்வதென்றே தெரியவில்லை. அவர் வினயனை முழுவதுமாக நம்பினார்.

அவனுடைய பொறுப்பில் கடையை விட்டுவிட்டு ஊருக்குச் சென்றார். மணி ஊருக்குச் சென்ற அந்த நிமிடத்திலிருந்து ஒவ்வொரு காசுக்கும் சரியாகக் கணக்கெழுதிவைத்தான் வினயன். அவர் மாதத்துக்கு ஒருமுறை வந்து அனைத்தையும் சரிபார்த்துவிட்டுச்சென்றார். வினயனின் வேலையில் அவருக்கு முழு திருப்தி. ஊருக்குச் சென்றவர் எப்போதும் வினயன் புராணத்தையே பாடிக்கொண்டிருந்தார். எப்போதாவது வினயனின் அம்மாவைச் சந்திக்க நேரும்போது, "நீ வெஷமிக்கிண்டா நாராயணி. அவன் மிடுக்கனா. அவன் ஜீவிச்சோலும்" என்று சொல்வார்.

மருத்துவம் எதுவும் பலனளிக்காமல் தன் மனைவி இறந்துபோனதால் மணி நொடிந்துபோயிருந்தார். அவருக்கு இனி பாண்டிச்சேரிக்குப் போகும் எண்ணமே இல்லாமல்போனது. இருந்தாலும், கடை என்று ஒன்று உள்ளதே. ஒரு முடிவுக்கு வந்தவராகப் பாண்டிக்குக் கிளம்பிச்சென்றார்.

"எந்தா பிரக்ஷனம். வந்தப்பமுதலு நிங்கட மொகம் வாடிக்கிடக்கானுல்லோ?"

"ஒன்னுமில்லடா வினயா."

"எந்தா பிரக்ஷனம்னு ஒன்னு பரா."

"ஞான் இத்தோட்ட விடான்போவா. கட விட்டுட்டு நாட்டிப்போவா."

"சேட்டா."

"நின்ன எனிக்கி அறியாம். நீ மிடுக்கனா. எவட போயிங்கலும் நீ ஜிவிச்சோலும். ஞான் நினக்கு சாகாயிக்காம்."

அங்கே நீண்ட அமைதி நிலவியது. வினயனின் முகத்தைப் பார்க்கவே மணிக்குத் தயக்கமாக இருந்தது.

"சேட்டா."

"ம்.. பரா..."

"நிங்கலுக்குவெல்லும் பைசேட ஆவிஷயமுண்டோ."

"அதொன்னும் இல்லா."

"பரச் சேட்டா."

“அதொன்னும் இல்லான்னு பரஞ்சில்லே. எனிக்கி வயசாயி. இனி ஞான் இவட இருந்நு எந்துட்டு செய்யானா. நாட்டிப்போயி பிள்ளார்ரக்கூட ஜீவிக்காப்புவா.”

சிறிது யோசித்த வினயன், “அப்ப ஈ கட ஞான் எடுத்தோலாம். குறச்சிக் குறச்சியாயிட்டு பைசா ஞான் திரிச்சித் தராம்.”

மணி உடனடியாக எந்தப் பதிலும் சொல்லவில்லை. உண்மையில், அந்த இரவு முழுக்க அவனிடம் அவர் பேசவில்லை. வினயனுக்குத் தான் தவறாகக் கேட்டுவிட்டதாகவே தோன்றியது. காலையில் வினயன் எழுந்திருக்கும் முன்பே மணி எழுந்து எங்கோ சென்றிருந்தார். வினயன் வழக்கமான தன் வேலைகளைத் தொடங்கினான். கடையைத் திறந்து வியாபாரத்தைக் கவனிக்கத் தொடங்கினான். உதவிக்குப் புதிதாக ஒரு சிறுவனை வேலைக்குச் சேர்த்திருந்தான். சிறிது இடைவெளி கிடைக்கும்போதெல்லாம் வினயனுக்கு மணி ஞாபகம் வந்தது. எங்கே சென்றிருப்பார் இவர், தான் கேட்டது கோபத்தை ஏற்படுத்தியிருக்குமோ என்று குழப்பமாக இருந்தது. பிறகு, காலை ஒன்பது மணிக்கு மேல் கடைக்கு வந்தார் மணி.

“சேட்டனுக்கு தேஷியமானோ?” என்றான் வினயன்.

மணி லேசாகச் சிரித்துக்கொண்டார். வினயன் அவருக்கு ஒரு டீ போட்டுக் கொண்டுவந்து கொடுத்தான். அதை வாங்கியவர் வினயனிடம், “உச்சத்தொட்டு கடயடச்சோ” என்றார்.

வினயன் சந்தேகமாக, “அது எந்தா?” என்றான்.

“வயினாரம் ஞான் நாட்டிப்போவா. எண்டக்கூட நீ வா.”

வினயன் பதிலேதும் சொல்லவில்லை. மதியம் கடையை அடைக்கும்வரை மணி அங்கேயே உட்கார்ந்திருந்தார். இருவரும் எதுவும் பேசவில்லை. கடையை மூடியதும் வினயனிடமிருந்து சாவியை வாங்கிக்கொண்டார். வினயனுக்கு இதுதான் இந்தக் கடையில் தன்னுடைய கடைசி நாள் எனத் தோன்றியது. கண்கள் கலங்கின. ஆனால், மணியிடம் எதையும் காட்டிக்கொள்ளவில்லை. போகும் வழியில் சாப்பிட்டுவிட்டு வீட்டுக்குச் சென்றனர்.

மணி ஊருக்குப் புறப்பட ஆரம்பித்தார். அனைத்தையும் எடுத்துக்கொண்டு வீட்டை ஒருமுறை சுற்றிப்பாத்துவிட்டு வெளியே வந்தார். வினயன் வீட்டைப் பூட்டியதும் வீட்டுச் சாவியையும் அவனிடமிருந்து வாங்கிக்கொண்டார். இருவரும் ஆட்டோ

பிடித்தனர். கோயிலுக்குச் சென்றுவிட்டுப் போகலாம் என்றார் மணி. ஆட்டோ மணக்குள விநாயகர் கோயிலை நோக்கிச் சென்றது. வினயனுக்கு உடல் நடுங்கத் தொடங்கியிருந்தது. திடீரென்று நடுத்தெருவுக்கு வந்ததுபோன்ற உணர்வு. ஒரு மழை இரவில் தன் அம்மாவுடன் வீட்டைவிட்டு வெளியே வந்த அதே நிமிடம் மீண்டும் தன் வாழ்வினுள் நுழைந்துவிட்டதோ என்று அவனுக்கு அச்சமேற்பட்டது. மணியிடம் கேட்கலாமா என்றுகூடத் தோன்றியது. மணியின் மீது ஆத்திரமாக வந்தது. என்னதான் செய்கிறார் என்று பார்ப்போம் என்று பொறுமையாக இருந்தான். மணக்குள விநாயகர் கோவில் அருகில் ஆட்டோ நின்றது.

மணி நீண்ட நேரம் வேண்டினார். பின்னர் வினயனிடம் வந்து, “ஹவுஸ் ஓனரெடுத்து சம்சாரிச்சு. வாடகையொக்க செரிக்கிக் கொடுத்தோல்னம். ஈ கடய நல்லபடியாயி நடத்திகோலனம்” என்று சொல்லிவிட்டு வீட்டுச் சாவியையும், கடைச் சாவியையும் வினயனிடம் கொடுத்தார். வினயனின் கண்கள் கலங்கின.

இது நடந்து சரியாக மூன்று மாதத்தில், ஆக்கிரமிப்பு என்று கூறி முனிசிபாலிட்டிக்காரர்கள் வினயனின் கடையை இடித்து அப்புறப்படுத்தினார்கள். ‘மாகே காபி பார்’ என்ற துருபிடித்த தகரப் பலகை அங்கே ஓரமாகக் கிடந்தது. வினயன் தன் வாழ்வில் இரண்டாவது முறையாக, தான் நேசித்த இடம் சிதைந்துகிடைப்பதைப் பார்த்துக்கொண்டிருந்தான். அப்போதும் மழை பெய்துகொண்டிருந்தது.

8

பாருக்குட்டிக்கு பாண்டிச்சேரியைச் சுத்தமாகப் பிடிக்கவில்லை. ஆனால், அப்புண்ணியை நிறைய பிடித்ததால் சகித்துக்கொண்டாள். பெரும்பாலான தனிமைத் தருணங்களில் அவள் நினைவு முழுவதும் மாகேவைச் சுற்றியே இருந்தது. கனவுகளிலும் அதன் எழில் மட்டுமே நிரம்பியிருந்தன. இரண்டு ஊர்களுக்கும் நடுவே எவ்வளவோ வித்தியாசங்கள். அவள் ஊரில், தூரத்தில் போகும் யாரையாவது கூப்பிட வேண்டுமென்றால் வித்தியாசமான ஒலியெழுப்புவார்கள். ஒருமுறை இங்கே அவ்வாறு எழுப்பி அவளுக்குச் சங்கடமானது. மேலும், மீன் வாங்க நாம்தான் போக வேண்டும், நம் ஊர்போல் வீட்டுக்கெல்லாம் வராது என்று அப்புண்ணி சொன்னதும், வேறு வழியில்லாமல் மீன் மார்க்கெட்டை சுற்றிச்சுற்றி வந்தாள். அவளுக்கு எதுவுமே பிடிக்கவில்லை. அனைத்தையும் இழந்தவள்போல் இருந்தாள். முக்கியமாக, மலையாளமும் ஊர் உணவுகளும். மிகவும் கஷ்டப்பட்டு பாண்டிச்சேரியின் உணவுப் பழக்கவழக்கங்களுக்குத் தன்னை மாற்றிக்கொண்டாள். முடிந்த அளவு பாருக்குட்டியை அப்புண்ணி நன்றாகப் பார்த்துக்கொண்டார். பாருக்குட்டிக்கு பாண்டிச்சேரிக்கு வந்தபோது நிறைய கேள்விகள் இருந்தன.

"இது நம்பட நாடானெங்கில் இவட எந்துனா மலையாளப் படங்கள் வராரில்லா?" என்று ஒருமுறை அப்புண்ணியிடம் கேட்டாள்.

அவர், "அறியில்லா. இவட ஆறும் மலையாளப் படம் நோக்காரில்லா" என்றார்.

"நம்முளு நோக்கான்லோ."

"நம்முளு மாத்தரம் நோக்கியால் தியேட்டர்காரர் எங்கின ஜீவிக்கும்?"

பாருக்குட்டி முகத்தைத் திருப்பிக்கொண்டாள். அவள் மனதில் இது தன்னுடைய ஊர் இல்லை என்ற எண்ணம் மெல்லமெல்லக் குடிகொள்ளத் தொடங்கியது. அதன் பிறகு, மளையாளிகளின் பிரதான உணவுகளையே பிடிவாதமாகச் சமைத்தாள்.

அப்புண்ணிக்கு அது விருப்பமானதுதான். அவர் எதுவும் சொல்லவில்லை. ஆனால், சில சமயங்களில் தெரிந்தவர்கள் யாராவது வருவதாக இருந்தால், அதுவும் தமிழ் ஆட்களாக இருந்தால், அப்புண்ணி அவளிடம் தயங்கியவாறே, "கொறச்சி ஈநாட்டிண்ட பக்ஷணம் செய்யாவோ" என்பார். ஆனால், பாருக்குட்டி அன்றும் மாகேவின் உணவுகளையே சமைப்பாள். அதில் அப்படியொரு பிடிவாதம். அவள் எதிர்பாராத விதமாக அன்று சாப்பிடுபவர்கள், உணவை வானளவு புகழ்ந்துவிட்டுப்போவார்கள். "சேச்சி இது என்ன, சேச்சி அது என்ன, சேச்சி இத எப்படிச் செஞ்சீங்க, சேச்சி என் பொண்டாட்டிக்கு இதச் சொல்லிக்கொடுங்க" என்று அவர்கள் சொல்லும் ஒவ்வொரு சொல்லும் அவளுடைய ஊர்ப் பெருமையை, அவள் உடலிலும் மனதிலும் பெருக்கெடுத்து ஓடவைக்கும். அன்றைய நாள் முழுக்க பாருக்குட்டிக்குப் பெருமை தாங்காது.

பாருக்குட்டி ஊரிலிருந்து வரும்போது கையோடு ஒரு ரேடியோ கொண்டுவந்திருந்தாள். அது அவள் அம்மாவினுடையது. ஒருவேளை, மகள் ஓடிப்போனதைவிட, ரேடியோவைத் தூக்கிக்கொண்டு சென்றதை நினைத்து அம்மா அதிகம் வருத்தப்பட்டிருக்கலாம் என்று அப்புண்ணி அடிக்கடி அவளிடம் வம்பளப்பார். அப்புண்ணி எப்போதும் அவள் அம்மாவையும் அப்பாவையும் கிண்டல் செய்துகொண்டுதான் இருப்பார். அப்போதெல்லாம் அவர்களைப் பற்றிப் பேச விருப்பமற்றவள்போல் நடிப்பாள். ஆனால், ஒரு நாளுக்கு இரண்டு முறையாவது அவள் தன் அம்மாவின் பெருமை பேசாமல் இருக்க மாட்டாள்.

பாருக்குட்டி ஓய்வாக இருக்கும்போதெல்லாம் அந்த ரேடியோவின் காதுகளைத் திருகிக்கொண்டே இருப்பாள். அதன் இரைச்சலின் ஊடாக எதாவது ஒரு மலையாள வார்த்தை தன் காதில் விழுந்துவிடாதா என்று அவள் காதுகள் உன்னிப்பாகக் கேட்டுக்கொண்டிருக்கும். சட்டெனத் தோன்றி மறையும் ஒரு வார்த்தை அவளுக்கு மலையாளத்தைப் போல் தோன்றினாலும் அவளது காதுகள் ஒரு தும்பியின் சிறகைப் போல் மேலே எழும்பி இறங்கும். மீண்டும் பின்பக்கமாகத் திருகி அது என்ன என்று கேட்பாள். ஆனால், ஒருமுறைகூட அந்த ரேடியோ அவள் எதிர்பார்ப்பைப் பூர்த்திசெய்ததில்லை. சில முறை கோபத்தில் அதை நிறுத்திவிட்டு, அழுவாள். சில முறை போனால்போகிறதென்று, தமிழ்ப் பாடல்களைக் கேட்பாள்.

இத்தனை நாட்களில், ஓரளவு தமிழைப் புரிந்துகொள்ளவும் ஒருசில வார்த்தைகளைப் பேசவும் பாருக்குட்டி கற்றிருந்தாள். அவள் வீட்டின் அருகே ஒரு தெலுங்குக் குடும்பம் இருந்தது. அவர்களுக்குத் தமிழும் வராது, மலையாளமும் வராது என்று அவளாக நினைத்துக்கொண்டு அவர்களை நெருங்காமல் இருந்தாள். ஒருமுறை, கடையில் அந்த வீட்டம்மா நன்றாகத் தமிழ் பேசிக்கொண்டிருந்தாள். பாருக்குட்டியைப் பார்த்து மெல்லச் சிரித்து, "சுகானோ?" என்றாள். பாருக்குட்டிக்கு ஆச்சரியம். ஏதோ ஒன்று விலகி ஏதோ ஒன்று தன் மீது படர்ந்ததாக உணர்ந்தாள். மெல்ல அவளை நெருங்கி மலையாளத்தில் பேசத் தொடங்கினாள்.

"ஓ... மலையாளம் அறியுமோ?"

"ஓ..."

"இத்திர திவசாயிட்டு ஞான் இது அறிஞ்சில்லாலோ. நிங்களு மாகேவானோ?" என்று பாருக்குட்டி கேட்டதும், அவள் மெல்லச் சிரித்துவிட்டு, "அல்லா" என்றாள். பிறகு, இருவரும் பேசிக்கொண்டே வாங்க வேண்டியவற்றை வாங்கிக்கொண்டு மெல்ல வீட்டை நோக்கி நடந்தனர்.

பாருக்குட்டிதான் பேசிக்கொண்டே இருந்தாள். இத்தனை நாட்கள் அவளுக்குள் நிரப்பிவைத்திருந்த சொற்கள் அனைத்தும், உடைந்துவிட்ட அணையிலிருந்து வெளியேறும் நீரைப் போல் வெளியேறிக்கொண்டிருந்தன. பாருக்குட்டி நேராக வீட்டுக்கு வராமல், அவள் வீட்டு வாசலிலேயே நின்று தன் மொத்த வாழ்க்கையையும் அவளுக்குப் படையல் வைத்துவிட்டுத்தான் வந்தாள்.

பாருக்குட்டிக்கு இப்போதுதான் நிம்மதியாக இருந்தது. தனக்கு அருகிலேயே பேச ஒரு ஆள் கிடைத்ததில் அவ்வளவு மகிழ்ச்சி. அப்புண்ணி வீட்டுக்கு வந்ததும் அவரிடம் சொல்ல வேண்டுமென்று காத்திருந்தாள். அன்று அவள் சமைத்த உணவு அவ்வளவு ருசியாக இருந்தது. அவள் அன்று இரவு அழகாகத் தெரிந்தாள். அவளுள் உருவாகியிருந்த மாற்றத்தை, வாசற்படியை நெருங்கும்போதே அப்புண்ணி கண்டுகொண்டார். அவளே நிச்சயம் சொல்லுவாள் என்று அலட்டிக்கொள்ளாமல், தான் வழக்கமாகச் செய்யும் காரியங்களில் ஈடுபட்டார்.

அப்புண்ணி கைகால்களைக் கழுவிவிட்டு, உட்கார்ந்தவுடன் அவர் எதிர்பார்த்திருந்த அந்த நொடி தொடங்கியது. சடசடவென

சிறிது நேரத்தில் பெய்து ஓயும் மழைபோல் பெய்ந்து ஓய்ந்தாள். அப்புண்ணி அமைதியாகக் கேட்டார், "அவரோட பேரெந்தா?" பாருக்குட்டி விழித்தாள்.

"கேட்டில்லா?"

"எவுடுன்நா, எந்தா செய்யன?"

பாருக்குட்டி அமைதியாக இருந்தாள்.

"எந்தோ?"

"ஞான் அவரென்ன குறிச்சி ஒன்னும் சோதிச்சில்லா."

"பக்ஷே பாருக்குட்டி எல்லாம் பரஞ்யு?"

அதன் பிறகு அந்த இரவு முழுக்க இருவரும் எதுவும் பேசிக்கொள்ளவில்லை.

மறுநாள் இரவு அப்புண்ணி வீட்டுக்கு வந்தும், "அவள்ட பேர் மரியம்" என்றாள். அப்புண்ணி சிரித்துக்கொண்டார்.

அதன் பிறகு, பாருக்குட்டியும் மரியமும் நெருங்கிய தோழிகளாக மாறினார்கள். வாசலில் நின்று பேசியவர்கள் வீட்டுக்குள் அரட்டையடித்தார்கள். மரியமும் தனது குடும்பத்தைப் பற்றி பாருக்குட்டியிடம் நிறைய பேசினாள். மரியத்துக்குப் படிக்கிற பழக்கம் இருந்தது. அவள் வீட்டில் தெலுங்குப் பத்திரிகைகள் இருப்பதை பாருக்குட்டி கவனித்தாள்.

"மரியத்தின மலையாளம் படிக்கான் அறியுமோ?"

"இல்லா, சம்சாரிக்கான் மாத்ரம் அறியும்."

"ஓ... இதொக்க இவட கிட்டோ?" என்று பத்திரிகைகளைக் காட்டிக் கேட்டாள்.

"கிட்டும்."

"கிட்டோ, மலையாள நியூஸ்பேப்பர் கிட்டோ?"

"கிட்டும்தான் தோணுனது. இவட நிறைய மலையாளிகள் இண்டல்லோ."

"எவடியானு கிட்டா?"

"ஆ, புதிய பஸ் ஸ்டாண்டுல கிட்டும்."

“ஞான் நாட்டுல இல்லப்போல் அம்மைக்கிப் படிக்கின சீலமுண்டு. ஞான் எப்பிழங்கிலும் அம்மேவுட புக்ஸ் படிக்காருண்டு. பக்ஷே இவட அது கிட்டாரில்லா. பயங்கர போரா. புக்ஸ் இண்டாரெங்கில் நேரம் போனது அறியில்லா. அப்புண்ணிக்கு இதொன்னுமில்லா. ஞங்கலு இவடிக்கி வரானிட்டு கொச்சிரிக்கிப் போயிருந்தெங்கில் சந்தோச ஆயிருன்னு. ஞானும் அதா பரஞ்சது. இவட சம்சாரிக்கான் போலும் ஆளில்லா. பயங்கர புத்திமுட்டா.”

“நினிக்கி ஈநாடு இஷ்டப்பட்டில்லே?”

“இவட செடி கொடி கிரிஷிகள் ஒன்னுமில்லா. நங்கட நாடு காணா பயங்கரப் பங்கியா.”

“பாருக்குட்டி டவுண்ட அப்பறம் எவடிக்கும் போயிட்டில்லே.”

“பீச்சிலக்கிப் போகும். எப்பிழங்கிலும் அம்பலத்திலக்கிப் போகும். எனிக்கி சினிமா காணான் பயங்கற இஷ்டா. இவட தமிழ்ப்படம் மாத்ரா இள்ள. எப்பிழங்கிலும் அப்புண்ணி விளிச்சோண்டு போகும். எனிக்கி தமிழ்ப் படம் இஷ்டம் இல்லா. கமலஹாசண்ட மலையாளப் படங்கள் கண்டுட்டுண்டு. பக்ஷே, தமிழ் அவருன்ன காணாம் தால்பரியமிமில்லா. எனிக்கி மோகன்லால்ச்சா ஜீவனம். ச்சலப்போல் அப்புண்ணியக்கூட ஞான் மோகன்லாலாயிட்டு விஜாரிக்கும்.” சொல்லிவிட்டு லேசாகச் சிரித்துக்கொண்டாள். “நாட்டிலுள்ளப்போல் மோகன்லாலிண்ட படம் ஒன்னுவிடாது கண்டிருக்கியும். இவட அதினில்ல சாகிதயில்லா.” அதன் பிறகு சிறிது நேரமே பேசிக்கொண்டிருந்த பாருக்குட்டி, வீட்டுக்கு வந்து அப்புண்ணிக்காகக் காத்திருந்தாள்.

அப்புண்ணி வீட்டுக்கு வந்ததுமே பாருக்குட்டி பரபரப்பாக இருப்பதைக் கவனித்தார். வழக்கம்போல எதுவும் சொல்லாமல் அவர் வேலைகளைக் கவனித்தார். வழக்கம்போல் பாருக்குட்டி படபடப்பாகப் பேசினாள், “இவட பஸ் ஸ்டாண்டடுத்து மலையாள நியூஸ்பேப்பர் கிட்டும்னு கேட்டு.”

அப்புண்ணி அமைதியாக, “ம்... அறியாலோ.”

சட்டென பாருக்குட்டியின் முகம் வாடியது, “அறியோ?” என்றாள்.

“அதே. எண்ட ஓனர்னு திவுசம் பேப்பரும் புக்கொக்க வரும்.”

“நீ எந்தா எண்டடெடுத்து பரயாத்தது?”

“நீ படிக்கும்னு எனிக்கி அறியில்லா.”

“நினக்கு எந்தா அறியா. ஞான் இவடா எத்தறயா கஷ்டப்படனன்னு நின்னக்கு அறியோ?”

“இது இவட நிறுத்தாம். நாள ஞாம் வரும்போல் வேடிச்சோண்டு வராம்.”

“ ஆவிஷ்யமில்லா, ஞான் தான்ன வேடிச்சொல்லாம். இனி நின்ன ஞான் விஷ்வாசிக்கில்லா.”

அப்புண்ணி எதுவும் பேசவில்லை.

“எந்தா ஒன்னும் மிண்டாத்த?”

“ஞான் சந்தோஷத்தோடு ஒன்னு பரயான் வங்னதா. பக்ஷே, நீ எந்தா இங்யன.”

“எந்தா காரியம்?”

“வெள்ளியெழுச்சா நம்மளு சினிமைக்குப் போகாம்.”

“தமிழ்ப் படனோ?” என்றாள் எரிச்சலாக.

“அதே, ரெண்டு ஹிரோ. ஒன்னு நினக்கு இஷ்டப்பட்ட ஹிரோ.”

“ஏதா படம், ஆரா ஹிரோ?”

“தளபதி. அதில் மம்முட்டியும் உண்டு.”

“எனிக்கி ஆரா இஷ்டம்னு போலும் நினிக்கி அறியின்லா.” மீண்டும் அப்புண்ணியின் தலையைப் பிடித்து உலுக்கத் தொடங்கினாள்.

அந்த வார இறுதியில் இருவரும் ‘தளபதி’ படத்துக்குச் சென்றனர். மம்முட்டியைவிட ரஜினிக்குப் பெரிய கட்அவுட் இருந்தது. சுற்றி இருந்தவர்கள் அனைவரும் ‘தலைவா! தலைவா!’ என்றே கத்திக்கொண்டிருந்தனர். படத்தில் மம்முட்டியால் போலிஸிடம் ரஜினி அடிவாங்கும் காட்சியில் ரசிகர்கள் மம்முட்டியை வாய்க்கு வந்தபடி திட்டித்தீர்த்தார்கள். பாருக்குட்டிக்குப் படம் பார்க்கவே பிடிக்கவில்லை. இந்த மம்முட்டி ஏன் இந்தப் படத்தில் நடிக்க வேண்டும், இப்படித் திட்டுவாங்க வேண்டும் என்று நினைத்துக்கொண்டாள். அவ்வப்போது அப்புண்ணியைத் திரும்பிப்பார்த்தாள். அவர் படத்தை ரசித்துப் பார்த்துக்கொண்டிருந்தார். அப்போது அவளுக்கு அப்புண்ணியைப் பார்க்கவே வெறுப்பாக இருந்தது. அந்தப் படம் பார்த்த அனுபவம் அவள் மனதில் ஒரு வடுவாக

நிலைத்துப்போனது. அதன் பிறகு, அப்புண்ணியிடம் ஊருக்கே சென்றுவிடலாமென்று பல முறை சொல்லிக்கொண்டிருந்தாள். அவர் காதிலே வாங்கிக்கொள்ளவில்லை.

ஒருநாள், மரியம் வீட்டில் இருந்த டேப் ரெக்கார்டரைப் பார்த்துவிட்ட பாருக்குட்டி, அப்புண்ணியிடம் அடம்பிடித்து வாங்கினாள். ஆனால், அவளுக்கு அவ்வளவு சுலபத்தில் மலையாளப் பாடல் கேசட்டுகள் கிடைக்கவில்லை. அப்புண்ணி ஒருநாள் முழுக்க அலைந்தார். குபேர் பஜார் முழுக்கத் தேடினார். கேசட் ரெகார்டிங் கடைகளில்கூடக் கைவிரித்தார்கள். பிறகு, சில மலையாள நண்பர்களிடமிருந்து சில கேசட்டுகளை வாங்கிவந்து பாருக்குட்டியிடம் கொடுத்தார். பாருக்குட்டி அதை வாங்கிக்கொள்ளாமல், "நம்மளு நாட்லிக்கி தன்னே திருச்சிப்போகாம்" என்று கேட்டாள். அப்புண்ணி அவளைப் பரிதாபமாகப் பார்த்தார்.

சில நாட்கள் கழித்து, பாண்டிச்சேரியில் கேரளா சமாஜம் என்று ஒன்று இருக்கிறது என்றும், மலையாளிகள் ஆண்டுக்கு ஒருமுறை கூடி விழா எடுப்பார்கள் என்றும், அது ஒரு திருவிழாபோல் இருக்கும் என்றும், அது அடுத்த வாரம் நடக்கப்போகிறது என்றும் பாருக்குட்டியிடம் மரியம் சொன்னாள். அப்போது பாருக்குட்டிக்கு உற்சாகம் அலைஅலையாகப் பொங்கியது. அன்று இரவு அப்புண்ணி வரவுக்காக வாசலிலேயே காத்திருந்தாள். அப்புண்ணி தூரத்தில் வரும்போதே பாருக்குட்டியைப் பார்த்துவிட்டார். இன்று ஏதோ ஒரு புதுக் கதை இருக்கிறதென்று அவர் மனதுக்குள் தோன்றியது. அப்புண்ணி உள்ளே நுழைந்ததும் மடமடவெனக் கொட்டினாள். அப்புண்ணி அமைதியாக இருந்தார். அவளுக்கு அது ஏமாற்றமாக இருந்தது.

"எந்தா?" என்றாள்.

"அதெல்லா. நினக்கு அறிஞ்ச ஆரெங்கிலும் கண்டெங்கில், செலப்போ அப்போலீஸ் பெந்து?"

அப்புண்ணி சொல்வது சரியென்றே பட்டது. அவளும் அமைதியானாள். மீண்டும் ஒரு வெறுப்பு அவள் மனதுக்குள் குடிகொண்டது. அப்புண்ணியிடன் இன்னொரு விஷயம் சொல்ல நினைத்திருந்தாள். அப்புண்ணி சாப்பிட்டுப் படுத்த பிறகு மெல்ல அருகில் வந்தாள். அவள் வருவதைக் கவனித்த அப்புண்ணி, "நினக்குப் போகனெங்கில் போகாம். பிரஸ்னம் வெல்லோம்

வந்தெங்கில் நோக்கிக்கோலாம்" என்றார். அவள் கண்கள் கலங்கின. அதைக் கவனித்த அப்புண்ணி, "எந்தே?" என்றார். தான் கற்பமாக இருப்பதாகச் சொன்னாள்.

அடுத்த சில மாதங்கள் இருவருக்கும் கடும் சிரமமாக இருந்தது. பாருக்குட்டியை அப்புண்ணி தனது உணவகத்தின் எதிரில் இருந்த மருத்துவமனையிலேயே சேர்த்திருந்தார். மருத்துவமனையின் வெளியே இருந்த குழாய் ஸ்பீக்கரில் ஒவ்வொருமுறை பெயரைச் சொல்லும்போதும் அவர் கவனம் சிதறியது. ஒருநாள் மதியம் அவர் சாப்பிட்டுக்கொண்டிருந்தபோது ஸ்பீக்கரில், "அப்புண்ணி பாருக்குட்டி" என்று மூன்று முறை ஒலித்தது. சாப்பிட்டுக்கொண்டிருந்தவர் அப்படியே எழுந்து ஓடினார். கடையில் இருந்த மற்றவர்கள் சிரித்துக்கொண்டே, அவர் ஓடுவதைப் பார்த்துக்கொண்டிருந்தார்கள். நீண்ட நேரம் கழித்துத் திரும்பிவந்து கல்லாவில் இருந்த வினயனிடம், "ஆங்குட்டியா" என்றார்.

9

வீட்டு முற்றத்தில் சாய்வு நாற்காலியில் கோபமாக உட்கார்ந்திருந்தார் ஜோப்பன். அவர் கண்களில் ஆயிரம் கேள்விகளும் சந்தேகங்களும். நெற்றி நிறைய கோடுகளாகப் பதிந்திருந்தன வருத்தங்கள். சட்டை இல்லாமல் தோளில் துண்டை மட்டும் போட்டுக்கொண்டு மேலே பார்த்துக்கொண்டிருந்தார். கழுத்தில் தங்கச் சிலுவை தொங்கிக்கொண்டிருந்தது. அவர் உட்கார்ந்திருந்த இடத்திலிருந்து நேர்மேலே, கண்ணாடிச் சட்டகத்திலிருந்து யேசு அவரையே கருணையுடன் பார்த்துக்கொண்டிருந்தார். ஜோப்பனும் அடிக்கடித் தன் தலையை உயர்த்தி, யேசு தன்னைப் பார்த்துக்கொண்டிருக்கிறாரா என்று உறுதிப்படுத்திக்கொண்டார். காலையில் வீட்டுக்கு வரும் வழியில் தன்னுடைய பழைய நண்பர் கேட்ட கேள்விதான் அவர் மனதில் திரும்பத்திரும்ப ஓடிக்கொண்டிருந்தது.

ஜோப்பன் எப்போதும் காலையில் குளித்துவிட்டு தேவாலயம் சென்றுவருவார். பெரும்பாலும் கடுமழைக் காலங்களில் மட்டுமே இது தடைப்படும். அதேபோல், ஜோப்பனை அந்த நேரத்தில் மட்டுமே சற்று அமைதிமயமாகப் பார்க்கலாம். அதன் பிறகு, வெறுப்பை உமிழும் இயந்திரம்போல இயங்கிக்கொண்டிருப்பார். காலையில் தேவாலயத்திலிருந்து வீட்டுக்கு வரும் வழியில், அவர் நண்பர் ஜோப்பனை வழிமறித்து, “எந்தா பிரஸ்னம்?” என்று கேட்டார். ஜோப்பனுக்கு எதுவும் புரியவில்லை. எதிரில் இருப்பவன் எதைப் பற்றிக் கேட்கிறான் என்று புரியாமல் நாமே எதையும் உளறிவிடக் கூடாது என்று அவருக்குத் தோன்றியது.

“நீ சோதிச்சது எனிக்கி மனசிலாயில்லா.”

“நிண்ட மோன் குரியன், அவன பாண்டிச்சேரிக்கு டிரான்ஸ்பர் செய்துன்னு கேட்டூ. எந்து தெட்டா செய்தது?”

“நினிக்கி யாரா பரஞு?”

“காலத்து ஸ்டீபன் வீடலேக்கிப் போயிருன்நு, அவன் பரஞ்சதா.”

“ஓ...”

“நினிக்கி அறியில்லே?”

“இல்லா... அவன் எண்டெடுத்து ஒன்னும் பரஞ்சில்லா.”

“ச்செரி விடு. நீ ச்சீத்தவிளிக்கும்னு பேடியாயிருக்கும். நீ இத விட்டேக்கி” என்று அவர் நகர்ந்தார். உண்மையில் அப்போது ஜோப்பனுக்குக் கோபம் வரவில்லை. குழப்பத்தில் ஆழ்ந்தார். நடவடிக்கை எடுக்குமளவுக்கு என்ன செய்திருப்பான்? குழப்பத்துடனே வந்து முற்றத்தில் உட்கார்ந்தார். மகனுக்காகக் காத்திருக்கத் தொடங்கினார். இடையில் அவருக்குக் கொடுக்கப்பட்ட தண்ணீர், தேநீர், உணவு என எதையும் தொடவில்லை. அவர் நினைவுகள் முழுக்க மாகேவின் எழிலில் லயிக்கத் தொடங்கின. ‘ச்செலப்போ மனபூர்வம் விட்டுப் போவாயிருக்கியும்?’ என்று அவர் தனக்குள் கேட்டுக்கொண்டார்.

ஜோப்பனும்கூட ஒருகாலத்தில் பாண்டிச்சேரி மீது மயக்கத்தில் இருந்தார். பாண்டிச்சேரியைப் பற்றித் தன் குடும்பத்தினரிடமிருந்து பல கதைகளை அவர் கேட்டிருந்தார். ஒருகாலத்தில் மாகேவில் இருந்தவர்களுக்கு, தேன்நிலவுக்குப் போவதென்றால் அதற்கான ஒரே ஊர் பாண்டிச்சேரிதான். ஜோப்பனின் தாத்தாகூட, தேன்நிலவுக்கு பாண்டிச்சேரி சென்றவர்தான். சுதந்திரத்துக்கு முன்பும் அதன் பிறகு சில ஆண்டுகளுக்கும் பாண்டிச்சேரி மீதான மயக்கம் இருக்கத்தான் செய்தது. அந்தக் காலத்தில் பாண்டிச்சேரிக்கு வந்துவிட்டாலே கிட்டத்தட்ட பாதி பிரான்ஸுக்கு வந்துவிட்ட நினைப்பு உண்டு. பாண்டிச்சேரிக்குப் போவதையே கனவாகக் கொண்டவர்கள்கூட உண்டு. காலப்போக்கில் அதெல்லாம் மெல்ல மறையத் தொடங்கின. மலையாளம் பேசும் நாம் நம்மவர்களோடு இல்லாமல் எங்கோ தூரத்தில் இருக்கும் ஒரு சிறிய நகரத்தை ஏன் தலைநகராகக் கொண்டிருக்க வேண்டும் என்ற எண்ணம் அவ்வப்போது சிலருக்கு ஏற்படுவதுண்டு. பக்கத்தில் இருக்கும் கேரளாவோடு இணைவதா அல்லது இப்படித் தொடர்வதா என்ற குழப்பம் சிலருக்கு.

ஜோப்பன் மெல்லமெல்ல பாண்டிச்சேரி மீதான பிடிப்பை இழந்துவிட்டார். 1980-களில் ஒருமுறை பாண்டிச்சேரிக்குச் சென்றுவந்தார். அங்கே அவருக்கு என்ன நேர்ந்ததென்று அவர் யாரிடமும் சொன்னதே இல்லை. நீண்ட நாட்களுக்கு அமைதியாக இருந்தார். யாரிடமும் பேசவில்லை. அந்த நேரத்தில் தனக்கு தெரிந்தவர்கள் யாராவது பாண்டிச்சேரி போவதாகச் சொன்னால், முடிந்தவரை அவர்களைப் போகவிடாமல் தடுக்க முயன்றார்.

ஆனால், யாரிடமும் காரணம் மட்டும் சொல்லவில்லை. ஒன்றை மட்டும் திரும்பத்திரும்பச் சொல்லிக்கொண்டிருந்தார்: அது நம் ஊர் இல்லை, அவர்கள் நம் மக்கள் இல்லை.

முடிந்தவரை ஜோப்பன் தன் மகன் குரியனின் காதுகளில் பாண்டிச்சேரி என்ற வார்த்தையே விழாதவாறு பார்த்துக்கொண்டார். அவனும் அதைப் பற்றி அலட்டிக்கொண்டதாகத் தெரியவில்லை. அதை நினைத்து அவருக்கு நிம்மதி. ஆனால், என்ன ஆனதென்றே தெரியவில்லை, திடீரென்று குரியனுக்கு பாண்டிச்சேரி மீது ஒரு பெரும் விருப்பம் உண்டானது. எப்படியாவது அங்கு சென்றுவிடத் துடித்தான். ஜோப்பன் அதை ஆரம்பத்திலிருந்தே பிடிவாதமாக எதிர்த்தார். அவன் பாண்டிச்சேரிக்குப் போக வேண்டுமென்று சொல்லும்போதெல்லாம், “நீ போனெங்கே கொச்சி போ, திருவனந்தபுரம் போ, கன்னூர் போ, வேற எவடெக்கிவேணுங்கிலும் போ. இவட போகான் வேற நாடில்லே. ஈ பாண்டிக்கிப் போவான் எந்துனா இத்தரயும் திர்தி பிடிக்கின்னெ?” என்று கத்துவார்.

“பாண்டியல்லே நம்பட நாடு” என்பான் குரியன்.

“அல்லா. அது நம்பட நாடல்லா. அது வங்கக்கடல், இது அரபிக்கடல். அது மனசுலாக்கிக்கோ நீ.”

அதன் பிறகுதான் இருவருக்குள்ளுமான இடைவெளி, வங்கக்கடலுக்கும் அரபிக்கடலுக்குமான தூரமாக மாறியது. ஒருவர் முகத்தை ஒருவர் பார்க்க விரும்பாதவர்களாக இருந்தார்கள். குரியனுக்குக் காவல் துறையில் வேலை கிடைத்தபோதுகூட அதை அவரிடம் சொல்லவில்லை. ஆனால், விஷயத்தைக் கேள்விப்பட்டவர் தனது செல்வாக்கைப் பயன்படுத்தி, மாகேவிலேயே போஸ்டிங் வரும்படிச் செய்தார்.

போலிஸ் வேலையில் குரியன் சேர்ந்து இரண்டு ஆண்டுகள் ஆகியிருந்தன. குரியனுக்கு மணம் முடிக்கலாமென்று பேச்சை ஆரம்பித்தார் ஜோப்பன். தனது மனைவி மூலமாக குரியனிடம் பேசத் தூதுவிட்டார். ஆனால், குரியன் அப்போது உடன்படவில்லை.

எல்லாவற்றையும் நினைத்துக்கொண்டிருந்த ஜோப்பனுக்கு மனம் ஒரு நிலையாக இல்லை. இந்தப் போக்கைக் காலையிலிருந்து பார்த்துக்கொண்டிருக்கும் அவரது மனைவி, அவர் குணமறிந்து எதுவும் கேட்காமல் இருந்தாள். ஒரு கட்டத்துக்கு மேல் அவளாலும் பொறுக்க முடியாமல் அவரிடம் வந்து மெல்லப் பேச்சுக்கொடுத்தாள்.

“எந்தா பிரஸ்னானோ?”

மனைவியின் குரலைக் கேட்டு தலை உயர்த்தினார். அவரிடம் தயக்கம். அவர் கோபமடையவில்லை என்பதை உறுதிப்படுத்திக்கொண்டு மீண்டும் அதே கேள்வியை வேறு விதமாகக் கேட்டாள், “எந்த ஆய?”

“ம்...நிண்ட மோன பாண்டிச்சேரிக்கு டிரான்ஸ்பர் செய்தேக்குவா.”

“இதானோ பிரஸ்னம். இதுனே வெஷமிக்கேன் எந்தா ஹில்லது?”

“வெஷமிக்கேன் எந்தா ஹில்லனோ. செலப்போ இது பனிஷ்மெண்ட்டா இருந்தெங்கில். இவன் எந்தா செய்தன்னு அறியில்லல்லோ கர்த்தாவே. நாட்டார் முன்னே தலகாட்டெண்டா. இவன் இனி இவட ஜீவிக்கெண்ட. இனி இவன ஞான் எவடயா போயி பெண்ணு ஆலோஜிக்கா. இது எந்து மண்டதரா கானிச்சி வெச்சேக்கன இவம்மாரு. நாடொரு சலத்து வீடொரு சலத்து. ஈ மண்டமாரு இவடப்புவான் அவட சொர்க்கம் உள்ளப்போல அவடெக்கிப் போவான் துடிக்கியுவா. இப்போ எல்லாம் மனசுலாக்கி வருவானு, பக்ஷே நிண்ட மோனு அது மனிசுலாயிட்டில்லா.”

“நிங்களுக்கும் ஆ ஆக்ரகம் இண்டாருனு. இப்ப அவடிக்கிப் போயிவந்ன சேஷம் அது விட்டுப்போயி. அவனும் ஒன்னு போயி வரட்ட. பின்னே அவன் மனசிலாக்கும்.”

“இப்ப பிரஸ்னம் அதெல்லா. இவனு பனிஷ்மெண்ட் வேடிக்கான் தன்னே எந்தா செய்தன்னு அறியில்லலோ,”

“அவன் ஒன்னும் செய்திருக்கில்லா. அங்கன இண்டெங்கில் நிங்களு அறிஞேனே.”

அவர் மனைவி பேசிய கடைசிச் சொற்கள் அவரை சற்று அமைதிப்படுத்தின. தலையை ஆட்டிக்கொண்டு உட்கார்ந்திருந்தார். சூரியன் வருவதாகவே தெரியவில்லை. மெல்ல எழுந்து வெளியே வந்தார். மாலை வெயில் வெற்றுடம்பில் பட்டு உள்ளுக்குள் இறங்கியது. மெல்ல நடந்து ஏட்டு ஸ்டீபன் வீட்டுக்கு வந்தார். எதார்த்தமாக வருவதுபோல் காட்டிக்கொண்டாலும் அவர் நடையில் ஒரு பதற்றம் இருந்தது. ஸ்டீபன் வீட்டு வாசலில் நின்றிருந்தார். அவரைப் பார்த்ததும் தனது நடையின் வேகத்தை இன்னும் குறைத்துக்கொண்டார். தூரத்தில் இவர் வருவதைப் பார்த்த ஸ்டீபன், தூக்கிக்கட்டியிருந்த வேட்டியை இறக்கிவிட்டபடியே, “நம்ஸ்காரம். எந்தா இங்கோட்டு?” என்றார்.

ஜோப்பன் தயங்கியவாறே, ஆனால் நேரடியாகவே விஷயத்துக்கு வந்தார், “சூரியன் வெல்லதும் செய்தோ?”

“எந்தா செய்த, எனிக்கி மனசிலாயில்லா?”

“அவன் பாண்டிச்சேரிக்கு டிரான்பஸ் ஆயக்காரியம் நினிக்கி அறியில்ல. அது பணிஷ்மெண்டே வெல்லும் ஆனோ?” ஜோப்பன் சொல்லியதைக் கேட்டதும் ஸ்டீபன் சிரித்துக்கொண்டார்.

“பணிஷ்மெண்ட் ஒன்னும் அல்லா. அது அவன் ச்சோதிச்சி வேடிச்ச டிரான்ஸ்பரா. இன்ஸ்பெக்டர் போலும் பரஞ்சி நோக்கி. பக்ஷே அவன் கேட்டில்லா. பயங்கர பிடிவாஷியா” என்று ஸ்டீபன் சொல்லியதைக் கேட்டதும் ஜோப்பனுக்கு முன்பிருந்ததைவிடக் கோபம் தலைக்கேறியது. ஸ்டீபனிடம் சொல்லிக்கொண்டு வேகமாக வீட்டை நோக்கிச் சென்றார். ஜோப்பன் வீட்டுக்குள் நுழைந்தபோது முன்பு அவர் உட்கார்ந்திருந்த சாய்வு நாற்காலியில் சூரியன் உட்கார்ந்திருந்தான். உள்ளே நுழையும்போதே அவனைப் பார்த்துவிட்டவர் வாசலிலேயே ஆரம்பித்துவிட்டார், “எடோ... நினிக்கி வெல்லம் பிராந்தானோ?” அவர் சத்தத்தைக் கேட்டு, அவர் மனைவி உள்ளேயிருந்து பதற்றமாக வந்தாள். அவள் கையில் இருந்த தேநீர்க் கோப்பை லேசாக நடுங்கியது. ஆனால், சூரியனிடம் எந்த விதமான மாற்றமும் இல்லை. அவன் அவரை அலட்சியமாகப் பார்த்தான். தன் அம்மாவிடமிருந்து தேநீர்க் கோப்பையை வாங்கிக்கொண்டு மெல்ல உறிஞ்சியவாறே தனது அப்பாவைப் பார்த்தான். அந்தப் பார்வை, ‘எந்தா காரியம்?’ என்று கேட்பதுபோல் இருந்தது. அவரும் அதைப் புரிந்துகொண்டார். ஆனால், அவரின் அமிலத்தில் தோய்த்த அடுத்த வாக்கியம் தனது மனைவியை நோக்கிப் பாய்ந்தது, “இவன் பாண்டிச்சேரிக்கு டிரான்ஸ்பர் சோதிச்சி வேடிச்சேக்குவா.” அவள் பதிலேதும் பேசாமல் சூரியனைத் திரும்பிப்பார்த்தாள். அவளுக்கு அது ஏற்கெனவே தெரியும் என்பதை அவள் செய்கை அவருக்கு உணர்த்தியது. அவர் சட்டெனச் சோர்ந்துபோனார். இருவரையும் பார்க்காமல் பொதுவாக, “வயசான காலத்து எந்துன என்ன இங்கன புத்திமுட்டிகென?”என்று சொல்லிக்கொண்டே திரும்பிப்பார்த்தார். சூரியன் அங்கு இல்லை. அவன் அறைக்குச் சென்றார். கட்டிலில் படுத்திருந்தான்.

“ஒன்னு மனசிலாக்கிக்கோ. அது நம்பட நாடெல்லா. நீ இது அடுத்து தன்னே மனசுலாக்கும்.”

10

பாண்டிச்சேரியில் முதலியார்பேட்டை ஒரு முக்கியமான இடம். பாண்டிச்சேரியின் மூன்று முக்கிய ஆலைகளில் இரண்டு முதலியார்பேட்டையில்தான் இருந்தன. ஆலைத் தொழிலாளர்கள் பலர் முதலியார்பேட்டையிலும் அதைச் சுற்றியும் வாழ்ந்துவந்தனர். இந்த ஆலைத் தொழிலாளிகளை நம்பி மட்டுமே ஒவ்வொரு மாதமும் பத்தாம் தேதி, ஆலை ரோட்டில் கடைபோடுவார்கள். பத்தாம் தேதி சம்பள நாள் என்பதால் அன்றும் அதற்கு மறுநாளும் இந்தக் கடைகள் இருக்கும். இதைப் பத்தாம் தேதிக் கடை என்பார்கள். இது, ஞாயிறுதோறும் காந்தி வீதியில் போடப்படும் ஞாயிற்றுக்கிழமைக் கடைகளின் சிறிய வடிவமாக இருக்கும். திண்பண்டம், துணிமணி, பொம்மை, செருப்பு, பெல்ட், வாட்ச் எனப் பலவிதப் பொருட்கள் குறைந்த விலைகளில் கிடைக்கும். இதற்கு நடுவே இருக்கும் அல்வா கடையில், பல வண்ணங்களில், பாறைகளைப் போல அல்வா வைத்துக்கொண்டு உட்கார்ந்திருப்பார்கள். ஆலை ரோட்டைச் சுற்றி இருக்கும் சிறுவர்களுக்கு, பத்தாம் தேதியானால் இந்தக் கடைகளை வேடிக்கைபார்ப்பது ஒரு பொழுதுபோக்கு. இதைத் தவிர்த்து ஆலைத் தொழிலாளர்களுக்கென்று சில பிரத்தியேகக் கடைகளும் உண்டு. ஷிப்ட் தொடங்குவதற்கு முன்பும் ஷிப்ட் முடிந்த பிறகும் இந்தக் கடைகளில் தொழிலாளர்கள் நின்று டீ குடித்துக்கொண்டும் போண்டா அல்லது பக்கோடா தின்றுகொண்டும் பேசிக்கொண்டிருப்பார்கள். முதலியார்பேட்டை உப்பளம் ரோடு ஆரம்பிக்கும் இடத்தில் இரண்டு கடைகள் எதிரெதிரே அவ்வாறு இருந்தன. இரண்டும் ஆலைத் தொழிலாளர்களால் நிரம்பியிருக்கும்.

சந்திரன் தனது குடும்பத்துடன் மெட்ராஸிலிருந்து பாண்டிச்சேரிக்குப் புலம்பெயரும்போது, தான் வாழ்வதற்காகத் தேர்ந்தெடுத்த இடம் முதலியார்பேட்டைதான். துணி வியாபாரம் என்று முடிவெடுத்தபோது தனியாகக் கடைபோடும் அளவுக்குப் பண வசதி இல்லை. இருந்ததை இழந்துவிட்டு வந்தவருக்குக் கையில் இருந்த இருப்பை மட்டுமே நம்பி தொழில் தொடங்க வேண்டிய நிலை. தெரிந்தவர்கள் மூலமாகக் கையில் இருந்த பணத்துக்கும் கொஞ்சம் கடனுக்குமாக மெட்ராஸிலிருந்து துணி

வாங்கி தொழில் தொடங்கினார். மற்றவர்களைப் போல அவரும் ஆலைத் தொழிலாளர்களை நம்பித்தான் ஆரம்பித்தார். அதற்காக அவர் பத்தாம் தேதிக் கடையிலோ ஞாயிற்றுக்கிழமைக் கடையிலோ கடைவிரிக்கவில்லை. முதலில் சில தொழிலாளர்களுக்குக் கடனுக்குத் துணிகளைக் கொடுத்து மாதாமாதாம் வசூலிக்கத் தொடங்கினார். அதன் மூலம், வாய்வார்த்தையாகக் கேள்விப்பட்டு அவருக்கு வாடிக்கையாளர்கள் கிடைக்க ஆரம்பித்தார்கள். அவர் குடியிருந்த விடுதலை நகர் ஹவுஸிங் போர்டிலும் வாடிக்கையாளர்கள் கிடைத்தார்கள். நான்கு வருடம் தனது வாழ்க்கையை இந்த வியாபாரம் மூலமாக ஓட்டினார். கொடுத்த கடனைச் சரியாக வசூலிக்கும் சமார்த்தியம் சந்திரனுக்கு இல்லை. சுத்தமாக இல்லை. சோகக் கதைகளின் மூலமாகவும் பொய்களின் மூலமாகவும் அவரைச் சுலபமாக ஏமாற்றினார்கள். அதனால், வியாபாரம் மிக வேகமாகச் சரிந்தது. இரண்டு பிள்ளைகளைக் காப்பாற்ற, ஒரு வேலைக்குச் சென்றாக வேண்டிய சூழலுக்கு அவர் தள்ளப்பட்டார். நேரு வீதியில் ஒரு துணிக்கடையில் சேர்ந்தார். எந்தத் தொழிலின் மூலம் இழந்த தனது வாழ்க்கையை மீட்டுவிடக் கனவுகண்டாரோ அதே தொழில் செய்யும் ஒருவரிடம் கைகட்டிக்கொண்டு நாள் முழுவதும் நின்றுகொண்டிருந்தார். நேரம் கிடைக்கும்போதெல்லாம் தனது பழம்பெருமைகளைப் பேசி, தனது சரிவுகளிலும் சுகம்கண்டார். அது புட்டத்தில் இருக்கும் கட்டியைத் தடவிக்கொடுக்கும் சுகத்தை அவருக்குக் கொடுத்துக்கொண்டிருந்தது.

துணிக்கடை வேலையும் நீடிக்கவில்லை. ஒருகாலத்தில் தன்னிடம் துணிவாங்கிக்கொண்டிருந்த கான்ஸ்டபிள் தணிகாசலம், தனது மகன் இரண்டு லாட்டரிச் சீட்டுக்கடை வைத்திருக்கிறான் என்றும் அதைப் பார்த்துக்கொள்ளும்படியும் சொல்லவே அங்கே நகர்ந்தார். அப்போது சுரண்டல் லாட்டரி மிகப் பிரபலமாக இருந்தது. ஒவ்வொரு சிறிய லாட்டரிச் சீட்டுக் கடையிலும்கூட அது பெரிய வருமானத்தை ஏற்படுத்தியிருந்தது. சந்திரன் கிட்டத்தட்ட மூன்று ஆண்டுகள் லாட்டரிச் சீட்டுக் கடையில் இருந்தார். பொருளாதாரத்தில் மிகவும் நலிவுற்றிருந்தார். தனது மகனின் படிப்புச் செலவுக்குக்கூட மிகவும் சிரமப்பட்டார். மேலும், குடும்பத்திலும் அவர் பல்வேறு விதமாக சிக்கல்களை சந்தித்துக்கொண்டிருந்தார். அவர் கொஞ்சம் படிப்பறிவும் விஷய ஞானமும் உள்ளவர் என்றும், ஆனால் அதைப் பயன்படுத்தக்கூடிய திறமையற்றவர் எனவும் சுற்றியிருந்தவர்கள் புரிந்துகொண்டார்கள்.

செஞ்சி சாலையில் பெரிய ஆஸ்பத்திரி பேருந்து நிறுத்தத்துக்கு எதிரில் இருந்தது லாட்டரிச் சீட்டுக்கடை. அதன் அருகில் இடதுபக்கம் டீக்கடையும் அதன் அருகில் சிறிய கடையும் இருந்தன. அதில் சில்லரைப் பொருட்கள் விற்பனை செய்துகொண்டிருந்தனர். அவை பெரும்பாலும் அருகில் இருக்கும் மருத்துவமனைகளுக்கு வந்துபோகிறவர்களுக்குத் தேவையானவையாக இருந்தன. அதேபோல், லாட்டரிச் சீட்டுக் கடைக்கு வலதுபுறம் சிறிய உணவகமும் அதன் அருகில் சிறிய கடையும் இருந்தன. வலதுபுறம் இருந்த கடைகளைவிட இடதுபுறம் இருந்த கடைகளிலேயே மக்கள் போக்குவரத்து அதிகம் காணப்பட்டது.

இடதுபுறக் கடை பாவாடைராயன் எனும் பாவாடையுடையது. லாட்டரிச் சீட்டுக் கடைக்கு சந்திரன் வந்த சிறிது நாட்களுக்குள்ளாகவே பாவடை அவருடன் நட்பாகிவிட்டார். மதிய வேளைகளில் பாவாடையின் கடை வாசலில் சந்திரனோ அல்லது சந்திரனின் கடை வாசலில் பாவாடையோ நின்று பேசிக்கொண்டிருப்பார்கள்.

பாவாடைக்கு சந்திரனின் முழு குடும்ப வரலாறும் அத்துப்படி. சந்திரனின் மனைவி குடும்பத்தைச் சரிவர கவனித்துக் கொள்ளாததிலிருந்து, அவரது இரண்டாவது மகன் மூளை வளர்ச்சி குறைவானவன் என அவரின் ஆரம்ப கால மெட்ராஸ் வாழ்க்கைவரை தெரியும். உண்மையில், புதுச்சேரிக்கு சந்திரன் வந்ததிலிருந்து அவருக்கு நண்பர் என்று ஒருவராக பாவடை மட்டும்தான் இருந்தார். பாவாடையும் பல்வேறு சந்தர்ப்பத்தில் சந்திரனுக்கு உதவியிருக்கிறார்.

ஒருநாள் மதியவேளை. வெயில் தகித்துக்கொண்டிருந்தது. சந்திரனால் கடையில் உட்கார முடியவில்லை. மெல்ல எழுந்து பாவாடையின் கடை அருகில் உட்கார்ந்து பேசிக்கொண்டிருந்தார். வழக்கம்போல் சந்திரன் தனது மெட்ராஸ் புராணத்தை சொல்லிக்கொண்டிருந்தார். அப்போது சட்டென இடைமறித்த பாவாடை, "இதப் பாருங்க, இனிமே நீங்க மெட்ராஸ்லருந்து இங்க வந்தவருன்னு யாருகிட்டயும் சொல்லாதீங்க" என்றார்.

சந்திரன் ஒன்றும் புரியாமல், "ஏன் இன்னா ஆச்சி?" என்றார். புதுச்சேரிக்குசந்திரன் வந்ததிலிருந்து அவரின் பேச்சுமொழி மெல்லமெல்ல புதுச்சேரி வட்டார வழக்குக்கு மாறிக்கொண்டிருந்தது.

“முடிஞ்ச அளவு எப்பவுமே உள்ளூர்க்காரன் மாதிரி காட்டிக்கங்க. அதான் எப்பவும் நல்லது. இல்லனா ஒன்னும் இல்லாதவன்கூட உங்ககிட்ட தைரியமா மொறச்சிப்பான். நாம ஒரு ஊருக்குப் பொழைக்க போனோம்னா நாம அந்த ஊர்க்காரனாவே மாறிடணும். அதான் என்னிக்குமே நல்லது. பழைய கதையே பேசிப்பேசி இன்னா ஆவப்போவுது சொல்லுங்க.”

சந்திரன் அமைதியாக இருந்தார். பாவடை சொல்வது சரி எனப் பட்டது. அவர் ஒவ்வொரு முறையும் தனது பழம்பெருமைகளைப் பற்றிப் பேசும்போதெல்லாம் கேட்பவர்களிடம் ஒரு ஏளனச் சிரிப்பு உருவாவதை அவருமே கண்டிருக்கிறார்.

“என்ன கோச்சிட்டீங்களா?” என்றார் பாவாடை.

“அதெல்லாம் ஒன்னுமில்ல” என்று சந்திரன் சொல்லிக் கொண்டிருக்கும்போதே அவர் பின்னாலிருந்து “அப்பா” என்று குரல் கேட்கத் திரும்பியவர் உடனடியாகப் பதற்றமானார். மூத்த மகன் அழுதுகொண்டிருந்தான். இரண்டாவது மகன் தன் அண்ணனின் கைகளைப் பிடித்துக்கொண்டு வேடிக்கை பார்த்துக்கொண்டிருந்தான். சந்திரன் பதற்றமாக, “இன்னாடா ஆச்சி?” என்று எழுந்துசென்றார். பின்னால் எங்காவது தனது மனைவியோ அம்மாவோ நிற்கிறார்களா என்று பார்த்துக்கொண்டே சென்றார்.

பெரியவன் அழுதுகொண்டே, “அப்பா... அம்மாவுக்கும் ஆயாவுக்கும் சண்ட, ஆயாவ அம்மா அடிச்சிட்டாங்க. ஆயா அழுதுகினே போயிட்டாங்க” என்றான்.

“நீயேன்டா இவன இட்டுகினு வந்த?”

“அம்மாவும் கதவ சாத்திகினு போயிட்டாங்க. நாங்க மாடிப்படி வழியா வந்தோம்.”

சந்திரனுக்குக் கோபம் தலைக்கேறியது. ஆனால், அவர் கோபம் யாரையும் எதுவும் செய்யாதென்பது அனைவரும் அறிந்ததே. வேகமாகச் சென்று கடையை அடைத்துவிட்டு, சைக்கிளில் மகன்களை ஏற்றிக்கொண்டு, உப்பளம் சாலை வழியாக முதலியார்பேட்டைக்கு விரைந்தார்.

சந்திரன் தனது வாழ்க்கையில் உருவான அகற்றவே முடியாத புற்றை நோக்கிச் சென்றுகொண்டிருந்தார். அது அவரைச் சிதைக்கத் தொடங்கிப் பல நாட்கள் ஆகியிருந்தன. அது அவருக்கும்

தெரிந்துதான் இருந்தது. பலிகொடுக்கப்படும் ஆடுகளுக்கு, சுற்றிலும் தப்பியோட வழிகள் இருந்தாலும் கழுத்தில் கட்டப்பட்ட கயிற்றின் பிடியிலிருந்து தப்ப முடியாமல் எட்ட முடியாத எதிர்காலத்தை ஏக்கமாகப் பார்ப்பதைப் போலவே அவரும் வாழ்ந்துகொண்டிருந்தார். எல்லோரும் சொல்வதைப் போல், அனைத்தையும் ஆரம்பத்திலேயே சரிசெய்திருக்க வேண்டும். இப்போது கைமீறிவிட்டது. வெட்டிவிடவும் வழியில்லாமல் வாழ்க்கையை ஓட்டிக்கொண்டிருந்தார்.

சைக்கிளின் முன்கம்பியில் உட்கார்ந்திருந்த இளைய மகனின் தலையைக் கோதிவிட்டார். அவன் வழக்கம்போல், பார்க்கும் அனைத்தையும் "இது என்ன?" என்று கேட்டுக்கொண்டிருந்தான். அவர் வழக்கமான மனநிலையில் இருந்திருந்தால் அவன் கேட்கும் அனைத்துக் கேள்விகளுக்கும் பதில் சொல்லிக்கொண்டிருந்திருப்பார். முதலியார்பேட்டையை அடைந்ததும் நேராகப் பேருந்து நிறுத்தத்துக்குச் சென்றார். அவர் எதிர்பார்த்திருந்ததுபோல் அவர் அம்மா அங்குதான் இருந்தாள். சந்திரன் நேராகத் தன் அம்மாவிடம் சென்று, "இன்னாம்மா ஆச்சி?" என்றார். அம்மா பதிலேதும் சொல்லவில்லை. கண்ணீரைத் துடைத்துக்கொண்டு எழுந்தார். அவள் எதிர்பார்த்திருந்த பேருந்து வரவே, அதில் ஏறிக்கொண்டார். அது, அவள் மகள் வீட்டுக்குச் செல்லும் பேருந்து. சந்திரன் எதுவும் பேசாமல், தன் பார்வையிலிருந்து பேருந்து மறையும்வரை பார்த்துக்கொண்டிருந்தார். பிறகு, சைக்கிளை எடுத்துக்கொண்டு எதிரில் இருந்த மார்க்கெட் வீதியில் நுழைந்து, அதன் கடைக்கோடியில் இருந்த தனது வீட்டுக்குச் சென்றார். கதவு திறந்திருந்தது. உள்ளே அவர் மனைவி உட்கார்ந்து எதையோ சாப்பிட்டுக்கொண்டிருந்தாள். இவர் பிள்ளைகளைக் கூட்டிக்கொண்டு உள்ளே நுழைந்தார். இவர்களைப் பார்த்ததும், எழுந்து உள்ளே சென்றாள். உள்ளேயிருந்து இவர்கள் எல்லோரையும் வசைபாடத் தொடங்கினாள். சந்திரன் எதுவும் பேசாமல் உட்கார்ந்தார். துயரத்தின் சுருக்கு அவர் கழுத்தை இன்னும் கொஞ்சம் இறுக்கியது. வழக்கம்போல் அவர் அதைச் சுகமாக அனுபவித்தார்.

11

சந்திரன் குழப்பமாக உட்கார்ந்திருந்தார். விளக்கை அணைத்துவிட்டு, வீட்டில் எல்லோரும் தூங்கிவிட்டார்கள். சந்திரன் எப்போதும் இரவு ஒன்பது மணிக்கு வீட்டுக்கு வருவார். மீண்டும் காலையில் ஐந்து மணிக்கு எழுந்து குளித்துவிட்டு ஆறு மணிக்கெல்லாம் வேலைக்குச் சென்றுவிடுவார். வாரத்தில் அரைநாள் விடுமுறை. உறக்கம் வெறும் ஆறு மணி நேரம்தான். பெரும்பாலான நேரத்தில் அதுவும் அவருக்குச் சரியாக அமைவதில்லை. கடைப் பிரச்சினை, வீட்டுப் பிரச்சினை, உடல் பிரச்சினை என ஏதாவது ஒன்று அவரை வாட்டிக்கொண்டே இருக்கும். இப்போது, மதியம் கடையில் நடந்தது அவருக்குள் ஓடிக்கொண்டிருந்தது.

உணவகத்தில் மதிய வியாபாரம் அதன் ஓட்டத்தை மெல்லக் குறைத்துக்கொண்டிருந்த சமயம், சந்திரன் சாப்பிடலாம் என்று உள்ளே சென்றார். பார்சல் கட்டும் இடத்துக்கு அருகே இருக்கும் சிறிய டேபிளில் சாப்பாட்டைப் போட்டுக்கொண்டுவந்து உட்கார்ந்தார். இரண்டு வாய்கூட முழுவதுமாகச் சாப்பிட்டிருக்க மாட்டார். அதற்குள் அவரது மனைவியின் அக்கா வந்து, “என்னங்க இப்பதான் சாப்புடறீங்களா?” என்றார். முதலில் அவரைப் பார்த்த சந்திரனுக்கு சற்று அதிர்ச்சி. அவர்கள் இப்படிக் கடைக்கெல்லாம் வருபவர்கள் இல்லை. அப்படி வருகிறார்கள் என்றால் ஏதாவது விவகாரமாகத்தான் இருக்கும் என்று உள்ளுக்குள் பதறினார். அதை வெளிக்காட்டிக்கொள்ளாமல், “வாங்க, வாங்க” என்று எழுந்தார்.

“நீங்க சாப்புடுங்க சாப்புடுங்க. நான் இப்புடி உக்காறன்” என்று, அருகில் இருந்த பிளாஸ்டிக் நாற்காலியில் உட்கார்ந்துகொண்டார். சந்திரனுக்குச் சாப்பாடு இறங்கவில்லை. மெல்ல, “சாப்புடறீங்களா?” என்றார்.

“இல்ல. இப்பதான் சாப்புட்டு வரேன். நீங்க சாப்புட்டு வாங்க.”

“செரி, ஒரு டீயாவது குடிங்க” என்று சொல்லிவிட்டு அப்புண்ணியைப் பார்த்தார். அப்புண்ணி எதுவும் சொல்லாமல் ஒரு டீயைப் போட்டுக்கொண்டுவந்து அவரிடம் கொடுத்தார்.

சந்திரன் வேகவேகமாகச் சோற்றை விழுங்கிவிட்டு, கைகளைக் கழுவிவிட்டுத் தனது வேட்டியில் துடைத்தபடி வந்தார். அதற்குள் அவரும் டீயைக் குடித்து முடித்திருந்தார். சந்திரன் தயக்கமாக, "சொல்லுங்க" என்றார்.

"ஒன்னுமில்ல, ரெண்டாவது பையன் தனியா கேபிள் கனெக்ஷன் வாங்கிருக்கான். கிருமாம்பாக்கத்துல. தனியாத்தான் நடத்தினு இருக்கான்."

"ஓ... இங்க வேலை செஞ்சினு இருந்தானே? அத உட்டுட்டானா?"

"இல்ல, அத இன்னும் உடல. அவங்க மொதலாளி உட மாட்றாராம். இத்தினி நாளா இவன்தான் ஒழுங்கா எல்லாத்தையும் பாத்துனு கரெக்டா கணக்கு குடுத்துகினு இருந்தான். இவன வுட்டா வேற நல்ல ஆளு எங்கக்கிப் போறது. அதான், கூட சம்பளம் ஏத்தித் தரேன். அதுக்கு வேணா வேற ஆளப்போட்டு பாத்துக்க. இங்கருந்து போவாதன்னு சொல்றாராம்."

சந்திரன் குழப்பமாகப் பார்த்தார். இதையெல்லாம் எதற்குத் தன்னிடம் சொல்கிறார் என்று யோசித்தார். அவர் தொடர்ந்து பேசிக்கொண்டிருந்தார், "அதான் கூடமாட இருக்க கதிர சித்தப்பா அனுப்புவாரான்னு குமரேசன் கேட்டுப்பாக்கச் சொன்னான்."

சொல்லி முடித்ததுமே சந்திரன் பதறினார். "அவன் இப்பத்தான் பள்ளிக்கூடம் போறான். அதெல்லாம் படிப்ப வுட்டுலாம் அனுப்ப முடியாது" என்று கோபமாகச் சொன்னார். அவர் முகம் மாறியது; இருந்தாலும், பெரிதாகக் காட்டிக்கொள்ளாமல் தொடர்ந்தார், "அவன யாருங்க இப்பப் படிப்ப வுடச் சொன்னா? பள்ளிக்கூடம் போயிட்டு சாயங்காலத்துல கொஞ்ச நேரம் வரட்டும். அவன் படிப்புச் செலவுக்காவது ஆவும் இல்ல."

சந்திரன் யோசனையில் ஆழ்ந்தார். "செரிங்க, வேணாம்னா வுடுங்க. ரொம்ப யோசிக்க வேணாம். நான் கௌம்பறேன்."

"நான் அவன்கிட்ட சொல்றேன். அவனுக்கு விரும்பம்ன்னா போவட்டும்" என்று சந்திரன் எழுந்துகொண்டார்.

இரவு வீட்டுக்கு வரும்வரை அடிக்கடி அதை நினைத்துக்கொண்டார். கடைக்கு வந்த நண்பர் பெருமாளிடம், "கேபிள் டிவி வேலை எப்படி இருக்கும்?" என்றார். பெருமாள் சற்று சலித்துக்கொண்டே, "அட ஏங்க நீங்க வேற, அந்தச் சனியனை ஏன் இழுத்துவுட்டேன்னு கடுப்பா இருக்குது."

“ஏன்? இன்னாச்சி?”

“வூட்டுல இருக்கறதுங்க ஒரு வேலையும் செய்ய மாட்டேங்குதுங்க. மொத ஆண்டனா இருக்கச்சொல்ல நல்லா இருந்துச்சி. சாயங்காலம் கொஞ்ச நேரம் டிவி பாத்தோமா, எழுந்துபோயி வேலையப் பாத்தோமான்னு இருக்கும். இப்போ பொழுதன்னைக்கும் அது முன்னாடியே உக்காந்துருக்குதுங்க. வேளாவேளைக்குச் சோறு ஆக்கறதில்ல, மனுஷன் வேலய வுட்டு வூட்டுக்குப் போனா ஒரு டீக்காப்பி தரதில்ல. ச்சைக்.”

சந்திரன் அமைதியாக இருந்தார். அவர் கேட்ட கேள்விக்கும் பெருமாள் சொன்னதுக்கும் சம்பந்தமே இல்லை. சரி இருக்கட்டுமென்று எதுவும் பேசாமல் இருந்தார்.

“இன்னா கேஷியர், உங்கூட்டுக்கு லைன் இழுக்கப்போறியா?”

“அதெல்லாம் ஒன்னுமில்ல. இருக்கற டிவில எதுவுமே வராது. இதுல அது வேறயா.”

“அத்த மட்டும் இழுத்துவுட்ட, வூட்டுல ஒன்னும் படிக்காதுங்க. நானே அடுத்த மாசம் புடுங்கிவுட்றலாம்னு இருக்கேன்.”

“இல்ல சொந்தக்காரப் பையன் ஒருத்தன் கேபிள் டிவி நடத்துறான். என் பையனத் தொணைக்குக் கூப்புடறான். பள்ளிக்கூடம் வுட்டதும் கொஞ்ச நேரம் வந்துட்டுப்போவட்டும், எதாவது கொடுக்கறேன்னு கேட்டுப்போனாங்க. அதான் யோசனையா இருக்குது.”

“அந்த மாதிரி பைத்தியக்கார வேலையெல்லாம் செஞ்சிடாத. இப்ப இன்னா படிக்கறான்?”

“ஒம்பதாவது.”

“ம்... அடுத்து பத்தாவது. ஒழுங்கா படிக்கவை அவன. ஏன் அவனும் உன்ன மாதிரிக் கஷ்டப்படணுமா?”

சந்திரன் தலையை ஆட்டிக்கொண்டார். ஆனாலும், அவரால் தீர்மானமான முடிவுக்கு வர முடியவில்லை.

இரவு வீட்டுக்கு வந்ததும். சாப்பிட்டுவிட்டு, மெல்ல “கதிர் இன்னும் வரலயா?” என்றார்.

"வருவான்... வருவான்" என்று சலிப்பாகச் சொன்னாள் அவர் மனைவி.

"உங்கக்கா கடைக்கு வந்திருந்தாங்க" என்று ஆரம்பித்தார்.

"எனக்குக் குடுக்கச்சொல்லி எதாவது காசு குடுத்தாளா?"

சந்திரன் கடுப்பாக, "இல்ல" என்றார்.

"அவ குடுத்திருப்பா. நீ எடுத்துகினு ஏமாத்துவ."

சந்திரனுக்கு எரிச்சலாக இருந்தது. தன் மனைவியை முறைத்தார்.

"இன்னாவாம்?"

"உங்கக்கா பையன் கேபிள் டிவில கதிர வேலைக்கு அனுப்பணுமாம்."

"பள்ளிக்கூடத்துட்டு நிறுத்தப்போறியா?"

"இல்ல, பள்ளிக்கூடத்தவுட்டு சாயங்காலத்துல."

"சாயங்காலம்தான, போயிட்டுவரட்டும்."

"இன்னா பேசற நீ, பின்ன அவன் எப்ப படிப்பான்?"

"ஆமா, அவன் எங்க படிக்கறான். சுத்திசுத்திதான் வரான். இங்க இந்தப் பொறுக்கிப்பசங்ககூடப் பொறுக்கறதுக்கு அங்க போனா அவன் எதனா காசு குடுப்பான்ல."

சந்திரன் அமைதியாக இருந்தார்.

"இன்னா?"

"அதெல்லாம் ஒன்னும் வேணாம். அவன் படிக்கட்டும்" என்று சொன்னதும், அவர் மனைவிக்குக் கோபம் தலைக்கேறிக் கத்த ஆரம்பித்தாள், "உனுக்கு உன் குடும்பம்தான் ஒஸ்த்தி. அவங்க வூட்டுக்கு மொறவாசல் செய்யன்னா நீ ஓடுவ. உன் புள்ளய அனுப்புவ. எங்கக்கான்னா உனுக்கு எலக்காரம்தான்."

அதன் பிறகு, அந்த இரவு முழுக்க சந்திரன் எதுவும் பேசவில்லை. கதிர் வந்து சாப்பிட்டுத் தூங்கும்வரை அமைதியாகவே இருந்தார். அன்று இரவு நீண்ட நேரம் விழித்திருந்தார். தான் வறுமையில் இருக்கிறோம், அதனால் தன் சொந்தங்கள் அதைப் பயன்படுத்திக்கொள்ளவும் அதற்கு உடன்படாத சூழலில் தன்னை

இழிவாக நடத்தவும் பார்க்கிறார்கள் என்று முதன்முறையாக உணர்ந்தார்.

சந்திரன் காலையில் எழுந்து வேலைக்குப் புறப்படும் முன் கதிரை எழுப்பினார். அவன் தூக்கக்கலக்கத்துடன் கண்களைக் குறுக்கிக்கொண்டு அவரை 'என்ன?' என்பதுபோல் பார்த்தான்.

"உங்க பெரியம்மா உன்ன வரச்சொன்னாங்க, ஸ்கூல் முடிஞ்சதும் போயி இன்னான்னு கேட்டுட்டுவா" என்றார்.

அவன் பதிலேதும் சொல்லாமல் கண்களை மூடிக்கொண்டு படுக்கையில் சரிந்தான். சிறிது நேரம் அவனையே பார்த்துக் கொண்டிருந்துவிட்டு வேலைக்குப் புறப்பட்டார்.

அடுத்த வார இறுதியில், பெரியம்மா மகனான தன் அண்ணன் குமரேசனுடன் கிருமாம்பாக்கம் சென்று அங்கு அவர் நடத்தும் கேபிள் டிவி ஆபிஸில் உட்கார்ந்திருந்தான் கதிர். வீடுகளின் எண்கள் எழுதப்பட்ட அட்டைகளை அவர் அடுக்கிக்கொண்டிருந்தார். அந்த அறையையே அவன் சுற்றிப்பார்த்துக் கொண்டிருந்தான். அறை முழுக்கக் கறுப்பு ஒயர்களும் ஒரு ஏணியும் இன்னும் அவனுக்குத் தெரியாத புரியாத பல பொருட்களும் குவிந்துகிடந்தன. அட்டைகளை அடுக்கிக்கொண்டு, "செரி வா" என்று அவனை அழைத்துக்கொண்டு, பணம் வசூலிக்கப் புறப்பட்டார். அன்று அவர்கள் சென்ற பெரும்பாலான வீடுகளில் விதவிதமான சாக்குபோக்குகள் சொல்லி அனுப்பினார்கள். மொத்தமாக இரண்டு பேர் மட்டுமே காசு கொடுத்தார்கள். மேலும், சுற்றிசுற்றி வந்த வழிகளும் அவனுக்குப் புரியவே இல்லை. அந்த மக்கள் இவர்களை சன் டிவிக்காரர்கள் என்றே அழைத்தார்கள். கதிருக்கு அது விநோதமாக இருந்தது.

மொத்த இடங்களும் அத்துப்படியாக அவனுக்கு ஒரு மாதம் தேவைப்பட்டது. அதேநேரம், சில சிறிய வேலைகளையும் கற்றுக்கொண்டிருந்தான். மாலை பள்ளிக்கூடம் விட்டதும் வீடு சென்று உடைமாற்றிக்கொண்டு, பேருந்து ஏறி ஐந்துரை மணிக்குள் கேபிள் அறைக்கு வந்து அட்டைகளை எடுத்துக்கொண்டு சுற்ற ஆரம்பிப்பான். யாராவது ஏதாவது புகார் சொன்னால் குறித்துக்கொள்வான். கொஞ்சம் நேரம் சரிசெய்ய முயல்வதுபோல் நடித்துவிட்டு, "இதோ வரேன்" என்று சொல்லிவிட்டு வந்துவிடுவான். பிறகு, குமரேசன் வந்து சரிசெய்யும்வரை அந்த இடத்துக்கே போக

மாட்டான். இரவு எட்டு மணிக்குப் புறப்பட்டு ஒன்பது மணிக்கு வீட்டுக்கு வந்துவிடுவான். சனி ஞாயிறு முழுக்க அங்கேதான்.

சந்திரனுக்கு கதிரின் படிப்பை நினைத்தால் கவலையாக இருந்தது. சரிந்து புதைந்துகொண்டிருக்கும் தன் குடும்பத்தை, அவன் நன்றாகப் படித்துக் கைதூக்கிவிடுவான் என்று கனவுகண்டுகொண்டிருந்தார். அது மெல்லக் கரைந்து மறைந்துகொண்டிருந்தது. அவன் சுத்தமாகப் புத்தகத்தைத் தொடுவதே இல்லை. மேலும், அவன் கையில் காசு பார்க்க ஆரம்பித்ததும் தன்னை அவன் எதிர்பார்ப்பதும் இல்லை, தன்னை மதிப்பதும் இல்லை என்பதை உணர்ந்தார். ஆனால், வழக்கம்போல் எதுவும் செய்யாமல் அமைதியாக இருந்தார். அதன் பிறகு, கதிர் அந்த கேபிள் டிவி அறையே கதி என்று இருந்தான். அங்கேயே தங்க ஆரம்பித்தான்.

♦

கதிர் மாலை பள்ளிக்கூடம் விட்டதுமே, வேகமாக வீட்டுக்கு வந்து உடைகளை மாற்றிகொண்டு, பேருந்து பிடித்து கிருமாம்பாக்கம் வந்துவிடுவான். அங்கிருந்து இரண்டு கிலோ மீட்டர் உள்ளே சென்று கேபிள் அலுவலகத்தைத் திறந்து, அவனுக்காக எடுத்துவைக்கப்பட்டிருக்கும் அட்டைகளை எடுத்துக்கொண்டு வீடுவீடாக வசூலுக்குச் செல்வான். ஊர் மற்றும் காலனி இரண்டு பகுதிகளுக்கும் கேபிள் கனெக்ஷன் கொடுத்திருந்தார்கள். ஒருபக்கம் முழுக்க ஒரேமாதிரி கட்டப்பட்ட காலனி வீடுகள். மற்றொரு பக்கம் மாடி வீடுகளும் குடிசை வீடுகளும் கலந்திருக்கும். அங்கிருந்த பெரும்பாலானவர்கள் சற்று தொலைவில் இருந்த பேப்பர் ஆலைத் தொழிலாளர்களாக இருந்தவர்கள். அந்த ஆலை மூடப்பட்டுவிட்டதால் இப்போது பல்வேறு வேலைகள் செய்துகொண்டிருந்தார்கள். காலை எட்டு மணிக்கு முன்பு அல்லது மாலை ஆறு மணிக்கு மேல்தான் அவர்களை வீட்டில் பார்க்க முடியும். மற்ற நேரங்களில் பெரும்பாலான வீடுகள் பூட்டியிருக்கும் அல்லது வயதானவர்களும் சிறுவர்களும் இருப்பார்கள்.

காலை வேளைகளில் குமரேசன் வந்து பார்த்துவிட்டுப் போய்விடுவார். மாலையில் கதிர் வருவான். மாதத்தில் முதல் பத்து நாட்கள், சரியாகப் பணம் கொடுக்கும் வீடுகளில் இரண்டு வேளையும் குமரேசனே வசூலித்துவிடுவார். இழுத்தடிக்கும் வீடுகளுக்கு எப்போதும் கதிர் மட்டுமே சென்றுவருவான். சாக்கு சொல்லி ஏமாற்றுவதில் ஊர், காலனி என்ற பேதமெல்லாம் இல்லை. அனைவரும் ஒரே மாதிரிதான் நடந்துகொள்வார்கள்.

நாட்கள் போகப்போக குமரேசனின் நடவடிக்கைகளில் மாற்றம் ஏற்பட ஆரம்பித்தது. ஆயிரம்தான் இருந்தாலும், தான் இங்கு வேலைக்காரன். அவன் முதலாளி. அப்படித்தான் நடந்துகொள்வான் என கதிரும் உணர ஆரம்பித்தான். கதிரால் சரியாக வசூலிக்க முடியவில்லை. தொடர்ந்து குமரேசனிடம் திட்டுவாங்கிக்கொண்டிருந்தான்.

வெயில் தாழாத உக்கிரமான ஒரு மாலையில், கதிரும் எரிச்சலில் இருந்தான். காலனியில் பல மாதங்களாகப் பணம் கொடுக்காத ஒரு வீட்டுக்குச் சென்று, இன்று எப்படியாவது வசூலித்திட வேண்டுமென்று சென்றான். வழக்கம்போல் கதவைத் தட்டினான். வீட்டின் ஆண் கதவைத் திறந்து, "இன்னாடா" என்றார். அவர் வயது நாற்பதுக்கு மேல் இருக்கும். சட்டை அணிந்திருக்கவில்லை. கைலி மட்டுமே கட்டியிருந்தார். உடல் இரும்பு மாதிரி இருந்தது. பெரிய மீசை வைத்துத் தாடியை மழித்திருந்தார். தலை நன்றாக நரைக்கத் தொடங்கியிருந்தது. கண்களில் போதை.

"கேபிள் காசு."

"உங்கண்ணன்கிட்ட பேசிக்கிறேன். போடா."

"நீ பேசி கீச்சதுலாம் போதும். காச எடு."

"ஆடிங் மயிறு, ஒத வாங்காம ஓடிடு."

"மரியாதயா காச எடு, இல்லனா ஒயர அத்துட்டுப் போயினே இருப்பேன்" என்று கதிர் சொல்லிக்கொண்டிருக்கும்போது, அந்த வீட்டிலிருந்தும் அக்கம்பக்கத்திலிருந்தும் ஆட்கள் கூட ஆரம்பித்துவிட்டார்கள்.

"ங்கோத்தா, ஒரு அப்பனுக்குப் பொறந்தவனா இருந்தா ஒயர் மேல கைய வைடா."

அந்த வார்த்தையைக் கேட்டதும் கதிருக்குக் கோவம் தலைக்கு ஏறியது. ஒரு நிமிடம் தான் என்ன செய்கிறோம் என்று உணர்வே அவனுக்கு இல்லை. கையில் இருந்த கேபிள் அட்டைகளை அப்படியே கீழே போட்டுவிட்டு, பேன்ட் பாக்கெட்டில் இருந்த கட்டரை எடுத்துக்கொண்டு, வீட்டின் பக்கவாட்டில் சென்றுகொண்டிருந்த ஒயரை சட்டெனத் துண்டித்தான். அதைப் பார்த்த வீட்டுக்காரருக்கு போதையில் கோவம் தலைக்கு ஏற, கதிரின் சட்டையைப் பிடித்து இழுத்தார். இழுத்த வேகத்தில் அது கிழிந்தது. அவன் கன்னத்தில் பளாரென்று விட்டார்.

தடுமாறிக் கீழே விழுந்தவன், வேகமாக எழுந்து அவர் முகத்தில் இரண்டு குத்துவிட்டான். அப்போது அந்த வீட்டுப் பெண் ஒரு அரிவாளை எடுத்துக்கொண்டு வந்தாள். தெருக்காரர்களும் கதிரை தாக்கத் தொடங்கவும் வேகமாக ஓடினான். சில இளைஞர்கள் மட்டும் அவனை விடாமல் துரத்தினர். அவன் வேகமாக ஓடி ஒரு முள்வேலியைத் தாண்டி, காலனியிலிருந்து ஊர்ப்பக்கம் ஓடினான். சற்று தூரம் சென்று திரும்பிப்பார்த்தான். யாருமில்லை என்பதை உறுதிப்படுத்திகொண்டு, ஊரில் பெரிய மனிதர் என்று சொல்லிகொண்டிருக்கும் ஒருவரிடம் சென்று அனைத்தையும் சொன்னான். அதற்குள் விஷயம் கேள்விப்பட்டுப் பலர் கூடிவிட்டனர்.

ஊர் எல்லையிலுள்ள தண்ணீர்த் தொட்டின் எதிரில் இருந்த காலி மைதானத்தில் இரண்டு தரப்பும் காரசாரமான விவாதத்தில் ஈடுபட்டன.

"பொழப்புக்கு வந்த பையன அடிச்சி அனுப்பிருக்கீங்க, அவன் கம்பிளைன்ட் குடுத்தானா உள்ள போவ வேண்டியதுதான்" என்றார் நாட்டாமைக்காரர். அவரும்கூட நான்கு மாத கேபிள் பணம் கொடுக்கவில்லை என்று நினைத்துக்கொண்டான் கதிர்.

"கம்பிளைன்ட்தான, குடுக்கச் சொல்லு. நாங்களும் குடுக்கறோம், எங்கூட்டுப் பொம்பள குளிக்கறத எட்டிப்பாத்தான்னு" என்று எதிர்த்தரப்பிலிருந்து ஒரு இளைஞன் கத்தினான். இரண்டு தரப்பிலிருந்துமே பலரும் பதறினார்கள்.

"டேய், வாய வெச்சிகினு சும்மா இருடா" என்று கத்தினார் ஒரு பெண்.

"உங்க அண்ணன் எங்கடா?" என்று நாட்டாமைக்காரர் கதிரிடம் கேட்க, "அவர் போன ஆப் பண்ணி வெச்சிருக்காரு" என்றான்.

"விஷயம் போயிருக்கும்" என்று கூட்டதிலிருந்து யாரோ சொன்னார்கள்.

கூட்டத்தில் மாறிமாறிக் கத்திக்கொண்டிருந்தார்கள். கதிரும் அவனிடம் சண்டை போட்டவரும் எதிரெதிரில் அமைதியாக நின்றுகொண்டிருந்தார்கள். ஒருகட்டத்தில் இவர்கள் தனக்காகப் பேசவில்லை, இந்த சந்தர்ப்பத்தைப் பயன்படுத்திக்கொள்ளப் பார்க்கிறார்கள் என்று கதிருக்குத் தோன்றியது. ஆனாலும், அவனால் ஒன்னும் செய்ய முடியவில்லை. தன் எதிரில் இருந்தவரைப்

பார்த்தான். அவருக்கு போதை தெளிந்திருந்தது. அவர் கண்களில் கோபமில்லை. வருத்தம்தான் இருந்தது. தேவையில்லாத 'வேலையைப் பாத்துட்டியேடா' என்று சொல்வதுபோல் கதிருக்குத் தோன்றியது. குற்றவுணர்வில் தலைகவிழ்ந்துகொண்டான். நன்றாக இருட்டிய பிறகும் அவர்கள் ஒரு முடிவுக்கு வராமால் ஏதேதோ பழைய பிரச்சினையைப் பேசிக்கொண்டிருந்தார்கள். பிறகு கதிரிடம் திரும்பி, "டேய் நீ கௌம்பு, உங்கண்ணன்கிட்ட பேசிக்கிறோம்னு சொல்லு" என்று, கதிருக்கு ஒரு புதுச் சட்டை வாங்கிக்கொடுத்து அனுப்பிவைத்தனர்.

குமரேசன் இதை வீட்டில் சொல்ல வேண்டாமென்று கேட்டுக்கொண்டார். கதிரும் இதை யாரிடமும் சொல்லவில்லை. அதன் பிறகு ஒரு வாரம் கழித்து மீண்டும் கதிர் வேலைக்குச் செல்ல ஆரம்பித்தான். முன்பு இருந்த ஆர்வம் இப்போது இல்லை. அந்தக் குறிப்பிட்ட தெருவுக்கு மட்டும் போவதை நிறுத்திக்கொண்டான். போகுமிடமெல்லாம், "இன்னாப்பா உன்ன அடிச்சிட்டாங்களாமே" என்று மீண்டும்மீண்டும் கேட்டுக்கொண்டே இருந்தனர். மேலும், அவனால் படிப்பிலும் கவனம் செலுத்த முடியவில்லை. ஆனால், எப்படியோ பத்தாவது தேறி பதினொன்றாவது சென்றுவிட்டான். பத்தாவதுவரை ஜீவானந்தம் பள்ளியில் படித்தவன், குறைந்த மதிப்பெண் எடுத்த காரணத்தால் பதினொன்றாவது வகுப்புக்கு, முத்திரைப்பாளையம் இளங்கோவடிகள் பள்ளியில்தான் இடம் கிடைத்தது. பதினொன்றாவது சேர்ந்தும் மூன்று மாதம் கேபிள் டிவியைப் பார்த்துக்கொண்டிருந்தான். நாட்டம் மேலும் குறைய ஆரம்பித்தது. குமரேசன் கேட்டதற்குப் பள்ளிக்கூடத்திலிருந்து வருவதற்கே நேரமாகிறது என்றும், மேலும் அடிக்கடி ஸ்பெஷல் கிளாஸ் வைக்கிறார்கள் என்றும் சொன்னான். குமரேசனும், முடியும்போது வா என்று விட்டுவிட்டார். பள்ளிக்கூடம் விட்டதும் முத்திரைப்பாளையத்திலிருந்து கதிர்காமம்வரை சைக்கிளைத் தள்ளிக்கொண்டே வருவான். அதன் பிறகே சைக்கிளில் ஏறி வீட்டுக்கு வருவான். அவன் கதை என்ன என்பதை வெகுவிரைவிலேயே அவன் நண்பன் அசோக் கண்டுபிடித்தான்.

12

வினயன் தனது வீட்டில் அமைதியாக உட்கார்ந்திருந்தான். இடிக்கப்பட்ட கடையில் இருந்த பொருட்களையெல்லாம் ஒரு வண்டியில் போட்டு, வீட்டுக்குக் கொண்டுவந்திருந்தான். ஒரு வாரமாக எங்கும் போகவில்லை. மணிக்கு எந்தத் தகவலையும் அவன் அனுப்பவில்லை. ஜன்னல் வழியாகத் தெருவை வேடிக்கைபார்ப்பதையே ஒரு வாரமாகச் செய்துகொண்டிருந்தான். இனி எப்படி ஊருக்குப் போவதென்று அவனுக்குத் தெரியவில்லை. மணி தன்னை ஒரு வேலைக்காகாத முட்டாளாகக் கருதுவார் என நினைத்தான். இத்தனை ஆண்டுகள் அவர் நடத்திவந்த கடையை மூன்று நாட்களில் தான் அழித்துவிட்டதாக நிச்சயம் அவர் குற்றம்சாட்டுவார். அவருக்கு என்ன சமாதானம் சொல்வதென்று அவனுக்குத் தெரியவில்லை. கையிருப்பு பெரிதாக ஒன்றுமில்லை. அதிகபட்சமாக இரண்டு மாதம் வாடகை கொடுத்து சாப்பிடலாம். மீண்டும் எதாவது ஒரு டீக்கடைக்கு வேலைக்குப் போகலாம். ஆனால், ஒருமுறை முதலாளி என்ற இருக்கையில் உட்கார்ந்துவிட்டு அதிலிருந்து இறங்கி மீண்டும் ஒரு வேலைக்காரனாக மாறுவது கொடுமையானது. வினயன் கிட்டத்தட்ட அணையப்போகும் விளக்கின் அருகில் சுற்றிக்கொண்டிருக்கும் பூச்சிபோல் படபடத்துக்கொண்டிருந்தான். சீக்கிரம் ஏதாவது செய்தாக வேண்டும். இப்போது இல்லை என்றாலும் நிச்சயம் சீக்கிரம் மணிக்குத் தகவல் போகத்தான்போகிறது. அதற்குள் அவரை சமாளிக்க எதாவது செய்தாக வேண்டும் என்று யோசித்துக்கொண்டிருக்கும்போதே, “தம்பி” என்ற குரலும் கதவைத் தட்டும் சத்தமும் கேட்டன. வினயன் பதற்றத்துடன் எழுந்துசென்று பார்த்தான். வீட்டுக்காரர் நின்றுகொண்டிருந்தார். வினயனுக்குக் குழப்ம். வாடகை தேதிகூட இல்லையே என்று யோசித்தான்.

“தம்பி கொஞ்சம் கிளம்பிவா, உங்க ஓனர் வந்துன்னு இருக்கிறாரு. பஸ் ஸ்டாண்ட்வரைக்கும் போயி இட்டுகினு வரலாம்” என்றார்.

வினயனுக்குத் திக்கென்று இருந்தது. எதுவும் சொல்லவில்லை. கதவைச் சாத்திக்கொண்டு புறப்பட்டான். இருவரும் ஒரு ரிக்ஷாவில்

சென்றனர். வினயன் தயங்கிக்கொண்டே வீட்டுக்காரரிடம் கேட்டான், “சேட்டன் இப்ப எந்துனா இவடிக்கி வர்ன?”

அவர் திரும்பி வினயனைப் பார்த்தார். அவர் கண்களை அவனால் நேருக்குநேர் சந்திக்க முடியவில்லை. அழுதுவிடுவோமோ என்று தோன்றியது. இவரையே தன்னால் எதிர்கொள்ள முடியவில்லையே, மணியண்ணனை எப்படி எதிர்கொள்வது என்று அஞ்சினான். ரிக்ஷாவிலிருந்து இறங்கி ஓடிவிடலாமா என்றுகூடத் தோன்றியது. ஆனால், உடனே தனது முடிவை மாற்றிக்கொண்டான். என்ன வந்தாலும் எதிர்கொள்ளலாம் என்று திடீரென்று அவனுக்குள் ஒரு ஆவேசம் எழுந்தது. பேருந்து நிலையம் போகும்வரை இருவரும் பேசாமலேயே இருந்தனர். அவர்கள் போவதற்குள் மாகே பேருந்து வந்திருந்தது. மணி பேருந்தை விட்டு இறங்கி எதிரில் இருந்த கடையில் டீ குடித்துக்கொண்டிருந்தார். இவர்களைப் பார்த்ததும் கைகளை அசைத்து அழைத்தவர், காசு கொடுத்துவிட்டு வினயனிடம் பையைக் கொடுத்தார். “நோக்கிக்கோ, ஒன்னு மூத்திரமொழிச்சிட்டு வரான்” என்று சொல்லிவிட்டுச் சென்றார்.

வீட்டுக்காரரிடம் வினயன், “சேட்டன் அறியுமோ?” என்றான்.

“தெரிஞ்சிதான் வந்திருக்காரு.”

வினயன் அமைதியாக இருந்தான்.

“இதப் பாரு, அவரு உன்ன வுட்டுட்டுப் போவும்போது என்கிட்ட உன்னப் பாத்துக்கச் சொல்லிட்டுதான் போனாரு. இங்க உனுக்கு எதுனா ஒன்னுனா எப்புடி ஊர்ல அவரு உங்கம்மாவுக்குப் பதில் சொல்லணுமோ அதுமாதிரி நான் அவருக்குப் பதில் சொல்லணும்.”

மணி திரும்ப வரும்வரை இருவருமே அமைதியாக நின்றிருந்தனர். மணி மெதுவாக வந்து இருவரையும் பொதுவாகப் பார்த்து, “போலாமா?” என்றார். மூவரும் பேருந்து நிறுத்தத்தை விட்டு வெளியே வந்து, ஒரு ஆட்டோ பிடித்துக்கொண்டு மீண்டும் வீட்டுக்கு வந்தனர். வரும் வழியில் மூவருமே எதுவும் பேசிக்கொள்ளவில்லை. வீட்டுக்கு வந்ததுமே வீட்டுக்காரர், “நீங்க குளிச்சிட்டுருங்க, நான் என் பையன்கிட்ட டிபன் குடுத்து அனுப்பறேன்” என்று சொல்லிவிட்டு வெளியேறினார். வினயன் முடிந்த அளவுக்கு மணியின் பார்வையைத் தவிர்த்தான். அவரும் அவனைக் கண்டுகொள்ளாத மாதிரியே வேலைகளைத் தொடர்ந்தார். இருவரும் ஒருவர் பின் ஒருவராகக் குளித்துச் சாப்பிட்டு வீட்டைப்

பூட்டிக்கொண்டு புறப்பட்டனர். வினயனுக்கு எங்கே போகிறோம், என்ன நடக்கிறது என்று ஒன்றும் புரியவில்லை. ஆனால், கேள்வி கேட்கும் நிலையில் தான் இல்லை, சொன்னதைச் செய்வோம் என்ற மனநிலைக்கு வந்திருந்தான். இருவருமே டெம்போவில் ஏறி, பெரிய ஆஸ்பத்திரி நிறுத்தத்தில் இறங்கினார்கள். மணி தனது கடை இருந்த இடத்தைப் பார்க்கத்தான் போகிறார் என்று வினயன் நினைத்தான். என்னதான் இருந்தாலும் இத்தனை ஆண்டுகள் அவர் கட்டியாண்ட இடம். அவருக்கென ஒரு வாழ்க்கையை உருவாக்கிய இடம். அது போய்விட்ட ஏக்கமும் வருத்தமும் இருக்கத்தானே செய்யும். ஆனால், தன்னால் அதைக் காப்பாற்ற முடியவில்லையே என வருந்தினான். வினயன் எதிர்பார்த்ததுபோல் கடை இருந்த இடத்துக்குப் போகவில்லை. மகப்பேறு மருத்துவமனை வாசலில் இருந்த பேருந்து நிறுத்தத்துக்கு எதிரில் கட்டப்பட்டிருந்த முனிசிபாலிட்டி கடைகளில் ஒரு கடை வாசலில் வந்துநின்றார். வினயன் எதுவும் புரியாமல் அவரையே பார்த்துக்கொண்டிருந்தான். ஷட்டர் இறக்கப்பட்டுப் பூட்டு போடப்பட்டிருந்தது. தன் கையில் இருந்த பையிலிருந்து சாவியை எடுத்து அவனிடம் நீட்டினார். வினயன் அவரை ஆச்சரியமாகப் பார்த்துக்கொண்டிருந்தான்.

“இது நடக்கும்னு எனிக்கி அறியாம். அதொண்டா அடுத்து புதிய காம்ப்ளேக்ஸில் உள்ள ஒரு செரிய ஷாப்ன கொறச்சி காசுனு புக் செய்து வெச்சேக்குவா. ஒரு நல்ல திவசம் நோக்கி ஸ்டார்ட் செய்யாம்போவா.”

எட்டுக் கடைகள் கொண்ட வட்டமான அந்தக் கட்டிடத்தை வினயன் ஒருமுறை சுற்றிவந்தான். ஒரே ஒரு கடை மட்டும் தொடங்கப்பட்டிருந்தது. இரண்டு கடைகளில் வேலைகள் நடந்தன. மணி அவனையே பார்த்துக்கொண்டிருந்தார். அவன் இன்னும் ஆச்சரியத்திலிருந்து வெளியே வரவில்லை. “செரி வா, ஒரு சாயா குடிக்காம்” என்று அவனை அழைத்துக்கொண்டு, கடற்கரை நோக்கிச் சென்றார். ஆனால், கடற்கரைக்குப் போகாமல் அதன் அருகில் இருந்த தெருவில் நுழைந்து போலிஸ் கேண்டீனுக்குச் சென்றார்கள். டீயை வாங்கிக்கொண்டுவந்து உட்கார்ந்தனர். வினயனிடம் மணி நிறைய மனம் விட்டுப் பேச நினைத்தார். ஆனால், வினயன் குற்றவுணர்வில் தத்தளித்துக்கொண்டிருப்பதை அவர் உணர்ந்திருந்தார். முதலில் அவனிடமிருந்து அதைப் போக்க வேண்டும் என்று முடிவெடுத்தார்.

“வினயா.”

“சேட்டா.”

“ஒரு முதலாளியோ அல்லே வியாபாரியோ எப்பிழா தோட்டுப்போனனு அறியுமோ?”

வினயன் பதிலேதும் சொல்லாமல் அவரையே அமைதியாகப் பார்த்துக்கொண்டிருந்தான்.

“கஷ்டப்பட்டு ஜோலி செய்திட்டுத் தோற்றுபோயால், போயது விஜாரிச்சி கஷ்டப்பட்டுக் காரியல்லா. இவட நமக்கு சென்டிமென்ட் ஒன்னும் கைகொடுக்கில்லா. நம்மளு ஜாதி மதம் நாடென்னும் நோக்காம்பாடில்லா. அதுவானிச்சி எல்லாம் மீட்டெடுக்கணும். இதொன்னும் நோக்காண்டு நீ ஒரு ஆளுன்னே பணியமர்த்தியாள் நேரியாவில்லா. ஞான் நின்ன இவட பணிக்கு வெக்கும்போல் நீ எண்ட நாடான்னு நோக்கி ஞான் வெச்சிட்டில்லா. பக்ஷே நீ ஒரு நல்ல ஜோலிக்காரன்னு எனிக்கிக் கண்டப்ப தன்ன மனசிலாயி. நீயும் இது படிச்சோ. நாள நீ ஆரெங்கிலும் ஜோலிக்கி வெக்கும்போல் இத மனசுல வெச்சிட்டு முன்னோட்டுப்போ. இனி இது நிண்ட கட. இது நிண்ட ஜீவிதம். நோக்கிக்கோ.” சொல்லிவிட்டுக் கடைசிச் சொட்டு டீயையும் குடித்துவிட்டு எழுந்தார்.

வினயன் அவரையே பிரமிப்பாகப் பார்த்துக்கொண்டிருந்தான். அவன் ஒரு சொட்டு டீயைக்கூடக் குடிக்கவில்லை. அவனும் அவருடன் எழுந்தான். அவர் அவனை நிறுத்தி, டீயைக் குடித்துவிட்டு வரும்படி சொன்னார்.

♦

வினயன் முதலில் டீக்கடையை மட்டுமே தொடங்கினான். டீ, பிஸ்கட், வடை. “ஈ கடைக்கி பேரு வெச்சோ?” என்று மணி கேட்டபோது லேசாகச் சிரித்துக்கொண்டான்.

“அதே மாகேதான் சேட்டா. பக்ஷே காபிபார் மாத்திரம் இல்லா.”

“பின்னே?”

“மாகே கஃபே.”

“பிரான்ஸிபோவான் ஆதரகம் வன்னோ?”

“சேட்டா இப்போள் நம்பளு பகுதி பிரான்ஸ்லல்ல இல்லது.”

மணி வாய்விட்டுச் சிரித்தார்.

"அதொக்க ஒருகாலம். இப்போ எல்லாரும் பயங்கர புத்திமானா. செரி, நோக்கிக்கோ" என்று சொல்லிவிட்டுப் புறப்பட்டார். வினயனுக்கு என்னவோபோல் இருந்தது. ஒருபக்கம் சந்தோஷமாகவும் இருந்தது.

வினயன் டீக்கடையை விரைவாகவே சிறிய உணவகமாக மாற்றினான். தமிழர்களும் மலையாளிகளும் கலந்தே அந்த உணவகத்தில் வேலைபார்த்தனர். பிறகு, அதே கட்டிடத்தில் அருகில் இருந்த மேலும் இரண்டு கடைகளையும் எடுத்தான். அதை இணைக்கும் நடைபாதையை ஆக்கிரமித்து ஷீட்டு போட்டான். யாரும் எதுவும் கேட்காமல் இருப்பதற்காகச் செய்ய வேண்டியதைச் செய்தான். இரண்டு ஆண்டுகளில் ஒரு நிலைமைக்கு வந்தான்.

பிறகு, வினயன் டீ போடுவதை நிறுத்தியிருந்தான். மாகேவிலிருந்து தனது காதலியுடன் ஓடிவந்து திருமணம் செய்துகொண்ட அப்புண்ணியை டீ மாஸ்டர் ஆக்கினான். அவரது வேலை வினயனுக்குப் பிடித்திருந்தது. கணக்குவழக்குகளை நன்றாகக் கவனித்துக்கொள்ள ஒரு ஆள் தேடினான். அப்போதுதான் தனது கடைக்குப் பின்னால் இருக்கும் லாட்டரிச் சீட்டுக் கடை சந்திரனைப் பற்றிக் கேள்விப்பட்டு, அவரிடம் பேசி அழைத்துவந்தான்.

வினயன் யாருக்கு என்ன சம்பளம் தருகிறான் என்று சந்திரனுக்கு மட்டுமே தெரியும். யாருக்கு என்ன தருகிறோம் என்று அவன் எப்போதும் வெளிப்படையாக இருந்ததில்லை. ஆனால், அவன் மலையாளிகளுக்கு அதிகமாகவும் தமிழர்களுக்குக் கம்மியாகவும் தருகிறான் என்ற குற்றச்சாட்டு சிலருக்குள் ஓடிக்கொண்டிருந்தது. அது உண்மையா என்று, சந்திரனைக் கேட்டால் தெரியும் என்று நினைத்தனர். ஒருநாள் பேச்சுவாக்கில் அவரிடம் கேட்கவும் செய்தனர். ஆனால், அவர் பிடிகொடுக்காமல் நழுவிவிட்டார். அதேபோல் தீபாவளி போனஸிலும் ஓணம் போனஸிலும்கூட வித்தியாசம் இருப்பதாக நம்பினார்கள். அதில் சமையல் மாஸ்டர் ரங்கநாதன், "அவனுங்க ரெண்டு போனஸ் வாங்கறானுவோ" என்று குற்றம்சாட்டினார். அவ்வப்போது இதெல்லாம் வினயன் காதுகளுக்குப் போனாலும்கூட அவன் அதைப் பற்றியெல்லாம் கவலைகொள்ளவில்லை. அவன் நினைப்பு முழுக்க, தான் துரத்தப்பட்டுத் தன்னிடமிருந்து பிடுங்கப்பட்ட இடத்தை வாங்கி வீடு கட்ட வேண்டும் என்பதாகவே இருந்தது. வினயன் இருந்தாலும் இல்லை என்றாலும் உணவகம் அதுபாட்டுக்கு

இயங்கிக்கொண்டிருந்தது. ஊழியர்களுக்குள் சிறுசிறு பூசல்களும் குழப்பங்களும் இருந்தாலும் அனைவருமே உண்மையாக உழைத்தனர். சந்திரனை வினயன் முழுமையாக நம்பினான். தொழில் தொடங்கும்போது மணி சொன்ன வார்த்தைகள்தான் அவனது வேதவாக்காக இருந்தன. ஆனால், அனுபவம் அவனுக்கு இன்னும் சிலவற்றையும் சேர்த்துக் கற்றுத்தந்திருந்தது.

13

காலையில் ஏழரைக்கே கதிர் பள்ளிக்கூடத்துக்குப் புறப்பட்டு விடுவான். அவனுடைய மற்ற நண்பர்கள் அசோக், குணா, வெங்கட் என அதே பள்ளிக்கூடத்தில் படிப்பவர்கள் எட்டேகாலுக்குத்தான் புறப்படுவார்கள். அவர்கள் அனைவரும் இவனைவிட ஒரு வயது மூத்தவர்கள். அவர்கள் பன்னிரண்டாம் வகுப்பும் கதிர் பதினொன்றாம் வகுப்பும் படித்தார்கள். ஆரம்பத்தில் கதிரும் அசோக்கோடுதான் ஒன்றாக சென்றுகொண்டிருந்தான். எட்டுபத்துக்கு அசோக் வீட்டுக்கு கதிர் வருவான். ஐந்து அல்லது பத்து நிமிடம் காத்திருப்பான். பிறகு, இருவரும் சிமெண்ட் ரோடு வழியாக நெல்லித்தோப்பை அடைந்து முருகா தியேட்டர் வழியாக மேட்டுப்பாளையம் ரோட்டைப் பிடித்து வேகமாகப் போவார்கள். கதிர்காமத்தில் மட்டும் சைக்கிளின் வேகத்தைக் கொஞ்சம் மட்டுப்படுத்தி, புதுச்சேரி முதல்வர் அங்கு ஒரு கடையில் பேப்பர் படித்துக்கொண்டிருப்பதைப் பார்த்துவிட்டுப் போவார்கள்.

மேட்டுப்பாளையத்துக்கு அடுத்து இருந்தது முத்திரைப்பாளையம். எப்படி முதலியார்பேட்டையிலிருந்து முத்திரைப்பாளையத்துக்கு வருவது சவாலோ அதேபோல் முத்திரைப்பாளையம் மெயின் ரோட்டிலிருந்து மேடேறி பள்ளிக்கூடத்துக்குப் போவதும் சவால்தான். ஏற்கெனவே அவ்வளவு தூரம் சைக்கிள் ஓட்டிக்கொண்டுவந்து, மூச்சிவாங்கிக்கொண்டிருக்கையில் கதிரால் அந்த மேட்டை ஒருமுறைகூட ஏற முடிந்ததே இல்லை. ஆனால், அசோக் வந்த வேகத்திலே ஏறிச்சென்றுவிடுவான். கதிர் இரைக்கஇரைக்க சைக்கிளைத் தள்ளிக்கொண்டு வந்துசேர்வான். அதேபோல், அசோக் மாலையில் முருகா தியேட்டரிலிருந்து வலதுபுறம் திரும்பி நேராக வீட்டுக்குப் போக மாட்டான். நேராக காமராஜ் சாலையைப் பிடித்து நேரு வீதிக்குள் நுழைந்து, செஞ்சி சாலை வழியாக அலையன்ஸ் பிரான்சிஸ் கட்டிடத்தை எட்டிப்பார்த்துவிட்டுத்தான் வருவான். அசோக் அங்கு ஏதோ ஒரு பெண்ணைக் காதலிக்கிறான் என்றுதான் ஆரம்பத்தில் கதிர் நினைத்துக்கொண்டிருந்தான்.

அசோக்குடன் போவதும்வருவதும் கதிருக்கு சரிவரவில்லை. அதனால், தனியாகச் சென்றுவர ஆரம்பித்தான். மற்றபடி பள்ளிக்கூடத்திலும் வெளியேயும் அவர்கள் நல்ல நண்பர்கள்.

கதிர் தனக்கு அந்தப் பெண்ணைப் பிடித்திருந்தது என்பதை முதலில் உணரவில்லை. அவனையும் அறியாமல் அந்தப் பெண்ணை அவன் நோட்டம் விட்டுக்கொண்டிருப்பதை நண்பர்கள் கவனித்துக்கொண்டிருந்தார்கள். செல்வகுமார் என்ற செல்வாவே முதலில் கதிரிடம், "இன்னா மச்சான், அந்தப் பொண்ண ரூட் வுடறபோல" என்று கேட்டான்.

கதிர் மெல்லச் சிரித்துக்கொண்டான். தோழியோடு பேசிக்கொண்டிருக்கும் அவளை மீண்டும் தலையை உயர்த்திப் பார்த்தான். அவள் கண்களையும் சிரிப்பையும் தன் மனதில் பதித்துக்கொண்டான். அதை ஈர்ப்பு என்று சொன்னார்கள். காதல் என்றார்கள். எதுவாகிலும் அது அவனுள் ஏற்படுத்திய பரவசத்தை அதுவரை எதுவும் அவனுள் ஏற்படுத்தியதில்லை. வீழ்கிறோமா அல்லது பறக்கிறோமா என்று தெரிந்துகொள்ள முடியாத ஒரு அந்தர வெளியில் மிதந்துகொண்டிருந்தான். கறுப்புநிறப் பள்ளிப்பையை ஒருபக்கமாகத் தோளில் மாட்டிக்கொண்டு, இரண்டு பெரிய நோட்டுப் புத்தகத்தை நெஞ்சோடு அணைத்துக்கொண்டு, தன் வகுப்புத் தோழிகளோடு அவள் நடந்துபோகும் காட்சி மட்டுமே அவன் மனக்கண்ணில் சதாசர்வ காலமும் ஓடிக்கொண்டிருந்தது.

"மச்சான், நான் ஒன்னு சொல்லட்டுமா?" என்று ஆரம்பித்தான் செல்வா.

"இன்னாடா?"

"உன்னையும் சேர்த்து எனக்குத் தெரிஞ்சே அத நாலு பேர் லவ் பண்றாங்கடா."

கதிர் அதிர்ச்சியாக அவனைப் பார்த்தான். பிறகு, சட்டெனத் தன்னை இலகுவாக்கிக்கொண்டு, "நாலு பேர் லவ் பண்ணாத்தான் மச்சான் அழகா இருக்கற பொண்ணுக்கு மரியாத" என்றான்.

"லவ் பண்ண ஆரம்பிச்சிட்டாவே வெட்கம்மானம்லாம் போயிடும்போல. ச்சைக்." எழுந்து வகுப்பை விட்டுச் சென்றான் செல்வா.

கதிரும் அசோக்கும் டெய்லர் கடையில் உட்கார்ந்திருந்தார்கள். கதிரும் அசோக்கும் நண்பர்களாக ஆனபோதிலிருந்தே அவர்கள்

இருவருக்குமே டெய்லரும் டெய்லர் கடையும்தான் எல்லாம். அசோக் சிறுவயது முதல் டெய்லர் கடையிலேயே அதிக நேரத்தைக் கழித்துக்கொண்டிருப்பான். அசோக்கும் டெய்லரும் ஏதோ ஒருவகையில் சொந்தமாக இருக்கலாமென்று ஆரம்பத்தில் கதிர் நினைத்துக்கொண்டிருந்தான்.

கதிர் தேடித்தேடிக் காதல் பாட்டுகளாக டேப் ரெக்கார்டரில் போட்டுக்கொண்டிருந்தான். அசோக் அவ்வப்போது டெய்லருக்கு உதவியாக ஏதாவது செய்வதுண்டு. ஒருமுறை, சட்டைக்கு பட்டன் தைத்துக்கொண்டிருந்தான். சட்டைத் துணியை அளந்து வெட்டிக்கொண்டிருந்தார் டெய்லர். அடுத்து என்ன பாட்டு போடலாமென்று கேசட்டுகள் இருந்த அட்டைப்பெட்டியை கதிர் ஆராய்ந்துகொண்டிருந்தான்.

“டெய்லர் ஒரு மேட்டர் தெரியுமா?” என்று ஆரம்பித்தான் அசோக்.

டெய்லர் திரும்பிப்பார்க்காமலேயே, “இன்னாடா?” என்றார்.

அவர்கள் வேறு ஏதோ கதை பேசப்போகிறார்கள் என்று கதிர் அவன் வேலையில் மும்முரமாக இருந்தான். ஆனால், “பையன் லவ்வுல வுந்துட்டான்” என்று அசோக் சொன்னதுமே அதிர்ச்சியாகப் பார்த்தான் கதிர். அசோக் சிரித்துக்கொண்டே, “இன்னாடா? இல்லன்னு சொல்லப்போறியா?” என்றான். கதிர் எதுவும் சொல்லவில்லை. இருவருமே டெய்லர் என்ன சொல்லப்போகிறார் என்ற ஆர்வத்தில் இருந்தனர். கதிர் கூடுதலாகக் கொஞ்சம் அச்சத்தில் இருந்தான். டெய்லரோ இருவரையும் கண்டுகொள்ளவில்லை. அசோக்குக்கு ஏமாற்றமாக இருந்தது.

“இன்னா டெய்லர்?”

“இன்னாடா?”

“எவ்ளோ பெரிய மேட்டர் சொல்றன். கண்டுக்காம இருக்கீங்க?”

“டேய், உன் வயசுக்கு இது பெரிய மேட்டரு. என் வயசுக்கு இது சப்ப மேட்டரு. செரி, அவன் லவ் பண்றான்னு உனுக்கு எப்போ தெரியும்?”

“போன வாரம்.”

“ம், எனக்கு ரெண்டு மாசத்துக்கு முன்னாடியே தெரியும்.” டெய்லர் சொன்னதும் அசோக்கைவிட கதிர் அதிகம் அதிர்ச்சியடைந்தான்.

"எப்புடி டெய்லர்?"

"டேய், உன் வயசு இன்னா, என் வயசு இன்னா. எத்தினி பேர நான் பாத்திருப்பேன்."

"டெய்லர், இன்னா செய்யலாம் இவன?"

"ஏன், இன்னா செய்யப்போற? அவன் வயிசுக்கு இன்னா செய்யணுமோ அத கரெக்டாத்தான் செய்யறான். அவன் இன்னா உன்னாட்டம் குஞ்சி செத்தவனா. பொம்பளயப் பாத்தா எறிஞ்சிஎறிஞ்சி வுழ."

"டெய்லர், எனக்குன்னு ஒரு லச்சியம் இருக்குது. அதவுட்டு இவனாட்டம் பொம்பள பின்னாடி சுத்தச் சொல்றியா?"

பேச்சு வேறுபக்கம் திரும்பியதும் கதிர் கொஞ்சம் அமைதியடைந்தான். டெய்லர் அவனிடம் ஏதாவது வம்பு பேசுவார் என்று எதிர்பார்த்தான். அவர் எதுவும் பேசவில்லை. அசோக்கும் எதுவும் பேசவில்லை. கையில் இருந்த சட்டைக்கு பட்டன் தைத்ததும் எழுந்து வெளியே சென்றுவிட்டான். அவன் போனதும் கதிரும் எழுந்துசென்றுவிட, டேப் ரெக்கார்டரின் சத்தத்தைக் கூட்டினார் டெய்லர். 'காதலின் தீபமொன்று ஏற்றினாளே என் நெஞ்சில்' டெய்லரின் நினைவுகளைக் கிளறியது.

♦

கதிர் பன்னிரண்டாம் வகுப்பு முடிப்பதற்குள் மொத்த வகுப்புக்குமே அவன் காதல் விவகாரம் தெரிந்திருந்தது. அவளுக்கும் தெரிந்திருக்கலாம். இன்னொருபுறம், பன்னிரண்டாம் வகுப்பில் கணிதத்தில் தோல்வியடைந்த கதிர், கல்லூரிக்குப் போகாமல் ஒரு வருடம் தொழிற்பயிற்சியில் சேர்ந்தான். அதே நேரத்தில், தொலைதூரக் கல்வியில் இளங்கலைப் பட்டம் சேர்ந்தான் அசோக். மேட்டுப்பாளையம் ஐடிஐயில் தொழிற்பயிற்சி முடித்து மேட்டுப்பாளையத்திலேயே சில நிறுவனங்களில் வேலைபார்த்தான். எல்லாமே சிறிது காலம்தான். எதுவும் அவனுக்குச் சரியாக அமையவில்லை. மீண்டும் கேபிள் வேலைக்கு வந்துவிடும்படி குமரேசன் அழைத்துக்கொண்டிருந்தார். 'சரி, கொஞ்சநாள் போவோம்' என்று போக ஆரம்பித்தான். அசோக் மூன்றாம் ஆண்டு முடிக்கும்வரை கதிர் கேபிள் டிவி வேலைக்குத்தான் சென்றுகொண்டிருந்தான். கையில் காசு புரள ஆரம்பித்திருந்தது. இருவரும் ஒன்றாகக் குடிக்க

ஆரம்பித்திருந்தார்கள். கதிருக்கு அவ்வப்போது அந்தப் பெண்ணின் நினைவுகள் வந்து புலம்பும்போதெல்லாம் அசோக் அவனைத் திட்டிக்கொண்டிருந்தான்.

"நீ இன்னாதாண்ட பண்ணப்போற?" என்று, குடித்துக் கொண்டிருக்கும்போது ஒருமுறை அசோக்கிடம் கதிர் கேட்டான்.

"நானா... நான் பிரான்ஸுக்குப் போவப்போறேன்."

"நேஷ்னாலிட்டியா வெச்சிகிற நீ?"

"ஏன், நான் வெச்சிருந்தாத்தான் போவணுமா? வெச்சிக்கிறவங்களக் கட்டிகினா போவ முடியாதா?"

♦

கதிருக்கு இப்போது செய்துகொண்டிருக்கும் வேலை திருப்தியளிக்கவில்லை. குழப்பதிலேயே கொஞ்ச நாட்களைக் கழித்தான். பிறகு, தெரிந்த ஒருவர் மூலமாக விளம்பரப் பத்திரிகை ஒன்றில், ஆபிஸ் அஸிஸ்டன்டாகச் சேர்ந்தான். சனிக்கிழமைதோறும் வெளிவரும் வாரப் பத்திரிகை அது. வெறும் விளம்பரங்களை மட்டுமே தாங்கிவரும். வேலைவாய்ப்புத் தகவல்கள் அதிகம் இடம்பெறும் என்பதால் மிகுந்த வரவேற்பு கொண்டது. இலவசம்தான். விளம்பரங்களின் மூலமாகவே வருமானம் பார்த்தனர். சனிக்கிழமை மாலை நான்கு மணிக்குப் பத்திரிகை வரும்போது, வண்டியைக் கூட்டம் சூழ்ந்துகொள்ளும்.

அந்த அலுவலகத்தில் வடிவமைப்புக்கென்று ஒரு அறையும் அதில் இரண்டு வடிவமைப்பாளர்களும் இருந்தனர். அவர்கள் வேலை செய்வதைத் தொடர்ந்து கவனித்துவந்தான். அவ்வப்போது அவர்களிடம் ஏதாவது கேட்டுக்கொண்டே இருந்தான். வடிவமைப்பாளர்களில் ஒருவர் பாண்டிச்சேரியைச் சேர்ந்தவர், மற்றொருவர் மாகேவைச் சேர்ந்தவர். உண்மையில், கதிருக்கு அந்த மலையாளி செய்யும் வேலை மிகவும் பிடித்திருந்தது. அவரின் அருகிலேயே அதிகம் நின்று வேடிக்கைபார்த்துக் கொண்டிருப்பான். ஆனால், அவர் இவன் மீது எரிந்துவிழுந்துகொண்டே இருப்பார். ஏதாவது சொல்லி அவனை விரட்டிக்கொண்டே இருப்பார். அவருக்கு ஏன் அவனைக் கண்டால் பிடிக்கவில்லை என்று புரிந்துகொள்ள முடியவில்லை.

கதிருக்குத் தானும் இதுபோல் வேலைசெய்ய வேண்டும் என்ற ஆசை அதிகரித்துக்கொண்டே இருந்தது. மற்றொருவரிடம்

கேட்டு விசாரித்து அது சம்பந்தமான கோர்ஸில் சேர்ந்து கற்கத் தொடங்கினான்.

ஆனால், வெறும் கோர்ஸ் படித்தால் மட்டும் வேலை கிடைத்துவிடாது. அனுபவம் வேண்டும் என்று சீக்கிரத்தில் உணர்ந்துகொண்டான். மீண்டும் குழப்பம். வேலைக்குப் போனால்தான் கையில் காசு புழங்கும். ஒருமுறை கையில் காசு பார்த்து செலவழித்துப் பழகியவனுக்குக் காசு இல்லாத நேரம் என்பது நரகத்துக்கு ஒப்பானது. கதிருக்கும் தான் நரகத்தில் தத்தளித்துக்கொண்டிருப்பதைப் போலவே இருந்தது. அவன் இப்படிச் சுத்திக்கொண்டிருப்பதைக் கவனித்த எதிர்வீட்டு காசி அண்ணன், அவனைத் தனக்குத் தெரிந்த ஒரு லோக்கல் டிவி சேனலில் வேலைக்குச் சேர்த்துவிட்டார். இவனுக்குத் தொழில் கற்றுக்கொடுக்கும்படிக் கேட்டுக்கொண்டார். ஆறு மாதம் அங்கு வேலைபார்த்தான். சிலவற்றைக் கற்றுக்கொண்டான். அந்த ஆறு மாதத்தில் அவனுக்கு ஒரே ஒரு மாதம் மட்டுமே ஊதியம் வழங்கப்பட்டது.

14

கடையில் நடக்கும் விஷயங்கள் சில நாட்களாக வினயனுக்கு உறுத்திக்கொண்டே இருந்தது. வேலை ஆட்கள் ஒவ்வொருவருக்குள்ளும் ஏதோ ஒன்று ஓடிக்கொண்டிருப்பதாக வினயன் நினைத்தான். முக்கியமாக, தமிழ் வேலையாட்களுக்கும் மலையாள வேலையாட்களுக்கும் பிணக்கு இருந்துகொண்டே இருந்தது. ஆனால், இதுபோன்ற சூழல் இருக்கத்தான் செய்யும் என்றும், அதை எதுவும் செய்ய முடியாது என்பதையும் அறிந்தே இருந்தான். தான் உணவகத்துக்குப் போவது குறைந்துவருகிறது என்று, சூரியன் போன வாரம் வீட்டுக்கு வந்திருந்தபோது சொல்லியது வினயனுக்கு ஞாபகம் வந்தது. சூரியனுக்கும் வினயனுக்கும் அன்று கடுமையான வாக்குவாதம் வேறு நடந்தது. அவன் எப்போதும் நேரடியாக விஷயத்துக்கு வருபவன். அன்றும் அப்படித்தான் ஆரம்பித்தான்.

“வினயா… ஆ கேஷியர் சந்திரன்னு கொற ஸ்தலம் கொடுக்கல்லே.”

“நினிக்கும் ஆயாளுக்கும் எந்தா பிரஸ்னம். எனிக்கிப் பிடிக்கிட்டுனில்லா. ஆயாளு ஒரு பாவா. ஆருக்கும் ஒரு துரோகம் செய்யத்த ஒரு மனுஷனா?”

“ஆயாளு எழுதன கணக்கொக்க நீ நோக்காரிண்டா?”

“சூரியா… திருச்சும் திருச்சும் பரயா. நினிக்கி ஆயாளுன்னு பிடிக்கிலெங்கில் நிண்ட இஷடத்துனு சம்சாரிக்கறது.”

“எனிக்கி மாத்தரம் அல்ல. நிண்ட கடயிலே ஆருக்கும் ஆயாள்னே இஷ்ட்டல்லா.”

“ஆருக்கா பிடிக்காதது. நிண்டெடுத்து ஆரா பரஞ்சது?”

“ஆரோ பரஞ்நு. ஞான் ஆ சந்திரனப்போல் காட்டிக்கொடுக்கனு ஆளில்லா. சம்பவம் பரஞ்சும் மாத்திரம்.”

“செரி பரா, எந்தக் காரியம்?”

“அதுல்லே பரஞே.”

“அது சரி, காரணம் எந்தான்னு பரா.”

“நீதன்னே காரணம். நீ தமிழன்மாருக்குக் கூடுதல் ஸ்தலம் கொடுக்கல்லே. அவருட கீழே நம்பளுக்கு ஜோலி செய்யாம்பட்டில்லா. நீ அவருன்னே தலையில தூக்கிவெச்சி ஆடுவா.”

“இவட நோக்கு. மணி சேட்டன் எண்டெடுத்து ஈ கட கொடுக்கும்போல் பரஞு ஒருசில காரியங்கள் ஞான் மறந்திட்டில்லா. ஞான் இப்போல் ஈ நிலைக்கி எத்திங்கேல் அதுன காரணம் அவருட வாக்கானு. ஒரு மொதலாளி ஜோலி செய்யனவனோட கழிவு நோக்கணும். அதுன அனுசரிச்சி சம்பளம் கொடுக்கணும். அல்லாஞிட்டு அவனுட நாடும் வீடும் அல்லா.”

“நீயொக்க ஒரு மலையாளியானோ. நானம் கெடுத்தான் வேண்டு வந்நேக்குவா. மலையாளிகளெடுத்து கொறச்சிக்கூட ஸ்நேகம் இல்லா. மற்ற சலத்து போயி நோக்கி படி.”

“அதின்னக்குறிச்சி எனிக்கி அறியண்ட ஆவிஷ்யமில்லா. நீ பரஞ்சல்ல, தேச ஸ்னேகம் ஜன ஸ்னேகம் அதொக்க எனிக்கி ஆவஷ்யமுல்ல அளவுனு இன்டு. அதொண்டா இவட மலையாளிகள்னு பணியமர்த்தியது. பின்னே என்டெடுத்துனு எல்லாம் பிடுங்கிட்டு என்னியும் என்ட அம்மையும் ரோட்லேக்கி வலுச்செறிஞ்சவரா தா இவட கெடக்கனோரு” என்று வினயன் சொல்லி முடிக்கும்போது, அவன் கண்கள் சிவந்திருந்தன. கடைசி வாக்கியத்தை அவன் சொல்லி முடிக்கும்போது எதிரில் இருந்த குரியனின் முகத்தில் எச்சில் தெறித்தது. கூடவே இருக்கும் குரியனுக்கே வினயனுக்குள் இருக்கும் எண்ணம் அப்போதுதான் தெரிந்தது. அதன் பிறகு, குரியன் அதைப் பற்றி எதுவும் பேசவில்லை.

நினைவுகளிலிருந்து மீண்ட வினயன் உணவகத்துக்குப் போகலாமென்று எழுந்தான். வீட்டைப் பூட்டிக்கொண்டு வெளியே வந்தான். சில நாட்களுக்கு முன் செகன்ட்ஹாண்டில் வாங்கியிருந்த சிவப்பு மாருதி காரில் கடைக்குப் புறப்பட்டான்.

காலையில் எழுந்ததிலிருந்தே வினயனுக்கு ஏதோ ஒன்று உறுத்திக்கொண்டே இருந்தது. இரண்டு நாட்களுக்கு முன் அப்புண்ணி தன்னிடம் ஏதோ பேசுவதற்கு வந்தது ஞாபகம் வந்தது. அதன் பிறகு, அவன் உணவகத்துக்குப் போகவே இல்லை. அப்புண்ணியிடம் என்னவென்று கேட்க நினைத்துக்கொண்டும்,

வேறு எதைப் பற்றியெல்லாமோ யோசித்துக்கொண்டும் கடையை நோக்கி வாகனத்தைச் செலுத்தினான்.

வினயனுக்குத் தூரத்தில் வரும்போதே தெரிந்துவிட்டது, ஏதோ பெரிய பிரச்சினை நடந்துகொண்டிருக்கிறது என்று. அதுவும் நிறைய டெம்போக்காரர்களின் தலை தெரிந்தது. முதலில் அவர்களுக்குள் ஏதோ பிரச்சினை என்று நினைத்துக்கொண்டே வண்டியை வேகமாகக் கொண்டுசென்று கடை அருகில் நிறுத்தினான். இறங்கி நெருங்கும்போதுதான் கவனித்தான், அவர்கள் குரியனை அடித்துக்கொண்டிருந்தார்கள். வேகமாகச் சென்று குறுக்கே புகுந்து குரியனைக் காத்தான். வினயன் வந்ததும் தாக்குதல் நிறுத்தப்பட்டது. உடனே குரியன் எகிற, வினயன் அவனையும் தடுத்துநிறுத்தினான். வினயன் யாரிடமும் எதுவும் கேட்காமல் நேராக சந்திரனிடம், “கேஷியர் என்ன பிரச்சன?” என்றான். இப்போது அப்புண்ணி, குரியன், இன்னும் சில மலையாளிகள் மீண்டும் கோபமடைந்தனர். “ஈ ஆளுதன்னையா பிரஸ்னம்” என்று அப்புண்ணி கத்தினார். வினயனுக்கு எதுவும் புரியவில்லை. மீண்டும் சந்திரனைப் பார்த்து, “செரி, கடைய மூடிட்டு எல்லாரும் கிளம்புங்க. நாளைகழிச்சி மறுநாள் வந்தாப் போதும்” என்று சொல்லிவிட்டு டெம்போ டிரைவர்களிடம், “பிரச்சினை எதுவும் வேணாம், எது நடந்திருந்தாலும் நான் மன்னிப்பு கேட்டுக்கறேன். தயவுசெஞ்சி விட்டிருங்க” என்றான். அவர்களும் ஒருவர் முகத்தை ஒருவர் பார்த்துக்கொண்டு, அவர்களுக்குள் ஏதோ பேசிக்கொண்டு நகர்ந்தனர். குரியனின் கையைப் பிடித்து இழுத்து காரில் ஏற்றிக்கொண்டு புறப்பட்டான்.

கூட்டம் மெல்லக் கலைந்தது. உணவகத்தை அடைத்தனர். சந்திரன் மெல்ல பாவாடை கடைக்குச் சென்று, வாசலில் இருந்த ஸ்டூலில் உட்கார்ந்தார். உடைந்து அழுதுவிடுவதுபோல் இருந்தார். தூரத்தில் அப்புண்ணி கண்களைத் துடைத்துக்கொண்டே சைக்கிள் ஓட்டிக்கொண்டு போவதை சந்திரனும் பாவாடையும் பார்த்தனர்.

காரில் குரியன் கத்திக்கொண்டே வந்தான்.

“போலிஸ்காரனே அவரு தள்ளி. ஓர்த்தனையும் ஞான் விடில்லா. ஆ கேஷியரிம் ஞான் விடில்லா. வினயா நேரே ஸ்டேஷனிக்கிப் போ. இன்னு அவர ஒருவழியாக்காம். ஆ டெம்போ டிரைவர் என்ன தள்ளி. அவன ஞான் கொன்னுகளையும்” என்று சொல்லிக்கொண்டிருக்கும்போதுதான் குரியன் கவனித்தான். வண்டி வேறு வழியில் சென்றுகொண்டிருந்தது.

“எவடைக்கா போனு வினையா?”

வினயன் எதுவும் பேசாமல் அமைதியாக வண்டியைத் தன் வீட்டு வாசலில் நிறுத்தினான். சூரியன் கோபமாக வண்டியிலிருந்து இறங்கினான். இருவரும் உள்ளே சென்றனர். உள்ளே வந்ததும் சூரியன் மீண்டும் கத்த ஆரம்பித்தான்.

“எந்தா பிரஸ்னம்?” என்றான் வினயன்.

சூரியன் நடந்ததைக் கொஞ்சம் தன் பங்குக்கு ஏற்றிச் சொன்னான். இதில் சந்திரன் தரப்பில் எந்தத் தவறும் இல்லையென்று ஒருவாறு புரிந்துகொண்டு, “இப்ப எந்தா செய்யான் போன” என்றான் வினயன்.

“நேரே ஸ்டெஷன்னு ஆளக் கூட்டிகொண்டுபோயி அவனே...”

“கேஸ் எடாம்போவானோ?”

“பின்னே?”

“கேஸிட்ட என்னக்குறிச்சி, ஈ கடயக்குறிச்சி எல்லாம் சிந்திச்சோ?”

“நினக்கு ஒன்னும் ஆவில்லா?”

“சூரியா, நீ செரிக்கும் போலிஸானோ. அல்லெங்கில் வெறத பட்டிக்கானோ?”

வினயனை முறைத்தான்.

“சும்மா இரி. கேஸிட்டால் நாள எடயா பிரஸ்னம் உண்டாயது, எந்துன உண்டாயது ஸ்தலத்துன ஓனர் ஆரா, நடபாதையில் கட எந்துனா இட்டதுனு ஆயிரதெட்டு ச்சோதியம் வரும். அதுமாத்திரல்லா, ஆ டெம்போ டிரைவர் குமாரென்ட மேத்து கைவெச்சால் மட்டிய டிரைவர் எல்லாம் ஒன்னுகூடும். ராத்திரியோட ராத்தியா கடய அடிச்சிப் பொலிக்கும். கழிஞ்சாயச்சனி பரஞ்சதல்ல, தேச ஸ்நேகம் பாஷ ஸ்நேகம்னு இப்போல் நீயே இங்கன செய்தால் எங்கனயா?”

சூரியன் பெருமூச்சுவிட்டபடி அமைதியாக உட்கார்ந்தான். “இது இங்கெனே விடாம் பாடில்லா. ஞான் நாடுவிட்டு நாடு வந்னது அடிவேடிக்கான் ஆனோ. என்ட அச்சன் அப்போழே பரஞ்சதா. அவனும் என்ன மாதிரி அடிவேடிக்கான் போவானு. இப்போ எங்கினயும் ஈ காரியம் அறிஞ்சி என்ன கண்டு எல்லாம் சிரிக்கான் போவா. ஒன்னும் செய்யாதிருந்தால் எனிக்கித் தலக்காட்டான்

பட்டில்லா. நீ ஒன்னு செய். நீ கொறச்ச நேரம் பொறத்துப் போயி நிக்கு. ஞான் இவடயே ஆதமஹர்த்தி ச்செய்யான். பக்ஷே ஒன்னு. நிண்டெத்து இல்லாத ஒன்னு வெச்சி என்டெடுத்து களிக்கறது. அதென்னே நாடு, பாஷ... நீ ஒரு நல்ல மொதலாளிதன்னே."

"நினிக்குப் பிராந்தானோ. ஞான் எந்தா பரஞ்ச. போலிஸ் ஸ்டேஷன் மாத்ரம் போகறது. வேற எந்து வேனிங்கிலும் செய்தோ."

இப்போது குரியன் மெல்லச் சிரித்தான். வினயனுக்கு ஒன்றும் புரியவில்லை.

"எடோ வினயா. நீ முதலாளி மாத்ரமல்லா. ராஜதந்திரி. ஞான் வெல்லோம் செய்து பிரஸ்னம் உண்டாயெங்கில் நினிக்கி எஸ்கேப் ஆகாம் அதெல்லே. எனிக்கும் அவனும் முன்விரோதமானுன்னு பரஞ்சுட்டு நீ நின்ன ஜோலி நோக்காம் போகும்?"

வினயன் அமைதியாக இருந்தான். என்ன சொல்லி இவனை சமாளிப்பதென்று அவனுக்குத் தெரியவில்லை. கைவசம் ஒரே ஒரு வழிதான் இருக்கிறது என்று முடிவெடுத்து, நேராக எதிரே இருந்த கபோர்ட்டைத் திறந்தான். உள்ளே இருந்த உயர்ரக மது பாட்டிலை அவன் முன் வைத்தான்.

மூன்றாவது ரவுண்ட் முடிவில் மீண்டும் வினயனிடம் குரியன், "என்னாயிங்கிலும் ஆ டெம்போ டிரைவரிண்ட மரணம் என்ட கையினா. எனிக்கி வேண்டி நீ ஒன்று மாத்ரம் செய்யி."

"எந்தா செய்யண்ட?"

"ஆ கேஷியரின ஜோலிவிட்டுப் பரஞ்சாயிக்கி. அது மாத்ரம் எனிக்கி வேண்டி செய்யி."

வினயன் சரி என்பதுபோல் தலையாட்டினான்.

பகுதி 2

1

சர்ச்சில் அதிகம் கூட்டமில்லை. ஞாயிற்றுக்கிழமை காலைப் பூசை நடந்துகொண்டிருந்தது. சர்ச் பாதர் மேத்யூ பிராத்தனையை ராகத்துடன் நிகழ்த்திக்கொண்டிருந்தார். சுசானா மெல்லத் தன் கண்களைத் திறந்து தன் அருகில் இருந்த அப்பாவைப் பார்த்தாள். அவர் கண்களை மூடி தீவிரமான முகத்துடன் இருந்தார். சுசானா மெல்ல எழுந்து வாசலை நோக்கி நகந்தாள். பாதர் மேத்யூ உட்பட சிலர் அவள் வெளியேறுவதைக் கவனித்தனர். அவள் யாரும் தன்னைப் பார்க்கவில்லை, தான் ரகசியமாகத்தான் போகிறோம் என்ற நம்பிக்கையில், தன் இரண்டு கைகளால் பாவாடையைத் தூக்கிக்கொண்டு, சத்தம் எழுப்பாமல் சென்றாள். சிலர் அவள் செய்கையைக் கண்டு சிரித்தனர். சர்ச் வாசலை அடைந்ததும் பாவாடையைக் கீழே விட்டுவிட்டு மெல்ல மூச்சுவிட்டாள். பின் வேகமாக சர்ச்சுக்குப் பின்புறம் ஓடினாள். அங்கே அவளுக்கு முன்பாகவே அவள் நண்பன் காத்திருந்தான். அவனைப் பார்த்ததும் முகம் பூரித்தாள். அவனுக்கும் அப்படித்தான். ஆனாலும், அதைக் காட்டிக்கொள்ளாமல் முகத்தை இருக்கமாக வைத்துக்கொண்டிருப்பதுபோல் பாவனை காட்டினான்.

“எந்தா இத்தன நேரம்?” என்று கோவமாகக் கேட்டான்.

சுசானா சலிப்பாகச் சொன்னாள், “உள்ளினு வரன்டெ.”

அவன் எதுவும் பேசவில்லை. “கண்ணுக்கட்டி களிக்காமோ” என்றாள் சுசானா. தலையாட்டினான். அவள் அருகில் இருந்த சுவரில் முகம் சாய்த்து, கண்களை மூடிக்கொண்டு ஒன்று இரண்டு என எண்ணத் தொடங்கினாள். அவன் வேகமாக சர்ச்சின் முன்பக்கம் ஓடினான். அவள் கண்களைத் திறந்துபார்த்தபோது அந்த இடமே வெறுமையாக இருந்தது. அவன் எந்தப் பக்கம் ஓடினான், எங்கே ஒளிந்திருக்கிறான் என்று அவளால் யோசிக்கவே முடியவில்லை. சர்ச் பக்கம் மட்டும் போகாமல் அவள் அவனைத் தேடிக்கொண்டே இருந்தாள். ஒருகட்டத்தில் சலித்துப்போய் அவன் பெயரைக் கூவி அழைத்தாள். எந்தப் பதிலும் இல்லை. அவளுக்குக் கோவம் கோவமாக வந்தது. மெல்ல சர்ச்சின் முன்பக்கம் சோகமாக வந்தாள். அவன் அங்கே நின்றுகொண்டு தூரத்தில் எதையோ

வேடிக்கை பார்த்துக்கொண்டிருந்தான். சுசானா கோவமாக வந்து அவனைப் பின்னாலிருந்து தள்ளினாள். அவன் திரும்பித் தன்னிடம் சண்டைக்கு வருவான் என்று நினைத்தாள். ஆனால், அவன் தூரமாக எங்கேயோ பார்த்துக்கொண்டிருந்தான். அவன் எதை இப்படிப் பார்க்கிறானென்று சுசானாவும் பார்த்தாள். தூரத்தில் ஒரு பையன் யாரோடோ நடந்து சென்றுகொண்டிருந்தான்.

“அது வினயனல்லெ” என்றாள் அவள்.

ஆமாம் என்று தலையாட்டினான்.

“எவடெக்கா போன.”

“அவனுட வீடு இந்நல பொளிச்சூ.”

சுசானா அதிர்ச்சியாக அவனிடம், “அது எந்துனா?” என்றாள்.

“எனிக்கி அறியில்லா.”

“அவன விளிக்காமோ” என்றாள்.

“ம்” என்று சொல்லிவிட்டு இருவரும், “வினயா… வினயா…” என்று கத்தினர். ஆனால், அவனிடம் சலனமில்லை. பூசை முடிந்து அனைவரும் வெளியேறிக்கொண்டிருந்தனர். சுசானா வேகமாக ஓடினாள். அவள் அப்பா யாரிடமோ பேசிக்கொண்டுவந்தார். இவளைப் பார்த்ததும் முகத்தைக் கடுமையாக வைத்துக்கொண்டு, “எவடெக்க போன” என்றார். பிறகு, சற்று தள்ளி நின்றுகொண்டிருந்த அவள் நண்பனைப் பார்த்ததும் இருவரையும் முறைத்தார். அவருடன் வந்தவர், “விடு ச்செரிய பிள்ளாருல்லெ” என்றார். தொடர்ந்து அவர் தன் மகளை முறைத்துக்கொண்டிருந்தது அவருக்கு சங்கடமாக இருக்கவே பேச்சை மாற்ற நினைத்தார். “ச்செரி எப்போழா பாண்டிச்சேரிக்கிப் போன?” என்றார்.

“நீயும் ரெண்டு ஆழ்ச்சேளு” என்று சுசானாவின் தந்தை பதில் சொன்னார். இருவரும் பேசிக்கொண்டே நடந்தனர். சுசானா மெல்லத் தன் தந்தையிடமிருந்து விலகி, தன் நண்பனுடம் நடக்கத் தொடங்கினாள். அவன் அதிர்ச்சியில் இருந்தான்.

“நிங்களு பாண்டிச்சேரி போவானோ.”

“அதே.”

“எப்போழா திருச்சிவரவு.”

“திருச்சிவரவில்லா. அச்சனு அவெடிக்கி டிரான்ஸ்பரா” என்று அவள் சொன்ன பிறகு அவன் எதுவும் பேசவில்லை. அவள் தந்தை மீண்டும் ஒருமுறை திரும்பி முறைத்ததும் அவள் வேகமாகச் சென்று அவருடன் இணைந்துகொண்டாள். பின்பு, அவனைத் திரும்பிப்பார்த்தாள். அவன் ஏதோ யோசனையில் இருந்தான். அவளைக் கவனிக்கவே இல்லை. அவள் எப்போது போனாள், தான் எப்போது வீட்டுக்கு வந்தோம் என்றும் அவனுக்குத் தெரியவில்லை. அன்று மாலை வினயனும் பாண்டிச்சேரி சென்றுவிட்டான் என்று பேசிக்கொண்டார்கள். இரண்டு வாரம் கழித்து சுசானாவும் சென்றுவிட்டாள். அவனுக்குச் சட்டென கிளையிலிருந்து உதிர்ந்து தத்தளிப்பதுபோல் இருந்தது. அவனுக்கு வேறுசில நண்பர்கள் இருந்தார்கள். ஆனால், அவன் மனம் சுசானாவுக்காக ஏங்கியது. அவள் நிச்சயம் வருவாள் என்று நம்பினான். அவள் தாத்தாவும் பாட்டியும் இன்னும் மாகேவில்தான் இருந்தார்கள். அவன் எதிர்பார்த்ததுபோல், ஆண்டு விடுமுறைகளில் வந்தாள். முதலாமாண்டு அவளே அவனைத் தேடிவந்தாள். எப்போதும் போல் இருந்தாள். பாண்டிச்சேரியைப் பற்றிச் சொல்லிக்கொண்டே இருந்தாள். அங்கே நிறைய பெரிய சர்ச்சுகள் இருப்பதாகச் சொன்னாள். கடற்கரையைப் பற்றிச் சொன்னாள். அவன் வந்தால் தான் ஊரைச் சுற்றிக்காட்டுவதாகச் சொன்னாள். அவனுக்குச் சிரிப்பாக இருந்தது. அவள் பேசுவதையே கேட்டுகொண்டிருந்தான். முதன்முறையாக அவளிடம் ஏதோ ஒன்றை உணர்ந்தான். அவள் முன்பு ஊரைவிட்டுச் சென்றபோது அவனுக்கு வருத்தமாக இருந்தது. இப்போது அவள் மீண்டும் சென்றுவிடுவாள் என்ற என்ற எண்ணம் அவனுள் ஏதோ செய்தது. அவனால் அவளுடன் இருக்கும் அப்போதைய சந்தோஷத்தை அனுபவிக்க முடியவில்லை. அவள் எப்போதும் தன்னைவிட்டுப் போக மாட்டாள் என்று நம்பத் தொடங்கினான். ஒவ்வொருமுறையும் அவள் தன்னைத் தேடிவருவாள் என்று நம்பினான்.

ஆனால், அடுத்தடுத்த ஆண்டுகளில் அவள் மாகேவுக்கு வந்தபோதும் முன்புபோல் இல்லை என்பதையும், அவள் உடலிலும் நடவடிக்கைகளிலும் நிறைய மாற்றங்களையும் உணர்ந்தான். எங்காவது எப்போதாவது அவனைப் பார்த்தாள் லேசாகச் சிரிப்பாள். முதலில் அவள் பாட்டி இறந்தாள். அவனுக்கு அவள் இனி வர மாட்டாளோ என்று தோன்றியது. தாத்தா இன்னும் இருக்கிறாரே என்று சமாதானப்படுத்திகொண்டான். ஆனால், அவர்கள் போகும்போது அவள் தாத்தாவை அழைத்துக்கொண்டு

சென்றுவிட்டனர். சில மாதங்கள் கழித்து, அவர் அங்கேயே இறந்துவிட்டதாகக் கேள்விப்பட்டான். எப்போதாவது அவள் அப்பா மாகேவுக்கு வந்தார். அவளும் வந்திருக்கிறாளா என்று ஒவ்வொருமுறைவும் அவன் தேடிச்செல்வான். ஏமாற்றமே மிஞ்சும். அவர் அப்பாவிடம் கேட்கலாம் என்று போவான். பயம் தடுக்கும். ஒருகட்டத்தில் அவள் இனி மாகேவுக்கே வர மாட்டாள் என்று அவன் மனம் நம்பத் தொடங்கியது. அப்போதுதான் சட்டென அவனுக்கு ஒன்று தோன்றியது, 'அவள் வராவிட்டால் என்ன, நாம் போவோம்' என்று. அப்படித் தோன்றியதும் அவன் ஒருமுறை அந்த ஊர்ப் பெயரைச் சொல்லிப்பார்த்தான்: 'பாண்டிச்சேரி'.

2

வினயன் டீக்கடையை ஹோட்டலாக மாற்றியபோதிலிருந்தே செல்வம் அங்கு மாஸ்டராக இருக்கிறார். தக்காளி சாதம், எலுமிச்சை சாதம், தயிர் சாதம், சாப்பாடு, சாம்பார், ரசம், பொரியல் என மதிய உணவு முழுக்க அவர் கவனித்துக்கொண்டிருந்தார்.

செல்வம் ஐம்பதைக் கடந்தவர். நீண்டநாள் கைப்பக்குவம், என்றுமே சிறு தவறுக்குக்கூட இடம் தந்ததில்லை. அவருடைய ருசிக்காகவே தொடர்ந்துவரும் வாடிக்கையாளர்கள் இருந்தார்கள். அவர் வைக்கும் வத்தக்குழம்பு அவ்வளவு சுவையாக இருக்கும். தினம்தினம் அது இருக்கிறதா எனக் கேட்கவைப்பார். என்றாவது ஒருநாள் அதைச் செய்து மகிழ்விப்பார். அவர் வைக்கும் பருப்புப் பாயாசமும் அப்படித்தான். வினயனுக்கு அது மிகவும் பிடித்த ஒன்று. அவன் எப்போது மகிழ்ச்சியாக இருக்கிறானோ அப்போதெல்லாம் அவரிடம் அதைச் செய்து தரச்சொல்லிக் கேட்பான். இரண்டு மருத்துவமனைகளில் பணிபுரிபவர்கள், டெம்போ மற்றும் பேருந்து ஓட்டுநர்கள் நடத்துநர்கள், அருகில் இருக்கும் கடைக்காரர்கள், அந்த வழியாகத் தொடர்ந்து வந்துபோவோர்கள் எனப் பலரையும் செல்வத்தின் சாப்பாட்டு ருசி ஈர்த்திருந்தது.

சாரத்தில் இருக்கும் தங்கை மகனைத் தவிர செல்வத்துக்குச் சொந்தமென்று யாருமில்லை. அவன் வீட்டில்தான் செல்வம் தங்கியிருந்தாலும் வாரத்தில் இரண்டு நாட்கள் மட்டுமே அங்கு செல்வார். மீதி நாட்களெல்லாம், கடை அடைக்கப்பட்டதும் ஒரு குவார்ட்டர் அடித்துவிட்டு அங்கேயே படுத்துக்கொள்வார். குளிப்பதற்கும் இதர விஷயங்களுக்கும் அருகில் இருக்கும் கட்டணக் கழிப்பிடத்தைப் பயன்படுத்திக்கொள்வார். இரவில் காவலுக்கு ஆகிறதே என்று வினயனையும் எதுவும் கேட்கவில்லை.

கடையில் செல்வத்துக்கென்று தனி மரியாதை இருந்தது. பன்னிரண்டு மணிக்கு அனைத்தையும் முடித்துவிட்டார் என்றால் அதன் பிறகு எதுவும் செய்ய மாட்டார். சிறிது நேரம் உட்கார்ந்திருந்துவிட்டு மூன்று மணிக்கு மேல் புறப்பட்டு எங்காவது சென்றுவிடுவார். ஏழு மணிக்கு மேல் கடை அடைக்கும் சமயத்தில்

வருவார். கடையை எடுத்துவைக்கும்போது மட்டும் கொஞ்சம் உதவுவார்.

உணவகத்தில் செல்வம் மதிக்கக்கூடிய ஒருசிலரில் சந்திரனும் அப்புண்ணியும் இருந்தனர். சந்திரன் எப்போதும் நேர்மை தவறியதில்லை என்பதாலும், தன்னை நம்பிவந்த பெண்ணுக்காக எவ்வளவு முடியுமோ அவ்வளவு கஷ்டங்களைத் தாங்கிக்கொண்டு அவளுக்காகவே வாழ்வதற்காகவும் அப்புண்ணியை அவருக்குப் பிடிக்கும். சந்திரன் எப்படித் தன் கஷ்டங்களை அதிகம் பாவாடையிடம் பகிர்ந்துகொள்கிறாரோ அதேபோல் செல்வத்திடம் அப்புண்ணி பகிர்ந்துகொள்வார். அப்புண்ணிக்கு செல்வத்தின் மேல் மட்டும் எந்த வேற்றுமை எண்ணமும் ஏற்படவில்லை. செல்வமும் அப்புண்ணியிடம் அடிக்கடி சொல்வர், “அப்பு, நீ நெனைக்கற மாதிரிலாம் அந்த ஆளு இல்லப்பா.” செல்வம் இப்படிச் சொல்லும்போதெல்லாம் அப்புண்ணி எந்தப் பதிலும் பேச மாட்டார். உண்மையில், அவருக்கு செல்வத்தை எதிர்த்துப்பேசக் கொஞ்சம் அச்சம்.

“நான் இப்புடிச் சொல்றேன்னு நெனச்சிக்காத. அந்த சூரியன் பேசறதெல்லாம் நீ மண்டையில ஏத்திக்காத. அவன் கிறுக்கு புடிச்சவன். நேரத்துக்கு ஏத்தமாதிரி மாறிக்குவான். உன் மொதலாளியப் பாத்துக் கத்துக்கோ. அவருக்குத் தெரியும் யார எங்க வெக்கணும்னு. அவர் என்னிக்கினா அவன் பேச்சக் கேட்ருக்கிறாரா சொல்லு. கேக்க மாட்டாரு. அவருக்குத் தெரியும் அவன் ஒரு கோளாறுன்னு.”

“செல்வம் சேட்டா. என்ன இருந்தாலும் அவரு மொதலாளி. யாரால வேல ஆகுமோ அவரத்தான் கிட்ட வெச்சிப்பாரு.”

“உங்கிட்ட சொல்லி ஒன்னும் ஆவப்போறதில்ல” என்று சலித்தவாறு அதைக் கடந்துவிடுவார்.

♦

எங்கே எப்போது எப்படி என்று யாருக்குமே தெரியவில்லை. திடீரென்று ஊர் முழுக்க பிரியாணி சுற்றிவர ஆரம்பித்தது. எங்கு பார்த்தாலும் பிரியாணி. முன் எப்போதும் அது ஒரு பண்டிகை உணவு. பெரிய ஹோட்டல்களில் விலையதிக உணவு. அப்படித்தான் இருந்தது. ஆனால், இப்போது சிறியசிறிய கடைகளில் தள்ளுவண்டிகளில் பத்து ரூபாய், இருபது ரூபாய் என

எங்கு பார்த்தாலும் பிரியாணி பிரியாணி. பாண்டிச்சேரி முழுக்க சிறுசிறு பிரியாணிக் கடைகள் முளைக்கத் தொடங்கின.

வினயனும் தீவிரமாக யோசிக்கத் தொடங்கினான். அவன் கடையில் இருக்கும்போதே சிலர் பிரியாணி கேட்டுவந்தார்கள். இனி பிரியாணிக்கென்று ஒரு மார்க்கெட் உருவாகும் என்று அவனுக்குத் தோன்றியது. தெரிந்தவர்களிடமெல்லாம் 'ஒரு நல்ல பிரியாணி மாஸ்டர் வேண்டும்' என்று சொல்லிவைத்தான். சிலநாட்களிலியே அவன் ஊரையே சேர்ந்த 'சாக்கோ' என்ற பிரியாணி மாஸ்டர் அவனிடம் வந்துசேர்ந்தார். சாக்கோ வேலைக்குச் சேர்ந்த அன்று இரவு வினயன், சந்திரனையும் செல்வத்தையும் மட்டும் இருக்கச்செய்துவிட்டு மற்றவர்களை அனுப்பிவிட்டார். செல்வத்தின் பார்வை சாக்கோவின் மீதே இருந்தது. செல்வம் என்ன நினைக்கிறார் என்று சந்திரனால் புரிந்துகொள்ள முடியவில்லை. வினயனும் ஆழ்ந்த யோசனையில் இருந்தான். சந்திரனுக்குக் கால்கள் வலித்தன. இருந்தாலும், அமைதியாக நின்றுகொண்டிருந்தார். செல்வம் ஒரு டேபிள் மீது ஏறி சம்மணமிட்டு உட்கார்ந்துகொண்டார். வினயன் மெல்ல ஆரம்பித்தான்.

"இன்னிக்கு வியாழக்கிழமைதான கேஷியர்?"

"ஆமா."

"திங்கக்கிழமையிலிருந்து பிரியாணி போட ஆரம்பிக்கலாம்."

யாரும் எதுவும் பேசவில்லை. சந்திரனையும் செல்வத்தையும் வினயன் பார்த்தான். இருவரையும் பார்த்துப் பொதுவாக, "என்ன?" என்றான்.

சந்திரன்தான் பதில் சொன்னார், "எப்படிங்க?"

"எப்படின்னா. அதான் மாஸ்டர சேத்தாச்சி. வேற என்ன பிரச்சன?"

"இப்ப இருக்கற எடத்துல எப்படி? காலையில டிபன முடிச்சிட்டு சாப்பாட்டு வேலைய ஆரம்பிச்சாலே முடிக்க மணி பன்னெண்டாயிடும். அதுக்கு மேல எப்ப ஆரம்பிச்சி எப்ப பிரியாணி ரெடி பண்றது?"

சாக்கோ சட்டென இடைமறித்து, "காலையிலயே ஆரம்பிச்சாத்தாங்க பன்னெண்டு மணிக்கெல்லாம் ரெடி பண்ண முடியும். நீங்க

சொல்றமாதிரி ஆரம்பிச்சா, பிரியாணிய சாயங்காலம்தான் ஓட்ட முடியும்."

சாக்கோவை சந்திரன் திரும்பிப்பார்க்கவே இல்லை. செல்வம் அமைதியாக அனைத்தையும் கேட்டுகொண்டிருந்தார். ஒரு முடிவுக்கு வந்தவனாக வினயன், "காலையில டிபன் ஆரம்பிக்கும்போதே பிரியாணியும் ஆரம்பிச்சிடட்டும். பதினொறு மணிக்குள்ள பிரியாணி ரெடியாகட்டும். அதுக்கப்பறம் சாப்பாடு ஆரம்பிச்சா போதும். சாப்பாடு ஒன்னு ஒன்றைக்கு ரெடியானா போதும். அதே மாதிரி சாப்பாடு முன்ன போட்டதவிடப் பாதி போட்டா போதும்" என்றான்.

செல்வத்தைப் பார்த்தார் சந்திரன். செல்வம் அப்போதும் அமைதியாக இருந்தார். சாக்கோ, "எனக்கு உதவிக்கு ஒரு ஆள் வேணும். வெங்காயம்லாம் வெட்ட கொள்ள."

செல்வத்தைப் பார்த்தான் வினயன். செல்வம், "என்னால முடியாது" என்று நேரடியாகவே சொன்னார்.

வினயன் தனக்குள் எழுந்த கோபத்தைக் கட்டுப்படுத்திக்கொண்டு, "செரி, திங்கக்கெழமதான, அதுக்குள்ள ஏற்பாடு பண்ணிடலாம்" என்று சொல்லிவிட்டு, வேறு எதுவும் பேசாமல் எழுந்துசென்றான். அவர் பின்னாலேயே சாக்கோவும் சந்திரனும் புறப்பட்டுச்சென்றனர். செல்வம் தன் ட்ரௌசர் பாக்கெட்டிலிருந்து பீடியை எடுத்துப் பற்றவைத்துக்கொண்டார். தன் நாட்டை எதிரியிடம் இழந்த அரசனைப் போல் உள்ளுக்குள் உணர்ந்தார். தான் ஆண்டுகொண்டிருந்த இந்த சமையலறை இனி தனக்கானது மட்டுமல்ல என்று நினைத்தபோது அவருக்குள் இன்னொரு பயம் எட்டிப்பார்த்தது. இனி எத்தனை நாட்கள் இங்கே என்று. 'எனக்கும் என் கைப்பக்குவத்துக்கும் மவுசு இருக்கு. எவனும் என்ன காலிபண்ண முடியாது' என்று மனதுக்குள் சொல்லிக்கொண்டார்.

உணவகத்தில் பிரியாணி ஆரம்பித்ததிலிருந்தே நன்றாகப் போக ஆரம்பித்தது. சிக்கன், பீஃப் என இரண்டு பிரியாணிகள். முற்பகல் பதினொன்றிலிருந்து மதியம் மூன்றுவரை ஓடியது. செல்வத்துக்கு வேலைப் பளு அதிகரித்ததுபோல் தோன்றியது. முன்பெல்லாம் அவர் காலை எட்டு மணிக்கு வேலையை ஆரம்பித்து யாரிடமாவது கதை பேசிக்கொண்டே பன்னிரண்டு மணிக்கு வேலையை முடிப்பார். அதற்குள் மூன்று பேராவது வந்து, "செல்வண்ணே சாப்பாடு ரெடியா?" என்பார்கள். இப்போது

அவருக்குத் தெரிந்த பலரும் பிரியாணிக்கு மாறிவிட்டார்கள். செல்வம் உள்ளுக்குள் நொறுங்கிப்போனார். ஆனால், ஒருபோதும் அதை வெளிக்காட்டிக்கொள்ளவில்லை.

இப்போதெல்லாம் சமையல் வேலை முடிந்த பிறகு செல்வம் கடையில் இருப்பதில்லை. சரியாகக் கடை மூடும் நேரம் வந்து சம்பளத்தை வாங்கிக்கொள்வார். அதிகம் குடிப்பதாக செல்வத்தைப் பற்றி சந்திரன் கேள்விப்பட்டார். சந்திரனால் செல்வத்தின் மனநிலையைப் புரிந்துகொள்ள முடிந்தது. மெல்லமெல்லத் தன்னிடமிருந்து ஒன்று கைநழுவிப்போகும்போது அது ஏற்படுத்தும் அதிர்வுகளைச் சமாளிக்கக்கூடிய திறன் எல்லோருக்கும் இருந்துவிடுவதில்லை. துணைக்கு யாராவதோ அல்லது ஏதாவது ஒன்றோ தேவைப்படுகிறது. செல்வத்துக்கு யாருமில்லை. மது அவருக்குத் துணை என அவர் கருதினார்.

செல்வத்தைப் பார்க்க அப்புண்ணிக்கும் சங்கடமாக இருந்தது. வழக்கமாக சம்பளத்தை வாங்கியதும் முதல் ஆளாக வீட்டுக்குப் போகும் அப்புண்ணி அன்று அனைவரும் போகும்வரை காத்திருந்தார். சந்திரன் அதைக் கவனித்தாலும் அவர் செல்வத்திடம் பேசத்தான் காத்திருக்கிறார் என்று ஊகித்தார். அனைவரும் சென்ற பின், "என்ன செல்வம் சேட்டா, இப்பெல்லாம் மதியானத்துல ஆளே பாக்க முடியல?"

"மதியானத்துல இங்க இருந்து நான் யாரு மயிரப் புடுங்கப்போறேன்" என்று எரிந்துவிழுந்தார்.

"என்ன கோவம்?"

"கோவமெல்லாம் ஒரு மயிரும் இல்ல. வெறுப்பா இருக்குது. ஒரு சாவு வந்து தொலைய மாட்டேங்குதே."

"அட, ஏன் இப்படிப் பேசறீங்க?"

"அத வுடு. உன் பிரச்சன இன்னா. அதச் சொல்லு."

"எனக்கு என்ன. நல்லாத்தான் இருக்கேன். உங்களப் பாக்கத்தான் இருந்தேன்"

செல்வம் லேசாகச் சிரித்தார்.

"என்ன சேட்டா?"

"நான் நல்லாத்தான் இருக்கேன். நீ கௌம்பு."

"சேட்டா அதிகம் குடிக்கறதா கேள்விப்பட்டேன். வேணாம் சேட்டா. உடம்புக்கு எதாவது ஆகப்போகுது."

"இந்தா, இந்த அட்வைஸ் மயிரெல்லாம் வேணாம். நான் அவ்ளோ தூரம் சொன்னேன். நீ அத மயிராக்கூட மதிக்கல. இப்ப இன்னாத்துக்கு என்மேல அக்கற உனுக்கு? நேரமாச்சி கௌம்பு."

அப்புண்ணி கொஞ்ச நேரம் எதுவும் பேசாமல் அப்படியே நின்றுகொண்டிருந்தார். செல்வம் அவரைக் கண்டுகொள்ளாமல், பீடியை எடுத்துப் பற்றவைத்தார். அப்புண்ணி மெல்லத் திரும்பி நடக்க ஆரம்பித்தபோது செல்வம், "மதியானம் நீ இன்னா சாப்பிட்ட?" என்றார்.

அப்புண்ணி குழப்பமாகத் திரும்பிப்பார்த்து, "என்ன சேட்டா?"

"இன்னிக்கி மதியானம் நீ இன்னா சாப்பிட்ட?"

சற்று யோசித்துவிட்டு, "பிரியாணி" என்றார்.

"நேத்து?"

அப்புண்ணி பதிலேதும் சொல்லவில்லை.

"முந்தானேத்து?"

அப்புண்ணிக்கு ஒருவாறு செல்வம் என்ன சொல்ல வருகிறார் என்று புரியத் தொடங்கியது.

"பிரியாணி போட ஆரம்பிச்சதுலருந்து நீ அதத்தான் சாப்பிடற. என் சாப்பாடு உனுக்கு அவ்ளோ எளக்காரமா போயிடுச்சில?" என்று சொல்லிவிட்டு, மடியிலிருந்து குவார்ட்டர் பாட்டிலை எடுத்துத் திறந்து அப்படியே வாயில் சரித்துக்கொண்டார்.

3

கதிரைக் காலையில் தயாராக இருக்கும்படி சொல்லியிருந்தார் காசி. அவர் நிச்சயம் எதாவது ஒரு வேலையை வாங்கிக்கொடுத்துவிடுவார் என்று அவனுக்குத் தெரியும். ஆனால், அதுவும் நிரந்தர வேலையாக இருக்குமென்று அவனுக்குத் தோன்றவில்லை. யோசித்துப்பார்த்தபோது புதுச்சேரியில் அரசு வேலையைத் தவிர நிரந்தர வேலை அல்லது நீண்டகாலம் வேலை செய்யலாம் என்று நம்பத்தகுந்த நிறுவனங்கள் வெகு சிலவே இருந்தன. முன்பொரு காலத்தில் மூன்று ஆலைகள் இருந்தன. அது நிரந்தர வேலையாக புதுச்சேரி மக்களால் பார்க்கப்பட்டது. இப்போது கிட்டத்தட்ட மூன்றும் பாழடைந்த நிலைக்கு மாறிக்கொண்டிருக்கிறது.

தன்னோடு பன்னிரண்டாம் வகுப்பு படித்த ஒருவனை கதிர் சமீபத்தில் சினிமா தியேட்டரில் வைத்துப் பார்த்திருந்தான். தூரத்தில் அவனைப் பார்த்தபோது அவனிடம் போய்ப் பேசலாமா வேண்டாமா என்று யோசித்தான். அவன் படிக்கும்போதே பொறுக்கி என்று பள்ளி முழுக்கப் பெயர் எடுத்தவன். பன்னிரண்டில்கூட எழுத்துக்கூட்டித் தடுமாறித்தான் படிப்பான். கதிருக்கு நன்றாக ஞாபகம் இருந்தது. இறுதித் தேர்வு முடிவுகள் வந்த நாள் அன்று பள்ளியில் முதல் மதிப்பெண் எடுத்தவனைப் பற்றிப் பேசியதைவிட அவனைப் பற்றித்தான் பேச்சு அதிகமாக இருந்தது. தமிழில் மட்டும் தேறியிருந்தான். மற்ற அனைத்துப் பாடத்திலும் ஒற்றை இலக்கம்தான். மொத்தமாக நூறு மதிப்பெண்ணைக்கூடத் தாண்டவில்லை. கதிரை அவன் பார்த்துவிட்டான். "டேய்" என்று அழைத்துக்கொண்டே அவனருகில் வந்தான். அவன் முகத்தில் சிரிப்பு இருந்துகொண்டே இருந்தது. அவனிடம் பேசுவதைக் குறித்து கதிருக்கு அச்சமாகவே இருந்தது. ஒருவேளை அவன் ஒரு ரவுடியாக இருந்து அவனுடன் தன்னையும் பார்த்து யாராவது ஏதாவது செய்துவிட்டால். அப்போது அதெல்லாம் சகஜமாக நடந்துகொண்டிருந்தது. டிக்கெட் எடுத்துக்கொண்டு வெளியே வந்த அசோக்குக்கும் அவனை நன்றாகத் தெரியும். உண்மையில், அவன் அசோக் வயதுடையவன். பதினொன்றில் தோல்வியடைந்து

கதிருடன் படித்தவன். அவன் நெருங்கி வந்து கதிரின் கைகளைப் பிடித்துக்கொண்டான்.

“இன்னாடா எப்புடி இருக்கற?” என்றான்.

“நல்லா இருக்கறன். நீ எப்புடி இருக்கற?” என்று கேட்டுவிட்டு அவனை நன்றாகக் கவனித்தான். நன்றாக உடுத்தியிருந்தான். கைகளில் குருமாத்து, கழுத்தில் சங்கிலி, விரல்களில் மோதிரம் என்று ஒரு மைனர்போல இருந்தான்.

“எனக்கின்னாடா நல்லா இருக்கேன். கவுர்மெண்ட் ஜாப்ல இருக்கேன்.”

“கவுர்மெண்ட் ஜாபா?” என்று அருகில் இருந்த அசோக் அதிர்ந்தான். அவன் சிரித்துக்கொண்டே பதிலளித்தான்.

“நான் கதிர்காமம்தான. எங்கப்பா கட்சிக்காரர். ஒரு ரெண்டு மாசம் சி.எம். வூட்டு வாசல்ல போய் நின்னு போகவர வணக்கம் வெச்சோம். வேல வாங்கிக் குடுத்துட்டார்” என்று சொன்னான். அசோக் வெளிப்படையாகவே தன் முகத்தில் வெறுப்பை வெளிப்படுத்தினான். ஏதாவது பேச வேண்டுமே என்று கதிர் அவனிடம் பேசினான், “தனியாவா வந்த?”

“இல்லடா, வைஃப்போட வந்தேன். அதோ கார்ல உக்காந்துனு இருக்குது” என்றான்.

கதிருக்கு அதன் பிறகு என்ன பேசுவதென்று தெரியவில்லை. ‘நீங்க என்ன பண்றீங்க?’ என்று அவன் கேட்டுவிடுவானோ என்று இருவருமே அஞ்சினர். நல்ல வேளையாக அதைப் பற்றியெல்லாம் கேட்கவில்லை. சிறிது நேரத்தில் சென்றுவிட்டான். அசோக்கின் முகத்தை கதிர் பார்க்கவே இல்லை. அது எப்படி வெடித்துக்கொண்டிருக்கும் என்று அவனுக்குத் தெரியும். அப்போது ஊருக்குள் ஒரு பேச்சு இருந்தது உண்மைதான். முதலமைச்சர் தொகுதியில் இருந்தால் சுலபமாக ஏதாவது அரசு வேலை வாங்கிவிடலாம் என்று.

கதிருக்குத் தூக்கமே வரவில்லை. தன்னுடன் படித்தவன் இன்னும் சில நாட்களில் குழந்தையே பெற்றுவிடப்போகிறான். ஆனால், தனக்கு இன்னும் வாழ்வதற்கான வழியே தெரியவில்லையே என்று முதன்முறையாக வாழ்க்கை மீது கதிருக்கு அச்சமாக இருந்தது.

மறுநாள் காலை கதிரும் காசியும் ஒரு அரசியல்வாதியின் வீட்டு வரவேற்பறையில், உட்கார இடமில்லாமல் நின்றுகொண்டிருந்தனர். அவர் ஒரு முன்னாள் சட்டமன்ற உறுப்பினர். புதுச்சேரி முழுக்கவும் பல சாராயக்கடைகளை ஏலம் எடுத்து நடத்திக்கொண்டிருந்தார். அவர் வீட்டில் ஏற்கெனவே சிலர் உட்கார்ந்துகொண்டும் டிவி பார்த்துக்கொண்டும் பேப்பர் படித்துக்கொண்டும் இருந்தனர். இவர்களைப் போலவே இன்னும் சிலர் அவரைப் பார்க்கக் காத்திருந்தனர்.

அவர் தனது அமைப்பின் பேரில் ஒரு டிவி சேனல் நடத்திக்கொண்டிருந்தார். புதுச்சேரியில் அப்போது லோக்கல் டிவி சேனல்கள் ஏராளமாக இயங்கிக்கொண்டிருந்தன. சேட்டிலைட் சேனல்களைவிட அவை அதிகம் பார்க்கப்பட்டன. வெள்ளி சனி இரவுகளில் புதுப் படங்கள் போடப்பட்டன. அப்போது அரசியலில் வளர்பவர்கள், அரசியல் ஆசைகொண்ட தொழிலதிபர்கள் எனப் பலரும் ஆளுக்கு ஒரு சேனல் அல்லது பல சேனல்கள் வைத்திருந்தார்கள். இவை புதுவை முழுக்க ஒளிபரப்பப்படவில்லை என்றாலும் ஒவ்வொன்றும் ஒவ்வொரு பகுதியில் அதனதன் செல்வாக்கை செலுத்திக்கொண்டிருந்தன. எப்போதும் மூன்று மணிநேரத் திரைப்படம் ஐந்து மணி நேரமும், தீபாவளி பொங்கல் காலங்களில் ஆறிலிருந்து ஏழு மணிநேரமும் ஒளிபரப்பப்பட்டன. முப்பது நிமிடங்களுக்கு ஒரு முறை இருபது நிமிடங்கள் விளம்பரம் ஓடும். பெரும்பாலும் அதில் அரசியல் அல்லக்கைகளின் பிறந்தநாள் வாழ்த்து விளம்பரங்கள்தான் இருக்கும். பிறகு துணிக்கடை, நகைக்கடை, ரியல் எஸ்டேட், ஜோசியம் இவைதான் பெரும்பாலும் இருக்கும். அது தனி உலகமாக இயங்கிக்கொண்டிருந்தது. காசியுமே அதுபோல் கேபிள் கனெக்ஷனும் டிவி சேனல்களும் வைத்திருக்கும் அரசியல் ஆசை கொண்ட ஒரு தொழிலதிபரிடம்தான் வேலை செய்துகொண்டிருந்தார்.

கதிர் அந்த இடத்தை நன்றாகக் கவனித்துக்கொண்டிருந்தான். அனைவரும் முகத்தை இறுக்கமாக வைத்துக்கொண்டு, தீவிரமாக எதையோ படிப்பதுபோலவும் சிந்திப்பதுபோலவும் இருந்தனர். ஆனால், கதிருக்கு அவர்கள் போலியாக நடித்துக்கொண்டிருப்பதுபோலவே தோன்றியது. திடீரென்று சலசலப்பு ஏற்பட்டது. நின்றுகொண்டிருந்தவர்கள் விறைப்பானார்கள். உட்கார்ந்துகொண்டிருந்தவர்கள் எழுந்து நின்றுகொண்டார்கள். உள்ளேயிருந்து முதலில் ஏதோ குரல் மட்டுமே கதிருக்குக் கேட்டது. குரல் கேட்ட நொடியிலிருந்தே,

நின்றுகொண்டிருந்தவர்கள் பணிவான முகபாவத்தைக் கஷ்டப்பட்டு வரவழைத்துக்கொண்டனர். கதிருக்கு ஏதோ ஒரு நாடக ஒத்திகையை வேடிக்கைபார்த்துக்கொண்டிருப்பதைப் போல் இருந்தது. உள்ளேயிருந்து வந்தவர் நெற்றி நிறைய விபூதியைப் பூசிக்கொண்டு, சிரித்த முகத்துடன் ஒவ்வொரு முகமாய் உற்றுப்பார்த்தார். சில முகங்களைக் கண்டதும் சிரிப்பின் அளவைக் கொஞ்சம் கூட்டிக்கொண்டார். சில பேரிடம் நலம் விசாரித்தார். பிறகு, ஒவ்வொருவரிடமும் சுருக்கமாக விஷயத்தை விசாரிக்க ஆரம்பித்தார். இவ்வளவையும் அவர் நின்றுகொண்டேதான் செய்தார். அவர் நின்றுகொண்டிருந்தபடியால் மற்றவர்கள் யாருமே உட்காராமல் இருந்தனர். நடுவில் காசி அண்ணனிடம் வந்தார்.

"சொல்லுங்க தம்பி..."

காசி அண்ணன் தன்னை யார் என்றும், இன்னாரிடம் வேலை செய்கிறோம் என்றும் அறிமுகப்படுத்திக்கொண்டு கதிரின் வேலை விஷயத்தை வெளிப்படுத்தினார்.

"இப்போ ஆளு வேணும்னுதான் பசங்க சொன்னானுங்க. நான் சொல்லிடறேன். நீ இப்போ நேரா போயிடு தம்பி" என்று கதிரிடம் சொல்லிவிட்டு, அடுத்த ஆளைப் பார்க்கச் சென்றுவிட்டார். சில நொடிகள் கதிரும் காசியும் என்ன செய்வதென்று தெரியாமல், அவர் அனைத்தையும் முடித்து காரில் ஏறிப்போகும்வரை காத்திருந்தனர். பிறகு, காசியே கதிரை அந்த சேனல் அலுவலகத்துக்குக் கூட்டிக்கொண்டு வந்துவிட்டுத் தகவல் சொன்னார். ஒரு போன் செய்து அதை உறுதிப்படுத்திக்கொண்டு கதிரை உள்ளே அழைத்துச்சென்றனர். காசி, "பாத்துக்கடா" என்று சொல்லி விடைபெற்றுக்கொண்டார்.

அது ஒரு வீடு. இரண்டு படுக்கையறை, ஒரு ஹால், ஒரு சமையல் அறை கொண்ட வீட்டை சேனல் அலுவலகமாகப் பயன்படுத்திவந்தனர். வெளியே ஹாலில் ஒரு பெரிய டிவியும் அதன் எதிரே இரண்டு சோபாக்களும் போடப்பட்டு சிலர் டிவி பார்த்துக்கொண்டிருந்தனர். ஒரு படுக்கையறை படுசுத்தமாகப் பராமரிக்கப்பட்டு மூடிவைக்கப்பட்டிருந்தது. 'அண்ணே வந்தா அங்கதான் இருப்பாரு' என்ற தகவல் சொல்லப்பட்டது. சேனல் ஆப்ரேட்டர் மற்றும் எடிட்டிங் அறையாக இன்னொரு படுக்கையறை பயன்படுத்தப்பட்டது. கதிர் ஆபரேட்டர் அறையில் இருந்த நாற்காலியில் உட்கார்ந்துகொண்டு, அவர்களின் வேலைகளைக் கவனிக்கத் தொடங்கினான்.

அங்கு ஏற்கெனவே ஒரு ஆபரேட்டர் இருந்தான். தன்னை எழில் என்று அறிமுகப்படுத்திக்கொண்டான். ரொம்ப ஆர்வமாகவும் சுறுசுறுப்பாகவும் வேலை செய்துகொண்டிருந்தான். தொலைபேசியில் அவ்வப்போது யாராவது அழைத்து அந்தப் பாடல் வேண்டும் இந்தப் பாடல் வேண்டுமென்று கேட்டுக்கொண்டே இருந்தார்கள். சிலவற்றைப் போடவும் செய்தான். ஆனால், அவனது செய்கைகள் அனைத்திலுமே ஒரு செயற்கைத்தனம் இருப்பதை கதிர் கவனித்தான். வெளியே உட்கார்ந்திருந்த ஆட்கள் மெல்லமெல்ல வெறியேறத் தொடங்கி, கிட்டத்தட்ட பன்னிரண்டு மணிக்குள் மொத்த அலுவலகமும் காலியாகிவிட்டது. எழிலும் கதிரும் மட்டுமே இருந்தார்கள். இப்போது எழில் கொஞ்சம் சகஜமாகி சாய்ந்து உட்கார்ந்துகொண்டு இயல்பாகப் பேச ஆரம்பித்தான். அவன் சொன்ன முதல் வாக்கியமே, "தெனமும் காலங்காத்தால இந்த சனியன் புடிச்சவனுங்க வந்துடுவானுங்க. அவனுங்ககிட்ட மட்டும் வாயக்குடுக்காத."

கதிர் எதுவும் பேசாமல் அமைதியாக இருந்தான்.

"எந்த ஏரியா வீடு?"

"முதலியார்பேட்ட."

"முதலியார்பேட்டயா, ஆல ரோட்டுல ஆதியண்ணனத் தெரியுமா?"

"தெரியும்."

"செரி செரி. மதியம் சாப்பாடு எங்க?"

"தெரில. தீடீர்னு வந்துட்டோம்."

"ஒன்னும் பிரச்சன இல்ல. நம்ப ஓனர் ஒயின்சாப்புல வேலை செய்யறவங்களுக்குத் தனியா சாப்பாடு செய்வாங்க. எனக்கு வரும். உனுக்கும் எடுத்தாரச் சொல்றன்" என்று சொல்லிவிட்டுத் தொலைபேசியில் தகவலைச் சொன்னான்.

"பாத்துகினு இரு வரேன்" என்று சொல்லிவிட்டு, வெளியே சென்றான். கதிருக்கு ஒன்றும் புரியவில்லை. இங்கு இருப்பதா, இல்லை வேறு ஏதாவது வேலை தேடலாமா என்று யோசித்துக்கொண்டிருந்தான். ஆனால், இங்கிருந்து போனால் காசி அண்ணன் முகத்தில் விழிக்க முடியாது. நாளை ஏதாவது உதவி என்றால் போய்நிற்க அவர் ஒருவர்தான் இருக்கிறார். கொஞ்ச நாட்கள் தள்ளுவோம் என்று முடிவெடுத்தான். எழில் நீண்ட நேரம் கழித்து வந்தான். வரும்போது

யாருடனோ பேசிக்கொண்டே வந்தான். கையில் இரண்டு சாப்பாடு பார்சல் இருந்தது. உள்ளே வந்தவன், "இவன்தானா?" என்று எழிலிடம் கேட்டான். பிறகு கதிரிடம் திரும்பி, "இன்னா ஏரியா?" என்றான்.

"முதலியார்பேட்டை."

"விடுதலை நகர்ல சுபாஷ தெரியுமா?"

"தெரியாதுணா."

"செரி வா, சாப்புடலாம்."

மூவரும் ஹாலில் வட்டமாக உட்கார்ந்து பார்சலைப் பிரித்து சாப்பிட ஆரம்பித்தார்கள். மதியத்துக்கு மேல் வேலைகளைப் பற்றி கதிருக்கு எழில் சொல்லிக்கொடுத்தான். கதிர் தயங்கித்தயங்கி எத்தனை மணிக்குப் போகலாமென்று கேட்டான்.

"சாயங்காலம் லைவ் ப்ரோகராம் இருக்கு. முடிஞ்சதும் போயிடலாம். காலையில ஒம்போது மணிக்கெல்லாம் வந்துடு. நான் நைட் இங்கதான் இருப்பேன். காலையில வீட்டுக்குப் போயிட்டு சாயங்காலம் வந்துடுவேன். ஆள் இல்லாததுனால இங்கயே தங்கினு இருக்கேன்."

"லைவ் எப்ப முடியும்?"

"பத்தரை பதினொன்னு ஆயிடும்."

கதிர் வேறு எதுவும் பேசாமல் அமைதியாகச் சாப்பிட ஆரம்பித்தான்.

வழக்கம்போல் பிரமிப்பாக ஆரம்பித்து, போகும்வரை போகட்டும் என்று வேலை தொடர்ந்தது. ஆரம்பத்தில் கொஞ்சம் ஆர்வமாகவே வேலைபார்த்தான். பிறகு, அந்த வேலையும் அவனுக்கு சலிக்கத் தொடங்கியது.

4

திங்கட்கிழமை முற்பகல். உணவகம் பரபரப்பாக இயங்கிக்கொண்டிருந்தது. சந்திரன் கல்லாவில் உட்கார்ந்திருந்தார். சந்திரனுக்குப் பின்னால் அப்புண்ணி டீ போட்டுக்கொண்டிருந்தார். 'ஒரு டீ, ரெண்டு டீ, சக்கரை இல்லாம, ஸ்ட்ராங்கா, லைட்டா' என அப்புண்ணியின் காதுக்குள் உத்தரவுகள் சென்றுகொண்டே இருந்தன. அப்புண்ணியின் கைகள் ஒரு இயந்திரம்போல் இயங்கிக்கொண்டிருந்தன. காலையில் டிபன் முடிந்திருந்தது. இன்னும் சிறுது நேரத்தில் பிரியாணி தயாராகிவிடும். சிலர் அதற்காக இருக்கைகளில் காத்திருந்தனர். பிரியாணி தயாரானதும் கரண்டியைக் கொண்டு தட்டி ஓசையெழுப்பி அறிவிப்பார்கள்.

அவென் பேருந்திலிருந்து இறங்கினான். ஐந்தரை அடி உயரம். நல்ல நிறம். சுருட்டை முடி. தோளில் ட்ராவெல் பேக் மாட்டியிருந்தான். அப்பாவியைப் போல் முகத்தை வைத்திருந்தான். சாலையைக் கடந்து அதன் பின்புறம் இருந்த உணவகத்தின் கல்லாவில் இருந்த சந்திரனிடம், இங்கே வினயன் என்று மலையாளத்தில் கேட்டான். சந்திரனுக்கு இப்போது மலையாளம் ஓரளவு புரியத் தொடங்கியிருந்தது. ஒருசில வார்த்தைகள் பேசவும் தொடங்கியிருந்தார்.

"நீங்க?"

"நான் ரஞ்சித். மாகேவுலருந்து வரேன். காலையில கடைல இருப்பேன்னு சொன்னார். நேத்து போன் பண்ணேன்."

"அப்படியா, செரி அவருக்கு ஒரு போன் போடுங்க."

வினயனிடம் ரஞ்சித் மலையாளத்தில் ஏதோ பேசினான். பிறகு சந்திரனிடம் திரும்பி, "இங்க கேஷியருன்னு" என்று இழுத்தான்.

"நான்தான்."

"உங்க பக்கத்துலயே ஒரு சேர் போட்டு உக்காரச் சொன்னாரு. கொஞ்ச நேரத்துல வரேன்னு சொன்னார்."

சந்திரனுக்குக் குழப்பமாக இருந்தது. பின்னால் திரும்பி அப்புண்ணியிடம் ரஞ்சித்துக்கு ஒரு டீ கொடுக்கச் சொல்லிவிட்டு, "இது சாப்பாட்டு நேரம். நீங்க அங்க பார்சல் கட்டற எடத்துல சேர் போட்டு உக்காருங்க" என்றார். அவனும் எதுவும் பேசாமல் போய் உட்கார்ந்துகொண்டான். அப்புண்ணி அவனிடம் சென்று டீயைக் கொடுத்துவிட்டு வந்தார். அப்புண்ணிக்கு உள்ளுக்குள் அச்சம். அவன் ஏதாவது வகையில் பாருக்குட்டியின் சொந்தக்காரனாக இருந்துவிடப்போகிறான் என்று. அதனால், எதுவும் பேசாமல் தன் வேலையைத் தொடர்ந்தார். அடிக்கடித் திரும்பி அவன் முகத்தில் பாருக்குட்டியின் குடும்ப ஜாடை தெரிகிறதா என்று ஆராய்ந்தார். அவரால் எதையும் கண்டுபிடிக்க முடியவில்லை. ரஞ்சித் டீயைக் குடித்துவிட்டு உணவக நடவடிக்கைகளை வேடிக்கைபார்க்கத் தொடங்கினான்.

சரியாக இரண்டு மணிக்கு வினயன் கடைக்கு வந்தான். வினயன் வந்ததுமே சந்திரன் எழுந்து வெளியே வந்து பார்சல் கட்டும் இடத்துக்கு நகர்ந்தார்.

"கேஷியர்" என்றான் வினயன்.

அவர் திரும்பிப்பார்த்தார்.

"சாப்டாச்சா?"

"இன்னும் இல்ல."

"சரி, சாப்ட்டு, கொஞ்சம் மார்க்கெட் வரைக்கும் போயிட்டு வந்துடுங்க."

குழப்பத்துடன் சென்று சாப்பிட்டுவிட்டுத் தனது சைக்கிளை எடுத்துக்கொண்டு புறப்பட்டார்.

நேரு வீதிக்கும் காந்தி வீதிக்கும் இடையில் இருந்தது பெரிய மார்க்கெட். மிகவும் பழமையானது. வெளியேயிருந்து பார்க்கும்போது அதன் பிரமாண்டம் தெரியாது. வெளியாட்கள் உள்ளே சென்று சுற்ற ஆரம்பித்தால் சற்றுநேரத்தில் எங்கே இருக்கிறோம் என்ற சந்தேகம் வரும். ஏதாவது ஒரு வழியைப் பிடித்து வெளியேறினால் பெரும்பாலும் அது உள்ளே சென்ற வழியாக இருக்காது. பெரிய மார்க்கெட்டில் இல்லை என்று ஒன்று இல்லவே இல்லை எனலாம். அதேபோல் பார்ப்பவர்களை ஆச்சரியப்படுத்தும் பொருட்கள்கூட இருக்கும். பாவடை தன் கடைக்கு அடிக்கடி சரக்கு எடுக்க பெரிய மார்க்கெட்டுக்கு வருவார். அவர் அடிக்கடி சந்திரனிடம்

சொல்வார், “பாண்டிச்சேரி டூரிஸ்ட் ப்ளேஸ்ல பெரிய மார்க்கெட் முக்கியமான எடம். எவனுக்குத் தெரியுது.” சந்திரனுக்குப் பெரிய மார்க்கெட்டுக்கு வரும்போதெல்லாம் புத்துணர்வு ஏற்படும். ஆனால், அது இப்போது இல்லை. சந்திரனின் மனம் நிலையாக இல்லை. ஏதோ ஒன்று நடக்கிறது என்று மட்டும் அவர் உள்ளுக்குள் துடித்துக்கொண்டிருந்தது. வேலைகளை முடித்துக்கொண்டு சந்திரன் வரும்போது உணவகத்தில் வினயன் இல்லை. கல்லாவில் ரஞ்சித் உட்கார்ந்துகொண்டு பில்லுக்குப் பணம் வாங்கிக்கொண்டிருந்தான். சந்திரன் இதைத் தூரத்திலேயே பார்த்துவிட்டார். சந்திரன் வருவதையும் கடையில் வேலை செய்பவர்கள் சிலர் பார்த்துவிட்டனர். அவர்களுக்குள் ஆர்வம் ஏற்பட்டது, சந்திரன் என்ன செய்யப்போகிறார் என்று. அவர் கோபித்துக்கொண்டு போய்விடுவார் என்று சிலர் எதிர்பார்த்தனர். அவர் கையில் இருந்த பையை எடுத்துக்கொண்டுபோய் சமையலறையில் வைத்துவிட்டு, “மீதி வண்டியில வருது” என்று பொதுவாகச் சொல்லிவிட்டு சாப்பிட்டுக்கொண்டிருந்தவர்களைக் கடந்து பார்சல் கட்டும் இடத்துக்குச் சென்றார். அவர் யார் முகத்தையும் பார்க்கவில்லை. ஆனால், அனைவரும் தன்னையே பார்த்துக்கொண்டிருக்கிறார்கள் என்று அவருக்குத் தெரிந்திருந்தது.

மாலை ஆறு மணிக்கு மேல், நீண்ட நாட்கள் கழித்து சூரியன் வந்தான். கடைக்குள் வராமல், வண்டியைக் கடை வாசலில் நிறுத்தினான். வண்டியிலிருந்து இறங்காமலேயே ரஞ்சித்திடம், “எடோ ரஞ்சித், சுகானோ” என்றான். அவன் முகத்தில் சிரிப்பு இருந்துகொண்டே இருந்தது. அவன் குரலைக் கேட்டதும் ரஞ்சித் விழுந்தடித்துக்கொண்டு எழுந்து நின்று, “ஆங்... சுகம்” என்றான். மதியத்திலிருந்து பலர் மனதுக்குள் இருந்த சந்தேகம் அந்த ஒரே கேள்வி பதிலில் தீர்ந்துபோனது.

“ச்செரி ஞான் போயிட்டுவராம் வெல்லும் ஆவிஷ்யம் உண்டெங்கில் விளிக்கி” என்று சூரியன் சொன்னான். இரண்டாவது வாக்கியத்தைச் சொல்லும்போது அவன் பார்வை சந்திரன் மீதிருந்தது. அவர் அமைதியாக எங்கேயோ பார்த்துக்கொண்டிருந்தார். அவன் புறப்பட்டுச்சென்றான். அதன் பிறகு, இரவு கடை மூடும்வரை யாரும் எதுவும் பேசிக்கொள்ளவில்லை. வழக்கமாக எடுத்துவைக்கும் அனைத்தையும் எடுத்துவைத்துவிட்டு, தனது சைக்கிளை எடுத்துக்கொண்டு புறப்பட்டார் சந்திரன். அன்று அவர் தனது சம்பளத்தை வாங்கிக்கொள்ளவில்லை.

எப்போதெல்லாம் இதுதான் தனது வாழ்வின் துயரமான இரவு என்று அவர் நினைக்கிறாரோ அதைவிடத் துயரமான இன்னொரு இரவு அவருக்காகக் காத்திருக்கத் தொடங்கிவிடுகிறது. தனக்காகக் காத்திருந்த அந்தத் துயரமான இரவைக் கடக்க முடியாமல் சந்திரன் போராடிக்கொண்டிருந்தார். எத்தகைய துயரமாக இருந்தாலும், பகிர்ந்துகொள்ளும்போது கரைந்துவிடுமென்று அவருக்குத் தெரிந்திருந்தாலும் அவருக்கு அந்தக் கொடுப்பினை இல்லை என்று தோன்றியது. சற்று தள்ளி அவர் மனைவி தூங்கிக்கொண்டிருந்தாள். இன்று நடந்த இந்தத் துயரத்தின் மீது அவள் மேலும் நெருப்பள்ளிக் கொட்டாமல் இருந்ததே பெரிய ஆறுதலாக அவருக்குத் தோன்றியது. பெருமூச்சொன்றை விட்டுவிட்டுப் படுத்துக்கொண்டார். ஆனால், தூக்கம் வருவதற்கான முகாந்தரமே இல்லை. திடீரென்று அவருக்குத் தோன்றியது, 'அப்புண்ணிக்கு இன்று எப்படி இருந்திருக்கும்?' இன்று அவர் அப்புண்ணியின் முகத்தையே கவனிக்கவில்லை என்பதை உணர்ந்தார். அவரும் தன்னைப் போல் ஓடிவந்து பிழைத்துக்கொண்டிருப்பவர். தன்னைப் போலவே அவரும் பல மனக்கஷ்டங்களை அவ்வப்போது சந்தித்துக்கொண்டிருக்கிறார். ஆனால், ஒரே நல்ல விஷயம் அவர் மனைவி தங்கமானவள். இது போன்ற ஒரு துயரமான இரவில் அவள் நிச்சயம் தன் கணவனை இப்படித் தவிக்கவிட்டிருக்க மாட்டாள். "தூங்கலியா?" என்ற மனைவியின் குரல் கேட்டு சிந்தனையிலிருந்து மீண்டார். எதுவும் சொல்லாமல் திரும்பிப் படுத்துக்கொண்டார்.

"காலையில போவும்போது பத்து ரூபா வெச்சிட்டுப் போ" என்றாள்.

அவர் தலையைத் தூக்கி, எதற்கு என்பதுபோல் பார்த்தார்.

"கண்ணம்மை தியேட்டர்ல சாமிப் படம் வந்திருக்குது. மூனு மணியாட்டம் போயிட்டு வரேன்."

அவர் எதுவும் சொல்லாமல் கண்களை மூடிக்கொண்டார்.

◆

ரஞ்சித் வேலைக்குச் சேர்ந்து இரண்டு வாரமாகி இருந்தது. ரஞ்சித் வேலைக்கு ஆக மாட்டான் என்று பலரின் மனதில் தோன்ற ஆரம்பித்திருந்தது. அப்புண்ணிக்கேகூட வினயன் செய்தது தேவையில்லாத வேலை என்றே தோன்றியது. ரஞ்சித்தால் பல விஷயங்களைச் சமாளிக்க முடியவில்லை. கூட்டம் அதிகமானால் பதற்றமடைந்தான். யாரிடம் எப்படிப் பேச வேண்டுமென்ற நெளிவுசுளிவு சுத்தமாக இல்லை. கணக்குவழக்குகளிலும் நிறைய

கோட்டைவிட்டான். வினயனுக்கே அப்போது சங்கடமாக இருந்தது.

சந்திரன் எதையும் கண்டுகொள்ளாமல் தன் வேலைகளைச் செய்துகொண்டிருந்தார். வழக்கமாகத் தனக்கு எந்தப் பிரச்சினை என்றாலும் நண்பர் பாவாடையிடம் அதைப் பற்றிப் பேசுபவர், இந்த விஷயத்தைப் பற்றி வாயே திறக்கவில்லை. அவராகவே கேட்டதற்கும் பதில் சொல்லாமல் இருந்துவிட்டார்.

அன்று வெள்ளிக்கிழமை. மதிய சாப்பாடு முடியப்போகிற சமயம். சந்திரன் அப்போதுதான் சாப்பாடு போட்டுக்கொண்டு உட்கார்ந்தார். வேகமாக வண்டியில் வந்த ஒருவர், வண்டியைக் கடைவாசலிலேயே விட்டுவிட்டு நேராக சந்திரனிடம் வந்து, “யோவ் இன்னா திமிரு ஏறிப்போச்சா உனுக்கு?” என்று ஆரம்பித்தார். சந்திரனுக்கு அவர் ஏன் அவ்வாறு பேசுகிறார் என்று தெரிந்திருந்தது. அவர் மார்க்கெட்டில் அரசி மண்டி வைத்திருப்பவர். கடைக்குத் தொடர்ந்து அரசி சப்ளை செய்பவர். ஒரு மணிக்கு அவர் ஆள் ஒருவன் பணம் வசூலிக்க வந்தபோது ரஞ்சித் ஏடாகூடமாகப் பேசி பணம் கொடுக்காமல் அனுப்பியிருந்தான். அதற்குத்தான் இப்போது இவர் வந்திருக்கிறார்.

சந்திரன் பொறுமையாக எழுந்து எதுவும் தெரியாத மாதிரி, “இன்னங்க ஆச்சி?” என்றார்.

“இன்னா ஆச்சா. ஏன் உனுக்கு ஒன்னும் தெரியாதா? ஏன் ஆளு வந்தா பணம் குடுக்காம தெனாவட்டா பேசி அனுப்பிருக்குற. ஏன் உன் ஓனரு பணம் குடுக்க வேணாம்னு எதாவது சொல்லியிருக்கானா? எங்க கூப்புடு அவன” என்று அவர் கத்தி முடிக்கும்வரை காத்திருந்த சந்திரன், “எனக்கு எதுவும் தெரியாதுங்க. நான் கல்லாவுல இருக்கறது இல்ல. கணக்குவழக்கும் பாக்கறதுல்ல. எல்லாமே அவுருதான்” என்று ரஞ்சித்தைக் காட்டினார்.

வந்தவர் திரும்பி ரஞ்சித்தைப் பார்த்தார். அவன் நடுங்கிக்கொண்டிருந்தான். அவனை முறைத்துவிட்டு சந்திரன் பக்கம் திரும்பினார். அவருக்குத் தர்மசங்கடமாக இருந்தது. சட்டென அவர் குரல் இளகியது.

“எனக்குத் தெரியாது கேஷியர். மன்னிச்சிடுங்க. நான் வந்தே ரொம்ப நாள் ஆவுதா” என்று பேசியவர் சட்டெனத் திரும்பி அனைவரும் தங்களைப் பார்த்துக்கொண்டிருப்பதைப் பார்த்து, “கொஞ்சம் அந்தப் பக்கம் போலாம் வாங்க” என்றார்.

“வேணாங்க, ஏற்கெனவே ஒரு தடவை தனியாப் பேசிட்டு வந்துதான் இவ்ளோ அனுபவச்சின்னு இருக்கேன். பரவாயில்ல வுடுங்க” என்று சந்திரன் சொல்லிக்கொண்டிருக்கும்போதே வினயன் உணவகத்துக்குள் நுழைந்தான். வினயனைப் பார்த்த சந்திரன் அமைதியாகிவிட வந்தவர் வினயனிடம் ஆவேசமாகச் சென்றார். அவர் கையைப் பிடித்து அழைத்துக்கொண்டு, தூரத்தில் தெரிந்த கட்டணக் கழிப்பிடத்தின் அருகில் சென்று கோபமாகப் பேசிக்கொண்டிருந்தார். வினயனும் அவரைச் சமாதானப்படுத்தும் விதமாகப் பேசிக்கொண்டிருப்பதை, தூரத்திலிருந்து வேலையாட்கள் பார்த்துக்கொண்டிருந்தனர். சந்திரன் மீண்டும் சாப்பிடத் தொடங்கினார்.

சந்திரன் சொன்ன வார்த்தையையே அப்புண்ணி யோசித்துக் கொண்டிருந்தார். அவருக்கு சந்திரன் என்ன அர்த்தத்தில் சொன்னார் என்று நன்றாகத் தெரிந்தது. அப்புண்ணிக்கு சங்கடமாக இருந்தது. திரும்பி சந்திரனைப் பார்த்தார். தூரத்தில் வினயன் வருவதைக் கண்டதும் அவரவர் வேலைகளில் மூழ்கினர். சந்திரன் சாப்பிட்டு முடித்துவிட்டு பார்சல் கட்டும் இடத்துக்குச் சென்று நின்றுகொண்டார். வினயன் திரும்பி வரும்போது அவன் முகம் சரியில்லை என்பதை அனைவரும் கவனித்தனர். கடைக்குள் வந்த வினயன் நேராக சந்திரனிடம் சென்று யாருக்கும் கேட்காதவாறு, “ஆஸ்பத்திரி இடம் மாறப்போகுதா?” என்றான். சந்திரனும் அதேபோல் மெதுவாக, “நானும் அப்படித்தான் கேள்விப்பட்டேன்” என்றார்.

“ஏன் என்கிட்ட சொல்லல?”

சந்திரன் அமைதியாக இருந்தார். வினயனுக்குப் புரிந்தது. அவனும் எதுவும் பேசவில்லை. இருவரும் எங்கேயோ பார்த்துக்கொண்டு சிறிது நேரம் நின்றுகொண்டிருந்தனர். அன்றிலிருந்து ஒரு வாரம் கழித்து ஊருக்குப் போவதாகச் சொல்லிச்சென்ற ரஞ்சித், அதன் பிறகு திரும்பிவரவே இல்லை.

5

கதிர் அந்தச் சேனலில் வேலைக்குச் சேர்ந்து கிட்டத்தட்ட ஆறு மாதங்கள் ஆகப்போகின்றன. எழிலைப் போலவே அவனும் அந்த அலுவலகமே கதியாக இருந்தான். அது ஒரு போதை என்று அவனுக்குத் தெரிந்திருந்தது. எழில் இப்போதெல்லாம் வேலைகள் எதுவும் செய்வதில்லை. ஏதோ சூப்பர்வைஸர் அல்லது மேனேஜர் என்ற தோரணையில் சுற்றிக்கொண்டிருந்தான். ஆனாலும், கதிருக்கு ஒருமாதிரி அடங்கித்தான் இருந்தான். கதிர், எழில் தவிர்த்து இன்னும் இரண்டு பேர் மார்க்கெட்டிங் பிரிவில் இருந்தனர். விளம்பரங்களைப் பிடிப்பது இவர்கள் வேலை. இவர்கள் மூலம் வந்த விளம்பரங்கள் என்று கதிர் இதுவரை எதையும் பார்த்ததில்லை. அந்தச் சேனலில் ஓடும் விளம்பரங்களில் தொண்ணூறு விழுக்காடு, பிறந்த நாள் மற்றும் திருமண விளம்பரங்கள்தான். அதிலும் அந்தச் சேனல் முதலாளியான முன்னாள் எம்எல்ஏவின் புகைப்படத்தை ஒரு மூலையில் போட்டுவிட்டு, பாதிப் பணம் மட்டுமே கொடுப்பார்கள். சிலர் அண்ணனிடம் சொல்லிவிட்டதாகச் சொல்லிவிடுவார்கள்.

நாள் முழுக்கப் பாடல்கள் மட்டுமே ஓடிக்கொண்டிருக்கும் சேனல் அது. இரவு மட்டும் ஒரே ஒரு படம் போடுவார்கள். அதுவும் பெரும்பாலும் சிவாஜி படமாகத்தான் இருக்கும். முதலாளியான முன்னாள் எம்எல்ஏ தனது ஒயின்ஷாப் பார்களின் கணக்குவழக்குகளை முடித்துவிட்டு, சாப்பிட்டுத் தூங்குவதற்கு முன் கொஞ்சம் நேரம் அவருக்குப் பிடித்தமான சிவாஜி படங்களைப் பார்ப்பார். அதற்காகச் சேனல்களில் போடுவார்கள்.

தினமும் மாலை நான்கு மணிக்கு கதிர் பரபரப்பாகிவிடுவான். ஆறு மணிக்கு லைவ் ப்ரோகிராம் ஆரம்பமாகிவிடும். லைவில் பேசும் பெண்ணுக்கு நான்கு மணிக்கே ஞாபகப்படுத்த வேண்டும். இல்லையென்றால், “நீங்க ஃபோனே பண்ணல. ப்ரோகிராம் இல்லன்னு நெனச்சிட்டேன்” என்று சிணுங்கும். அதன் பிறகு, அவர்கள்தான் எதாவது வண்டி ஏற்பாடு செய்து அழைத்துவர வேண்டும்.

கதிர் நான்கு மணிக்கு அழைத்தான். இரண்டாவது முறைதான் எடுத்தாள். வருவதாக உறுதிசெய்தாள். பிறகு, நீண்ட பச்சைத் துணியைத் தொங்கவிட்டு, அதன் முன் இரண்டு விளக்குகளை நிறுத்தி ஸ்டுடியோவாக மாற்றப்பட்டிருந்த சமையலறையை, சரிசெய்ய ஆரம்பித்தான் கதிர். 'கிரீன் ஸ்க்ரீன்' என்று சொல்லப்படும் நீண்ட பச்சைத் துணியை இழுத்து சரிசெய்தான். அதன் பின்னால் குப்பைகள் இருப்பதுபோல் தெரியவும், துடைப்பத்தை எடுத்துக்கொண்டு சென்றான். பெருக்க ஆரம்பித்தவன் சட்டென அதிர்ச்சியடைந்தான்.

வெளியே எழில் வந்துவிட்டிருந்ததைத் கவனித்த கதிர், மெதுவாகச் சென்று எழிலை அழைத்தான். அவனும் சாதாரணமாக எழுந்து கதிருடன் ஸ்டுடியோவுக்குள் வர, சட்டெனக் கதவைச் சாத்திய கதிர், "ங்கோத்தா, ராத்திரில இன்னாடா செஞ்சின்னு இருக்கற இங்க?" என்றான். எழில் அதிர்ச்சி அடையவில்லை. இருவருமே இவ்வாறு பேசிக்கொள்ளும் அளவுக்குப் பழக ஆரம்பித்திருந்தார்கள்.

"இன்னாடா மேட்டர்?"

"மயிறு, பின்னாடி ஒரே நிரோத்தா கிடக்குது. ராத்திரில எவடா வரா இங்க?"

"அதுவா, ரொம்ப நாளா அதப் போட்டுப் பாக்கணும்னு தோணிக்கிட்டே இருந்துச்சி. அதான் போட்டுப்பாத்தேன். நீ வேணா எடுத்துப்பாரேன். உள்ள கஞ்சியே இருக்காது."

"அடிங்... உனுக்கு வரலன்னா நீ எதுவுமே செய்யலன்னு ஆயிடுமா?"

"சத்தியமா மச்சான். சும்மாத்தான்டா போட்டுப்பாத்தேன்."

"சும்மா போட்டா, எப்படிடா மூனு இருக்குது அங்க?"

"வேறவேற ஃபிளேவர்டா, எதாவது டிஃபரன்ஸ் தெரியுதான்னு பாத்தேன். ஒன்னும் இல்ல."

"மரியாதயா ஸ்டுடியோவப் பெருக்கி க்ளீன் பண்ணு. பிரோக்ராமுக்கு வர பொண்ணு பாத்தா இன்னா நெனைக்கும். எதாவது யோசனை இருக்குதா உனுக்கு."

"இன்னா நெனைக்கும், நம்ப ப்ரோகிராமுக்கு அப்பறம் இன்னொரு ப்ரோகிராம் நடக்குதுன்னு நெனைக்கும்."

கதிர் முறைத்தான். அங்கிருந்து ஆப்ரேட்டர் அறைக்குச் சென்று அன்று மாலை ஆறு மணிக்கு நேரலை நடைபெறும் என்று ஸ்கிரோலில் ஓடவிட்டான்.

சரியாக ஐந்து ஐம்பதுக்கு நேரலையில் பங்குபெறும் சங்கீதா தனது பாய் ஃபிரண்ட் என்று ஒருவனை அழைத்துக்கொண்டு வந்தது. இந்த ஆறு மாதத்தில் கதிர் பார்க்கும் மூன்றாவது பாய் ஃபிரண்ட். அவளுடன் வருவதை அவன் பெருமையாக உணர்கிறான் என்று அவன் உடல்மொழியிலேயே தெரிந்தது. நேராக ஸ்டுடியோவுக்குள் சென்றாள். பாய் ஃபிரண்ட் வெளியே ஹாலில் இருந்த சோபாவில் உட்கார்ந்துகொண்டான். உள்ளே சென்றவள் சிறிது நேரத்தில், “சதீஷ்” என்றழைத்தாள். ஒரு நாய்க்குட்டி மாதிரி எழுந்து ஓடினான். உள்ளே சென்றவன் சுவரில் பட்ட பந்துபோல் திரும்பி நேரே கதிரிடம் வந்து, “உள்ள ஏசி ஓடலயாம்” என்றான்.

கதிர் கடுப்பாக அருகில் இருந்த எழிலைக் காட்டி, “அந்த ரூம் இன்சார்ஜ் இவருதான். இவருகிட்ட சொல்லுங்க” என்றான்.

அவன் என்னவென்று புரியாமல் எழிலைப் பார்க்க, எழில் மெல்ல எழுந்துசென்று உள்ளே ஏசியை இயக்கிவிட்டு, பிறகு என்னவோ நினைத்து ரூம் ஸ்ப்ரே அடித்துவிட்டு வந்தான். அவன் செய்கைகளைக் கவனித்துக்கொண்டிருந்த கதிர், எழில் வந்ததும் அவனையே உற்றுப்பார்த்துக்கொண்டிருந்தான். அவன் பார்வையைத் தாங்கிக்கொள்ள முடியாத எழில், “சத்தியமா ஒன்னும் பண்ணலடா” என்று கெஞ்சினான்.

“செரி, போயி ஃபோனக் கவனி” என்றதும் எழில் எழுந்துசென்று ஹாலில் இருந்த போன் அருகில் உட்கார்ந்துகொண்டான். அவன் பேசிய பிறகே உள்ளே சங்கீதாவுக்கு லைன் கொடுப்பான். மணி ஆறேகால் ஆகிவிட்டிருந்தது. கதிர் உட்கார்ந்திருந்த இடத்திலிருந்தே, “ரெடியா?” என்றான். உள்ளேயிருந்து ஈனஸ்வரத்தில், “ம்” கேட்டது. கதிர் உட்கார்ந்திருக்கும் இடத்திலிருந்து சங்கீதாவை நன்றாகப் பார்க்க முடியும். நேரலை தொடங்கிய பிறகு பெரும்பாலும் எல்லாமே செய்கைதான். அனைத்தும் தயாராக இருந்தும் இன்னும் முதல் அழைப்பு வராமலேயே இருந்தது. அதுவரை இன்னும் சில நிமிடங்களில் நேரலை என்று கார்ட் மட்டும் ஒளிபரப்பாகிக்கொண்டிருந்தது. எழிலை எட்டிப்பார்த்தான் கதிர். எழில் சலிப்பாக ஒரு சைகை செய்தான். சட்டென ஒரு அழைப்புவர எழில் எடுத்துப் பேசினான். “ரெண்டு நிமிஷம் லைன்லயே இருங்க” என்று சொல்லிவிட்டு கதிருக்கு சைகைகாட்டினான். சங்கீதாவுக்கு

கதிர் சைகைகாட்டத் திரும்பியபோதுதான் கவனித்தான், அவளது டாப்ஸ் நன்றாகத் தூக்கிக்கொண்டு இடுப்பு தெரிவதை. இரண்டு முறை சைகையாலேயே அவளுக்குத் தெரியப்படுத்தினான். அவள் அதைப் புரிந்துகொள்ளவே இல்லை. கடுப்பான கதிர். "இடுப்பக் கொஞ்சம் மூடும்மா" என்றான். அவள் சட்டென அதைச் சரிசெய்துகொண்டாள். அப்போது அவளது அருகிலுள்ள போன் ஸ்பீக்கரிலிருந்து, "இருக்கட்டுங்க, நல்லாத்தானே இருக்கும்" என்று குரல் கேட்டது. அப்போது எழில் அவனையும் அறியாமல் உள்ளே லைன் கொடுத்துவிட்டதைக் கவனித்து நாக்கைக் கடித்துக்கொண்டான். அழைப்பைத் துண்டித்தான். கதிருக்கு டென்ஷன் ஏறியது. பிறகு எழில், கதிர், சங்கீதாவின் பாய் ஃபிரண்ட், மேலும் சிலர் என மாற்றிமாற்றி அவர்களுக்குள்ளாகவே போன் செய்து லைவ் ப்ரோகிராமை ஒன்பது மணிவரை ஓட்டினார்கள்.

எழில் குரலை மாற்றி ஒவ்வொரு முறை பேசும்போதும், "மேடம், நீங்க ரொம்ப அழகா இருக்கீங்க" என்று வெவ்வேறு மாதிரி சொல்லிக்கொண்டிருந்தான். அவன் ஒவ்வொரு முறை அவ்வாறு சொல்லும்போதும் கதிர் எட்டி, அந்த பாய் ஃபிரண்ட் முகத்தைப் பார்த்தான். அவனையும் அறியாமல் அவனுக்குச் சிரிப்பு வந்தது. ப்ரோகிராம் முடிந்ததும் ஒரு கவரில் நூறு ரூபாயை வைத்து அவளிடம் கொடுத்தான். அவள் பாய் ஃப்ரண்டின் பைக்கில் ஏறிச் சென்றுவிட்டதை உறுதிப்படுத்திக்கொண்டு உள்ளே வந்தான் எழில். கதிர் புறப்படாமல் இருப்பதைக் கண்டதும், "இன்னா மச்சான் வூட்டுக்குப் போவல?" என்றான்.

"இல்ல இன்னிக்கி இங்கயே இருக்கப்போறன்" என்றான்.

சட்டென எழில் முகம் மாறியது. உடனே சுதாரித்துக்கொண்டவன், "அப்ப இரு மச்சான் ஒரு எடத்துக்குப் போயிட்டு வந்துடறன்" என்றான்.

"நீ மட்டும் எங்கனா இங்கிருந்து கௌம்பன, மொத்தமா சேனல நிறுத்திட்டு கௌம்பிப் போயினே இருப்பேன்" என்று கத்தினான் கதிர்.

எழில் அதிர்ந்துவிட்டான். எதுவும் பேசாமல் சென்று சோபாவில் உட்கார்ந்துகொண்டான். அவன் முகம் வாடியிருந்தது. சிறிது நேரத்துக்குப் பிறகு, "மச்சான்" என்றான்.

"ம்."

"நான் சும்மாதான் அதப் போட்டுப்பாத்தேன்."

"ம்."

அதன் பிறகு இருவரும் எதுவும் பேசவில்லை. கதிருக்கு இந்த வேலை சலிப்படையத் தொடங்கியிருந்தது. கதிருக்கு சினிமா தியேட்டரில் பார்த்த தனது நண்பனின் ஞாபகம் வந்தது. மீள முடியாத சூனியத்தில் சிக்கிக்கொண்டதாக உணர்ந்தான். தானும் தன் அப்பாவைப் போல் தோல்வியடைந்தவனாக மாறிவிட்டோமா என்று அஞ்சினான்.

கதிர் இன்னும் தூங்காமல் விழித்துக்கொண்டிருப்பதைத் தெரிந்துகொண்ட எழில், "மச்சான் நான் சும்மாதான்டா போட்டுப்பாத்தேன்" என்று ஹாலிலிருந்து அரைத்தூக்கத்தில் சொன்னான். கதிர் கண்களை மூடிக்கொண்டான்.

மறுநாள் காலையில் வீட்டுக்குப் போய்க் குளித்துவிட்டு வரலாம் என்று கதிர் புறப்படும்போது சேனல் அலுவலகத்துக்குள் எழிலின் நண்பன் ஒருவன் கல்யாணப் பத்திரிகையுடன் வந்தான். கதிரை எழில் அறிமுகப்படுத்திவைக்க அவன் கதிருக்கும் ஒரு பத்திரிகை வைத்துவிட்டுச் சென்றான்.

"மச்சான், புதன் சாயங்காலம் ரிசெப்ஷன். வியாழக்கிழம காலையில கல்யாணம். ரிசப்ஷனுக்குப் போவ முடியாது. கல்யாணத்துக்குப் போயிட்டு வந்துடலாம்" என்றான் எழில்.

"நான் இன்னாத்துக்குடா?"

"அவன் உனுக்கும்தான பத்திரிக்க வெச்சான்?"

கதிர் எதுவும் பேசவில்லை. 'சரி' என்பதுபோல் தலையசைத்துவிட்டுச் சென்றுவிட்டான்.

வியாழக்கிழமை காலையில் இருவரும் மண்டபத்தில் இருந்தனர். அப்போதுதான் கதிர் மீண்டும் அவளைப் பார்த்தான். அவன் கண்களை அவனால் நம்ப முடியவில்லை. அவனையும் அறியாமல் அவன் மனதுக்குள் 'செல்வி' என்று சொல்லிகொண்டான். தயங்கியபடியே மெல்ல அவளருகில் சென்று அவள் பெயரைச் சொல்லி அழைத்தான். அவள் திரும்பிப் பார்த்து புன்னகைத்தாள்.

"நான் உன்ன எப்பவோ பாத்துட்டேன். இப்பதான் நான் உன் கண்ணுக்குத் தெரிஞ்சேனா?" என்றாள்.

அவள் அப்படிப் பேசியது அவனுக்கு ஆச்சரியமாக இருந்தது. அவனுக்கு வார்த்தைகள் வரவில்லை. அசைவற்று நின்றுகொண்டிருந்தான். அவளைத் தூரத்தில் யாரோ அழைத்தார்கள். "இதோ வரேன்" என்று சொல்லிவிட்டு அவனிடம் திரும்பி, "செல்போன் வெச்சிருக்கியா?" என்றாள்.

தலையாட்டினான். அவள் தன்னுடைய போனில் அவன் எண்ணைக் குறித்துக்கொண்டாள். "அப்பறம் பேசறேன்" என்று சொல்லிவிட்டு வேகமாகச் சென்றாள். நடுவில் ஒருமுறை திரும்பிப்பார்த்துச் சிரித்தாள். அந்தப் புன்னகையின் அர்த்தம் கதிருக்குப் புரியவில்லை. அவள் கண்ணிலிருந்து மறையும்வரை அப்படியே நின்றிருந்தான். அப்போது, "நீ வேஸ்ட் மச்சான்" என்ற எழிலின் குரல் கேட்டது. கதிர் அவனைத் திரும்பிப்பார்க்க, "அது நம்பரக் கேக்க வேண்டியதுதான?" என்றான்.

அப்போது அவன் செல்போனில் ஒரு மெஸேஜ் வந்தது. அது யார் என்று பார்க்காமலேயே இருவரும் சிரித்துக்கொண்டார்கள்.

6

கதிரின் சேனல் வாசலில் தயக்கத்துடன் நின்றுகொண்டிருந்தார் சந்திரன். உள்ளே சென்று கதிரிடம் பேசலாமா வேண்டாமா என்று குழம்பிக்கொண்டிருந்தார். அவனை வீட்டில் பார்ப்பதும் பேசுவதும் இப்போதெல்லாம் அரிதாகிவிட்டிருந்தது. கடைக்கு வரச்சொன்னால் வருவான். ஆனால், அவனிடம் பேசும்போது நிச்சயம் அழுதுவிடுவோமோ என்று அவருக்குத் தோன்றியது. இதை எப்படி எடுத்துக்கொள்ளப்போகிறான் என்று அவருக்குக் குழப்பம்.

சந்திரனின் இரண்டாவது மகன் தன் ஏழாவது வயதிலிருந்து பதினாறாவது வயதுவரை மனவளர்ச்சி குன்றியவர்களுக்கான சிறுவர் இல்லத்தில்தான் வாழ்க்கையைக் கழித்தான். அது அரசு இல்லம். அவர்கள் சிறுவர்களைப் பதினாறு வயதுவரைதான் வைத்துக்கொள்வார்கள். அதன் பிறகு, வீட்டுக்கு அனுப்பிவிடுவார்கள். குமரன் அங்கே இருந்தபோது சந்திரன் வாரம் தவறாமல் சென்று சந்திப்பார். அவனுடன் நேரம் செலவிடுவதே அவருக்கு மிகவும் சந்தோஷமானதாக இருந்தது. அவரின் மற்ற துயரத்தையெல்லாம் குமாரனுடன் இருக்கும்போது மறந்தே போய்விடுவார். உண்மையில், குமரன்தான் அவரின் பெருந்துயரம். புதைகுழி விழுங்குவதைப் போல மற்ற துயரங்களை இந்தப் பெருந்துயரம் விழுங்கிவிடும். சந்திரனுக்கு அடுத்து கதிர்தான் குமரனை அடிக்கடி சென்றுபார்ப்பவன். சந்திரனின் மனைவி வாரம் தவறாமல் குமரனைப் பார்க்க வீட்டைவிட்டுப் புறப்படுவாள். ஆனால், பத்தில் ஒரு முறைதான் அவனைப் பார்ப்பாள். மீதி நேரமெல்லாம் சினிமாவுக்குச் சென்றுவிடுவாள். குமரன் வீட்டில் இல்லாதது அவளுக்கு ஒருவகையில் நிம்மதி.

அவன் தனது பதினாறவது வயதில் மீண்டும் வீட்டுக்கு வந்தது அவளுக்கு ஏதோ ஒருவகையில் விருப்பமில்லாமல்தான் இருந்தது. கொஞ்ச நாள் பொறுத்திருந்தாள். பின் மெல்லமெல்ல சந்திரனிடம், அவனை மீண்டும் வேறொரு ஹாஸ்டலில் சேர்த்துவிடும்படி சொல்ல ஆரம்பித்தாள். சந்திரனுக்குத் தன் மனைவியைப் பார்க்கவே வெறுப்பாக இருந்தது. பெற்ற பிள்ளையை, அதுவும்

இந்த நிலைமையில் இருக்கும் குழந்தைகூட அவளுக்கு பாரமாக இருக்கிறதே என்று மிகவும் வருத்தப்பட்டார். அதே நேரம், அவளுக்குத் தோதாகச் சில சம்பவங்கள் நடந்தன. குமரன் திடீர்திடீரென்று கத்த ஆரம்பித்தான். வீட்டில் உள்ள பொருட்களை உடைக்க ஆரம்பித்தான். அவனது நடவடிக்கையில் நிறைய மாற்றங்கள். அதன் உட்சபட்சமாக, சந்திரனின் அம்மாவைப் படிக்கட்டிலிருந்து கீழே தள்ளிவிட்டான். அப்போது முதுகு உடைந்து படுத்தவள் சிலமாதங்களில் இறந்துபோனாள். இதெல்லாம் சந்திரனின் மனைவிக்கு நல்வாய்ப்பாக அமைந்தது. அவனுடன் தனியாக இருப்பதற்கு பயமாக இருப்பதாகச் சொல்ல ஆரம்பித்தாள். சிலமுறை, அவன் தன்னை அடித்துவிட்டதாகக் கதைகட்டினாள். சந்திரனால் இதைப் பொருத்துக்கொள்ள முடியவில்லை. கதிரும் தன் அம்மா சொல்வதை நம்பவில்லை. அவனுக்குத் தன் அம்மாவின் குணம் தெரியும் என்பதால் அவன் அவள் சொல்வதைப் பொருட்படுத்தவே இல்லை. சந்திரன் ஒரு முடிவுக்கு வந்தார். குமரனை வேறு ஹாஸ்டலில் சேர்த்துவிடுவது என்று. அதன்படி ஹாஸ்டலைத் தேட ஆரம்பித்தார். அப்படி ஒன்றைக் கண்டும்பிடித்தார். அதைப் பற்றி கதிரிடம் சொல்லிவிடலாம் என்றுதான் அவன் வேலைபார்க்கும் இடத்துக்கு வந்திருந்தார்.

தயங்கியபடியே உள்ளே சென்றார் சந்திரன். கதிர் கணினியில் ஏதோ வேலைபார்த்துக்கொண்டிருந்தான். அவனைத் தவிர வேறு யாருமில்லை. யாரோ வந்து நிற்பதை உணர்ந்து நிமிர்ந்துபார்த்தான். சட்டென அவனால் நம்ப முடியவில்லை. வேகமாக எழுந்து, “இன்னாப்பா?” என்றான்.

“ஒன்னுமில்லடா, சும்மா வந்தேன். இங்க வரக் கூடாதா, திட்டுவாங்களா?”

“அதெல்லாம் ஒன்னும் இல்ல, அங்க சோபால உக்காரு” என்று சொல்லிவிட்டு, செய்துகொண்டிருந்த வேலையை முடித்துவிட்டு அவர் எதிரில் உட்கார்ந்தான்.

“சாப்டியாப்பா?”

“ம்.”

“ஊட்ல சாப்பிடறதே இல்லயா, உடம்பு கெட்டுட போவுது.”

கதிர் சிரித்துக்கொண்டே பதிலளித்தான், “ஊட்டுல யாரு ஆக்கறது?”

சந்திரன் பதிலேதும் சொல்லவில்லை.

"இன்னா ஆச்சி, எதாவது பிரச்சனையா?"

"நேத்து தெரிஞ்ச ஆட்டோ டிரைவர் ஒருத்தர் கடைக்கு வந்திருந்தாரு."

"இன்னாவாம்?"

"உன்ன ரத்னா தியேட்டராண்ட ஏதோ பார்ல பாத்தாராம். அடிக்கடி அங்க வரியாம்."

கதிர் பதிலேதும் பேசாமல் அமைதியாக இருந்தான்.

"நம்ப குடும்பத்துல யாருக்குமே அந்தப் பழக்கம் இல்லயேடா. எப்படா உனுக்கு இது வந்துச்சி. வேணாம்டா."

"அப்பா, சும்மா இருப்பா. ஏதோ ஒருநாள் சும்மா கொஞ்சோன்டு குடிச்சதுக்கே இன்னாமோ மொடாக் குடிக்காரன்கிட்ட பேசற மாதிரி பேசற."

"அப்பிடித்தான்டா ஆரம்பிக்கும்."

கதிர் அமைதியாக இருந்தான். சந்திரனும் சிறிது நேரம் எதுவும் பேசவில்லை.

"வேற எதுனா இருக்கா, ஓனர் வர்ற நேரம்" என்று பொய் சொன்னான். அவனால் சந்திரனின் கண்களை நேருக்குநேர் பார்க்க முடியவில்லை. அவரை எதிர்த்துப் பேசவும் துணிவில்லை. சந்திரனை எதிர்த்துப் பேசியிருக்கிறான். சண்டை போட்டிருக்கிறான். ஆனால், இந்த விஷயத்தில் அதைச் செய்ய விரும்பவில்லை. "ஏன் குடிக்கற?" என்று கேட்க அவருக்கு உரிமையும் அதைத் தாண்டி தகுதியும் இருக்கிறது என்று அவனுக்குத் தெரியும்.

'ஓனர் வந்துடுவாரு' என்று கதிர் சொன்னதும் சந்திரன் புறப்பட ஆயத்தமானார். "எப்ப வீட்டுக்கு வருவ? உன்கிட்ட ஒரு விஷயம் பேசணும்" என்றார்.

"இன்னும் இன்னா?"

"நான் சொல்ல வந்ததேயே இன்னும் சொல்லல."

"செரி சொல்லு."

"அவுரு வந்துடப்போறாரு."

“பரவாயில்ல, சொல்லு.”

“குமரன இன்னொரு ஹாஸ்டல்ல சேத்துடலாம்னு இருக்கேன்” என்றார். கதிருக்குக் கோபம் தலைக்கேறியது. “ஏன், அவன் ஒருத்தனுக்கு ஆக்கிப்போட முடியாதாமா? நான்கூட ஊட்டுக்கு வரதேயில்ல. அவன் ஒருத்தன்தான. அவன வெச்சிக்கறதுல இன்னா?” என்று கத்தினான்.

“என்ன இன்னாடா பண்ண சொல்ற? அவ எனக்கு அடங்கர ஆளா. நீன்னா கொஞ்ச நேரம் கம்முன்னு இருக்கறா. நீ வூட்டுக்கும் வரதுல்ல, இங்கயே இருக்கற. என்ன எங்கனா நிம்மதியா இருக்க வுடறாளா சொல்லு?”

“இந்த ஹாஸ்டல்லாம் எத்தினி நாளுக்கு. அப்பறம் அவன இன்னா பண்ணலாம் உத்தேசம்?”

“எனக்கும் ஒன்னும் புரியல, நான் இருக்கறவரைக்கும் நான் பாத்துக்கறேன். உன்னால முடிஞ்சா அவனப் பாத்துக்கோ, இல்லனா வுடு. அவன் தலைவிதி. நடக்கட்டும்.”

“ஆனா, ஒன்னு மட்டும் தெளிவா சொல்லிக்கறேன். அவளுக்கும் வயிசாவும். அப்ப நான் அவளப் பாத்துப்பேன்னு கனவுகூடக் காணாத. எல்லாரும் எல்லாத்துக்கும் அனுபவிச்சித்தான் ஆவணும்.”

“ஏன்டா, பெத்த அம்மாவுக்குப் போயி சாபம் உடற.”

“யாரா இருந்தா இன்னா? பண்றதுக்கு அனுபவிச்சித்தான் ஆவணும். இங்க இல்லனாலும் எங்கயாச்சும்.”

“உங்கம்மாவ வுட்டுட்டா நீயும்தான்டா அனுபவிப்ப.”

“நான் ஏற்கெனவே அனுபவிச்சின்னுதான் இருக்கேன். நான் கடைசியா எப்ப நல்ல சோறு துன்னேன்னு உனுக்குத் தெரியுமா?”

சந்திரன் பதிலேதும் பேசவில்லை. சிறிது நேரம் அமைதியாக இருந்துவிட்டுப் புறப்பட்டார். அதன் பிறகு, கதிருக்கு வேலையே ஓடவில்லை. அன்று இரவே வீட்டுக்குச் சென்றான். குமரனுக்காக நிறைய சாப்பிட வாங்கிக்கொண்டு சென்றான். அவன் தனக்கும் தருவான் என்று அம்மா எதிர்பார்த்தாள். அவளை அவன் கண்டுகொள்ளவே இல்லை. அவள் இருவருக்கும் சாபம் கொடுத்தாள். “நீ லாரில அடிப்பட்டுத்தான்டா சாவ” என்று, அவனைப் பார்க்கும்போதெல்லாம் சொன்னாள். சந்திரனால் அன்று நிம்மதியாக உறங்க முடியவில்லை. காலையில் எழுந்து

வேலைக்குப் போகும் முன் கதிரிடம், “போவும்போது பாத்துப் போடா” என்றார். தூங்கிக்கொண்டிருந்த குமரனைச் சிறிது நேரம் பார்த்துக்கொண்டிருந்தார். அவன் தூக்கத்தில் காலை வாறி கதிர் மீது போட்டான்.

அன்றிலிருந்து ஒரு வாரம் கழித்து, குமரனை முதலியார்பேட்டை உப்பளத்தில் இருந்த இல்லத்தில் சேர்த்தனர். அது தனியார் இல்லம். மாதம் பணம் கட்ட வேண்டும். குமரனுக்கு வரும் உதவித்தொகையை அந்த இல்லத்துக்குக் கொடுத்துவிடுவதாக சந்திரன் பேசியிருந்தார். சந்திரனும் அவர் மனைவியும் குமரனை அங்கு விட்டுவிட்டு வந்தனர். சந்திரன் அவன் போவதைப் பார்த்து அழுதார். அவனைப் பார்த்துகொள்ளும்படி, இல்லத்தில் இருந்தவர்களிடம் திரும்பத்திரும்பச் சொல்லிக்கொண்டிருந்தார். இருவரும் வெளியே வந்து மெயின் ரோட்டை அடைந்ததும், “பாலாஜி தியேட்டர்ல புதுப் படம் வந்திருக்குது. போயிட்டு வரவா?” என்ற மனைவியைப் பார்த்து, முதன்முறையாக ‘இவளுடன் இனியும் வாழ வேண்டுமா?’ என்று நினைத்தார்.

சந்திரன் வாராவாரம் குமரனைச் சென்று பார்த்துவிட்டுவந்தார். கதிர் மாதம் இருமுறை சென்றுவந்தான். சந்திரனின் மனைவி வாராவாரம் குமரனைப் பார்த்துவிட்டுவருவதாகச் சொல்வாள். குமரன் அடிக்கடி சந்திரனிடம் கேட்பான், “அம்மா எங்க?” என்று. ஒருமுறை சந்திரனும் கதிரும் ஒன்றாக குமரனைப் பார்க்கச் சென்றிருந்தபோது குமரன் இவ்வாறு கேட்டான், “அம்மா ஏன் வரல? செத்துட்டாளா?” சந்திரன் எதுவும் பேசவில்லை. கதிர், “இன்னும் இல்ல” என்றான்.

7

அமைதியான மதியப் பொழுது. பாருக்குட்டி சாப்பிட்டுவிட்டுப் படுத்திருந்தாள். உடல் வலி இருந்துகொண்டே இருந்தது. வயதாகிவிட்டதற்கான அறிகுறிகள் நன்றாகத் தெரிந்தன. அப்புண்ணி வேலைக்குச் சென்று உழைத்தாலும் வீட்டுக்காக பாருக்குட்டி மட்டுமே உழைத்தாள். அது அப்புண்ணியின் உழைப்புக்கு எந்த வகையிலும் குறைவாகச் சொல்ல முடியாது.

அவர்களுக்கு இரண்டு பிள்ளைகள் இருந்தார்கள். அவர்களும் வளர்ந்துவிட்டார்கள். ஆனால், வேலைகள் ஓய்ந்தபாடில்லை. அவளுக்குப் பிள்ளைகளைவிடக் கணவன் நினைப்புதான் எப்போதும். பிடிக்காத ஊரில், பிடிக்காத இடத்தில் தங்களுக்காகத் தினம்தினம் தன்னை வதைத்துக்கொள்கிறாரே என்று அவளுக்கு எப்போதுமே மனவேதனை. ஊரிலிருந்து வந்தபோது அவள்தான் எப்போதும் இங்கிருந்து போய்விடலாம் என்று சொல்லிக்கொண்டிருப்பாள். ஆனால், சில ஆண்டுகளாக அப்புண்ணி அதைத் திரும்பத்திரும்பச் சொல்லிக்கொண்டிருக்கிறான். இரவு தூங்கும்போது அவனுக்குள் இருக்கும் உறுதி, காலை விடியும்போது இருப்பதில்லை. அப்புண்ணிக்கு இன்னும் அந்த அச்சம் இருந்துகொண்டேதான் இருக்கிறது. அவனிடம் எப்போதாவது பாருக்குட்டி கேட்பாள், "மக்களூ ரெண்டும் வெளுதாயி. காலம் கொறயாயி. இனியும் அவுரு வெல்லதும் செய்யோன்னு விஜாரிக்கிண்டே."

"என்ன எந்து செய்தெங்கிலும் எனிக்கி வெஷமமில்லா. பக்ஷே நின்ன வெல்லும் செய்யுமோனு உள்ள பேடியா."

"நங்கள ஒன்னும் செய்யில்லா. என்ட கூட பொறப்பெல்லே?"

"ஜாதிவெறி, நினக்கு அதுனகுறிச்சி அறியில்லா. அதுன சொந்தம்பந்தம் ஒன்னுமில்லா."

"இங்கன பேடிச்சி பேடிச்சி என்ட அப்பனும் அம்மையும் மறிச்சப்பக்கூட ஆரும் பரஞ்சில்லா. இத்தரைக்கும் எவடயா இல்ல, எந்தா செய்யுனு அவருக்கு அறியாம். ஒரே ஒரு அட்டம் ஆமுகம்போலும் எனிக்கிக் காணிச்சிட்டில்லா."

பாருக்குட்டி அதற்கு மேல் எப்போதும் பேசியதில்லை. இப்போதெல்லாம் அப்புண்ணியை நினைக்கையில் அவளையும் அறியாமல் கண்ணீர் வந்துவிடுகிறது. "அம்மே" என்று குரல் கேட்டுத் திரும்பினாள். பின்னால் இரண்டாவது மகன் சஜோஷ் நின்றுகொண்டிருந்தான். மெல்ல எழுந்து உட்கார்ந்து அவனைப் பார்த்தாள். அவள் அருகில் வந்து உட்கார்ந்து தயங்கியவாறே மீண்டும், "அம்மே" என்றான்.

"எந்தா மோனே காசுவெல்லும் வேனோ" என்றாள்.

அமைதியாக இருந்தான். உள்ளே அறையில் அவன் அண்ணன் இருப்பது தெரிந்ததும் அவன் முகம் மாறியது. இருந்தாலும், அவனைப் பற்றிக் கவலைப்படாமல் தன் அம்மாவிடம், "ஞான் நிண்டெடுத்து ஒரு காரியம் பரயணும்" என்றான்.

உள்ளே அறையில் நடமாட்டம் நின்று சற்று அமைதியானது. உள்ளே இருக்கும் தன் அண்ணன், தான் பேசுவதைக் கவனிக்கிறான் என்று புரிந்துகொண்டான்.

"எந்தா மோனே?"

"ஞான் ஒரு பெண்ண ஸ்நேகிக்குவா."

பாருக்குட்டியின் முகம் மாறியது. ஆனால், எதுவும் சொல்லவில்லை. அமைதியாக இருந்தாள். என்ன சொல்வது அவனிடம். எது சொன்னாலும் அவனுடைய அடுத்த கேள்வி, 'உங்களுடையது காதல் திருமணம்தானே?' என்பதாகத்தான் இருக்கும். அவன் இனிமேல்தான், பிரச்சினை என்னவென்றே சொல்லப்போகிறான் என்று நினைத்து, அமைதியாக அவனையே பார்த்தாள்.

"அவள பெண்ணுகானா வருவா. நிங்களும் அச்சனும் எனிக்கி வேண்டி ஒன்னு சம்சாரிக்கணும்."

இப்போது உண்மையாகவே பாருக்குட்டிக்குத் திக்கென்று இருந்தது.

"எடோ... நினக்கு எந்தா இத்ரயும் திருதி. நீ ச்செரிய பையன்ல்ல. நினக்கு ஜோலியுண்டா. அவளக் கட்டிக் காப்பாத்த கழிவுண்டா. நினிக்கு முன்பு நிண்ட சேட்டனில்லே?"

"அம்மே... வயசொன்னும் ஒரு பிரஸ்னம் இல்லா. ஞான் இப்ப விஜாரிச்சாலும் ஜோலிக்குப் போகான்பட்டும். சேட்டனக் காரணம் கட்டில்லே. அவன் வேண்டி எண்ட ஜீவிதம் ஞான் தொலைக்கான் தையாரில்லா."

“நினக்கு எந்தா தைரியம். அவன் நின்ன எந்தா செய்த?”

“இவட நோக்கு. என்ன தேஷியப்படுத்தல்ல. அத்ரயா ஞான் பரயா. நாள நிங்களும் அச்சனும் வன்நு சம்சாரிக்கி” என்று கோபமாகக் கத்தினான்.

பாருக்குட்டிக்கு அதிர்ச்சி. இவன் ஏன் இப்படிப் பேசுகிறான் என்று குழப்பம். அவன் காதலிப்பதும் திருமணத்தைப் பற்றி பேசுவதும்கூட அவள் தலைக்குள் ஓடவில்லை. அவன் தன் அண்ணனைப் பற்றி ஏதோ ஒன்றை மறைக்கிறான். அது என்ன என்றுதான் அவளுக்குக் குழப்பம். இவ்வளவையும் கேட்டுக்கொண்டு அண்ணன் உள்ளேதான் இருக்கிறான். ஆனால், அவன் உள்ளே அமைதியாக இருக்கிறான். என்னதான் நடக்கிறது என்று புரியாமல், “எடோ பிஜேஷ்... எந்தா பரயுன்ன அவன்?” என்று கேட்டுக்கொண்டே உள்ளே சென்றாள். உள்ளேயிருந்து பாருக்குட்டியின் குரல் மட்டுமே கேட்டுக்கொண்டிருந்தது. பிஜேஷ் எதுவும் பேசாமல் அமைதியாக இருந்தான். திடீரென்று ஆவேசமாக எழுந்து உள்ளே சென்ற இரண்டாவது மகன், “அம்மே... அவன் ஒரு பொட்டயா. குன்னேண நோக்கி நடக்குவா. அவன் ஆணுகள்ன ஸ்நேகிச்சி நடக்குவா. அவர்ட கூட திவசம் கெடந்துட்டு வருவா” என்று கத்தினான். பாருக்குட்டி அதிர்ச்சியில் அப்படியே நின்றுவிட்டாள். அவளுக்குத் தொண்டை அடைப்பதுபோல் இருந்தது. பேச்சே எழவில்லை. அவள் இருவரையும் மாறிமாறிப் பார்த்தாள். பிஜேஷின் அமைதி, அவன் தம்பி சொல்வது உண்மைதான் என்று பாருக்குட்டிக்கு உணர்த்தியது. திரும்பியவள் அருகில் இருந்த விளக்குமாறை எடுத்து அவனைச் சரமாரியாக அடித்தாள். அவள் அடித்துக்கொண்டிருக்கும்போதே, தம்பி வீட்டைவிட்டு வெளியே சென்றான். அவள் அடித்துமுடித்து ஓயும்வரை காத்திருந்த பிஜேஷும் சட்டையை மாட்டிக்கொண்டு அழுதுகொண்டே வெளியேறினான். பாருக்குட்டி சுவரில் சாய்ந்து உட்கார்ந்துகொண்டு அழத் தொடங்கினாள், “தெய்வமே நங்களன எந்துனா ஈ நாட்லக்கி ஆய்ழ்ச்சது.”

♦

அப்புண்ணி வீட்டுக்குள் நுழையும்போதே பாருக்குட்டியின் முகத்தைக் கவனித்து ஏதோ வீட்டில் நிகழ்ந்திருக்கிறது என்று தெரிந்துகொண்டார். வழக்கம்போல அவளே ஆரம்பிக்கட்டும் என்று காத்திருந்தார். ஆனால், வழக்கத்துக்கு மாறாக பாருக்குட்டி மிகவும் அமைதியாக இருந்தாள். பழைய அப்புவாக இருந்திருந்தால்

ஒருகட்டத்தில் பொறுமையிழந்து என்னவென்று கேட்டிருப்பார். ஆனால், இப்போது அப்புண்ணி கூண்டுக்குள் மாட்டிக்கொண்ட எலியின் மனநிலையில் இருந்தார். அவரது சிந்தனை முழுக்க எதிலும் சிக்கிக்கொள்ளாமல் தப்பித்தால் போதும் என்றே இருந்தது. அதனால், அவராக பாருக்குட்டியிடம் எதுவும் கேட்கவில்லை. ஒருவேளை அவள் அவரிடம் எதுவும் சொல்லாமல் தானே அதைப் பார்த்துக்கொள்ளலாம் என்று முடிவெடுத்தாள் என்றால்கூட அவருக்கு சந்தோஷமே. எதற்கும் இருக்கட்டுமே என்று படுப்பதற்கு முன், "வெல்லும் பிரஸ்னமானே?" என்று கேட்டார். அவள் உடனே பதற்றமடைந்தாள். இரண்டு முறை, "அதொன்னுமில்லா" என்றாள். நிச்சயம் ஏதோ இருக்கிறது. கிளற வேண்டாம் என்று நினைத்து அமைதியாகப் படுத்துக் கண்களை மூடிக்கொண்டார்.

உண்மையில், பாருக்குட்டியிடம் நிறையப் பேச வேண்டுமென்று அன்று வீட்டுக்கு வரும்போதே நினைத்துக்கொண்டு வந்தார். ஆனால், பாருக்குட்டி அன்று கேட்கும் மனநிலையில் இல்லையென்று அவருக்குத் தெரிந்திருந்தது. இப்போது எழுப்பிச் சொன்னாலும் கேட்பாள். ஆனால், வழக்கமான அவள் ஆறுதல் வார்த்தைகள், தலைகோதல்கள், சிலசமயம் கிடைக்கும் நெற்றி முத்தங்கள் எதுவும் இருக்காது. எல்லாவற்றையும் சொல்லி ஏதுமில்லாமல் ஏமாற்றமாக உறங்குவதற்குப் பதில் எதுவும் சொல்லாமலேயே தூங்கிவிட நினைத்தார். நினைத்தவுடன் எப்போது தூக்கம் வந்திருக்கிறது? ஆனால், அப்புண்ணிக்குத் திடீரென்று சந்திரன் முகம் தோன்றி மறைந்தது. இன்று அந்தக் கடைக்காரனிடம் அவர் ஏளனமாகச் சொன்ன வார்த்தைகளுக்குப் பின்னால் இருந்த வேதனையை அப்புவால் புரிந்துகொள்ள முடிந்தது. அதேபோல், அப்புண்ணிக்கு சந்திரனின் குடும்ப விவரங்கள் ஓரளவு தெரியவும் செய்தது. அதுவும் அவர் மனைவி, "ஈ மனுஷன் எங்கனயா ஆ ஸ்த்ரிரகூட ஜீவிக்கெனன்னு ஒரு பிடியில்லா?" என்று பாருக்குட்டியிடம்கூட சொல்லியிருக்கிறார். சந்திரனை நினைத்துக்கொண்டே அப்புண்ணி அன்றைய உறக்கத்தின் கதவுகளைத் திறந்தார்.

காலையில் புறப்படும்போது பாருக்குட்டி ஏதோ சொல்ல வருகிறாள் என்று உணர்ந்து அவளைக் கேள்வியுடன் பார்த்தார். அவள் மெல்லத் தயங்கித்தயங்கி, "பிஜேஷ்னு ஒரு பெண்ணு அன்னேஷிக்கனும்" என்றாள்.

அப்புண்ணி அவளைக் குழப்பமாகப் பார்த்தார். "எந்த பெட்டன்னு?"

“வயசாவுனில்லே.”

அப்புண்ணி முகம் சற்று மாறியது. அது கோபத்தை நோக்கிச் செல்கிறதென்று பாருக்குட்டி உணர்ந்தாள்.

“கல்யாணம் செய்யான் வயசு மாத்ரம் போறா. சம்பாதியமும் வேணூம். அவளன்ன வெச்சி நோக்கணும். ஆத்யம் ஒரு ஜோலிக்கு போகாம் பரா. ஆத்யம் ஆ கிரிஸ்டியன் பையன் ஆரா. அவன்ட கூட்டு நிறுத்தணும். பின்ன இவன் ஜோலிக்குப் போவான் பரா” என்றார்.

அப்புண்ணி சரியாக பிஜேஷின் நண்பனைப் பற்றிச் சொன்னதும் பாருக்குட்டி அதிர்ந்தேபோனாள். அவர் சாதாரணமாகத்தான் சொல்கிறார் என்றதும் சற்று அமைதியடைந்தாள். அதன் பிறகு எதுவும் பேசவில்லை.

இரவிலிருந்தே பாருக்குட்டி ஏதோ தயக்கத்தில் இருக்கிறாள் என்று அப்புண்ணிக்குத் தோன்றியது. “நினக்கு வெல்லம் பிரஸ்னனோ. இன்னலதொட்டு நீ செரியில்லலோ?”

“அதொன்னும் இல்லா. கொறச்ச சுகல்லா.”

“பிஜேஷ்ன இப்போ கல்யாணம் ஆவிஷ்யமானோ. அவன் ஆரெங்கிலும் பிரேமிக்கின்னுண்டோ?”

பாருக்குட்டி அமைதியாக இருந்தாள்.

“பரா.”

“அதொன்னுமில்லா. பின்னே வெல்லதும் ஒண்டோன்னு என்னிக்கி அறியில்லா. நான் வெறத சோதிச்சதா. அடுத்தாழிச்சா அவன்டா ஜென்ம தினா.”

“ம்... நோக்காம்” என்று அப்புண்ணி புறப்பட்டார்.

அப்புண்ணி புறப்பட்டுச்சென்றதும் அதற்காகவே காத்திருந்த இளைய மகன் வெளியே வந்து, “கண்டோ, அச்சனுகூட இத அறிஞ்சிருக்குவா” என்று சொல்லிவிட்டுப் போனான். பாருக்குட்டி மெல்ல உள்ளே சென்று எட்டி பிஜேஷ் இருக்கிறானா என்று பார்த்தாள். அவன் படுக்கை காலியாக இருந்தது.

8

செல்வியுடன் தினமும் கைப்பேசியில் பேசிக்கொண்டிருந்தான் கதிர். பேசாத நேரங்களில் மெஸேஜ்கள் இருவருக்கும் இடையில் சிறகுகள் விரித்துப் பறந்துகொண்டிருந்தன. நான்கு மாதங்களாக அவர்களுக்குள் ஒரு கண்ணாம்பூச்சி விளையாட்டு நடந்துகொண்டிருந்தது. "நீ எப்பத்தான் சொல்லப்போற?" என்று எழில் அவ்வப்போது கதிரிடம் கேட்டுக்கொண்டே இருந்தான். செல்வி வீட்டில் இருக்கும்போது அவளுக்குப் பிடித்த பாடல்களைச் சேனலில் அடிக்கடி போட்டுக்கொண்டிருந்தான். அவளும் அடிக்கடி ஏதாவது ஒரு பாடலைப் போடச்சொல்லிக் கேட்பாள்.

இரவு சாப்பிட்டு எல்லோரும் உறங்கச்சென்ற பிறகு கதிருக்கு செல்வி மெஸேஜ் அனுப்புவாள். அவனும் அதற்காகவே காத்திருப்பான். கதிரின் கண்கள் செல்போனையே நொடிக்கொரு தரம் பார்த்துக்கொண்டிருந்தன. சந்திரனும் அவனையே கவனித்துக்கொண்டிருந்தார்.

"இன்னாடா தூங்கலயா?"

"தூங்கணும்" என்று சொல்லிவிட்டுக் கைப்பேசியை எடுத்துக்கொண்டு மாடிக்குச் சென்றான். படியில் ஏறும்போதே அது 'டிங்' என்று ஒலித்தது. சட்டென வேகமாகச் சென்று மெஸேஜைப் பார்த்தான். அதில் வழக்கம்போல, "சாப்டியா?" என்று இருந்தது. ஒவ்வொரு முறை இதுதான் இருக்குமென்று இருவருக்கும் தெரிந்தாலும் சலிக்காமல், "ம்" என்று பதில் அனுப்புவார்கள். இந்த முறை கதிர் வழக்கத்துக்கு மாறாக, "ஏன் லேட்டு?" என்றான். மறுமுனையிலிருந்து நீண்ட நேரமாக எந்தப் பதிலும் வரவில்லை. சட்டெனப் பதற்றமானான்.

"சும்மாதான் கேட்டேன்" என்று அனுப்பினான்.

அவள் முந்தைய கேள்விக்குப் பதில் அனுப்பினாள், "என் பிரண்ட் வீட்டுல பிரச்சனை. அவ லவ்வர்கிட்ட போன்ல பேசிட்டு இருக்கும்போது மாட்டிக்கிட்டா."

“ஓ... அப்பறம் என்ன ஆச்சி?”

“செம உதை, போன பிடுங்கி வெச்சிக்கிட்டாங்க.”

“அவங்களுக்கு நம்பள மாதிரி லவ் பண்ணத் தெரில” என்று அனுப்பினான் கதிர்.

நீண்ட நேரம் எந்தப் பதிலும் வரவே இல்லை. கதிருக்கு உதறல் எடுத்தது. அவசரப்பட்டுவிட்டோமோ என்று அஞ்சினான். அவ்வளவுதான். இனி அவள் பேசவே போவதில்லை என்று தோன்றியது. நேரம் கடந்துகொண்டிருந்தது. கீழே போகலாமென்று எழுந்தான். படிக்கட்டின் அருகில் வரும்போது மெஸேஜ் வந்தது.

“நாம லவ் பண்றோம்னு உனக்கு யார் சொன்னது?” என்று அனுப்பியிருந்தாள். அவள் சாதாரணமாகக் கேட்கிறாளா, இல்லை கோபமாகக் கேட்கிறாளா என்று புரியவில்லை. என்ன சொல்வதென்று தெரியாமல் அமைதியாக இருந்தான். மற்றொரு மெஸேஜ் வந்தது.

“என்ன தூங்கிட்டியா?”

“இல்ல” என்று உடனடியாக அனுப்பினான்.

“பதிலே காணோம்.”

“நான் அப்படித்தான் நெனச்சேன்.”

“என்னன்னு?”

“நாம லவ் பண்றோம்னு.”

“ஓஹோ.”

அதன் பிறகு அவனும் எதுவும் அனுப்பவில்லை. அவளும் எதுவும் அனுப்பவில்லை. நீண்ட நேரம் மாடியில் இருந்துவிட்டுத் தூக்கம் வந்தபோது, கீழே வந்து படுத்துவிட்டான். காலையில் எழுந்து, வழக்கமாக செல்போனை எடுத்து ஏதாவது அனுப்பியிருக்கிறாளா என்று பார்ப்பவன் அன்று செல்போனையே தொடாமல் வேலைக்குப் புறப்பட ஆரம்பித்தான். இனி அவள் தனக்கு எதுவும் அனுப்பப்போவதில்லை என அவனே தனக்குள் சொல்லிக்கொண்டான். குளித்து முடித்துப் புறப்படும்போது கைப்பேசியை எடுத்து பேன்ட்க்குள் போடும் முன் ஒருமுறை ஏதாவது இருக்கிறதா என்று பார்த்தான். ஒரே ஒரு மெஸேஜ்

வந்திருந்தது. அவளிடமிருந்துதான். தயங்கியவாறே அதைத் திறந்தான்.

“ஆமா, நாம லவ்தான் பண்றோம். அது உனுக்குத் தெரியாதா?”

அவனுக்கு முதலில் சரியாகப் புரியவில்லை. அந்த மெஸேஜை மீண்டும்மீண்டும் பார்த்தான். உள்ளுக்குள் ஏதோ ஒன்று பொங்கிவருவதுபோல் இருந்தது. துள்ளிக் குதிக்க நினைத்தான். பிறகு, மெஸேஜ் வந்த நேரத்தைப் பார்த்தான். காலை ஐந்து மணி. இப்போது மணி எட்டரை. தயங்காமல் அவளை அழைத்தான். முழுவதுமாக மணி அடித்துவிட்டு நின்றது. மீண்டும் அழைப்பாள் என்று நினைத்துக்கொண்டு உற்சாகமாக வேலைக்குப் புறப்பட்டுச் சென்றான்.

♦

சேனலில் கொடுக்கப்படும் சம்பளம் கதிருக்குப் போதுமானதாக இல்லை. அதை வைத்தெல்லாம் காதலிப்பதோ திருமணத்தைப் பற்றி யோசிப்பதோ நிச்சயம் முட்டாள்தனம். செல்வி தனது இரண்டாவது அக்காவுக்கு மாப்பிளை பார்ப்பதாகச் சொல்லியிருந்தாள். அதுமட்டும் முடிந்துவிட்டால் உடனே தனக்கும் வேலைகள் தொடங்கிவிடும், அதற்குள் ஏதாவது செய்து ஒரு நிலைக்கு வந்துவிடு என ஒவ்வொரு முறையும் வலியுறுத்திக்கொண்டிருந்தாள். கதிரும் அதைப் பற்றித்தான் எப்போதும் தீவிரமாக யோசித்துக்கொண்டிருந்தான். திடீரென்று அன்று எழில் அவனிடம், “இன்னா மச்சான் ப்ரேக்அப் ஆயிடுச்சா?” என்றான்.

சிந்தனையிலிருந்து மீண்டவன் கேள்வி புரியாமல், “இன்னா சொன்ன?” என்றான்.

அவன் சற்றுத் தயங்கியவாறே, “இல்ல மச்சான், கொஞ்ச நாளா சோகமாவே மூஞ்சிய வெச்சிகினு இருக்கியே, அதான் ப்ரேக்அப் ஆயிடுச்சான்னு கேட்டேன்” என்றான்.

அவன் கேள்வி கதிரைக் கோபமூட்டவில்லை. மீண்டும் யோசிக்கத் தொடங்கினான். எழில் மீண்டும், “இன்னாடா?” என்றான்.

“சீக்கரம் எதாவது செஞ்சாவணும். இல்லனா நீ சொன்னதுதான் நடக்கும்போல.”

“ஏன் இன்னாச்சி? நல்லாதானே பேசினு இருக்க?”

"அதெல்லாம் ஒன்னுமில்லடா. வேற எதாவது வேல பாக்கணும். இந்த சம்பளத்த வெச்சிகினு இன்னா பண்றது சொல்லு?"

"அதுவும் செரிதான். ஆனா உனுக்கு ஒன்னு சொல்றன் நல்லா கேட்டுக்கோ. இங்கருந்து போறதுன்னா ஒன்னு சொல்லாமகொல்லாம, நீ எங்க இருக்கன்னே தெரியாத மாதிரி ஓடிடு. இல்லனா முன்னாடியே சொல்லிட்டு நீயே உனக்குப் பதிலா ஒரு ஆள ஏற்பாடு பண்ணிட்டுப் போ."

கதிர் அவனைக் குழப்பமாகப் பார்த்தான்.

"நம்ப ஓனரு சிரிச்சிகினே இருக்காரு, ரொம்ப நல்லவருனு மட்டும் நம்பிடாத."

"இவர நல்லவருன்னு நம்ப நான் ஒன்னும் முட்டாள் இல்ல."

"செரி, அடுத்து இன்னாதான் செய்யப்போற?"

கதிர் யோசித்தான். சிறிது நேரம் கழித்து, "தெரில" என்றான். மீண்டும் கொஞ்ச நேரம் யோசித்துவிட்டு, "ஆமா நீ இன்னா பண்ணலாம்னு இருக்க. கடைசிவரைக்கும் இங்கயே குப்பகொட்டப் போறியா?"

"ஏ… என்னப் பத்தி இன்னா நெனச்ச நீ. நான் யார்னு தெரியுமா உனுக்கு? இங்க ஏன் வேல செய்யறன் தெரியுமா உனுக்கு?"

கதிர் அமைதியாகப் பார்த்தான். கொஞ்சம் பிரமிப்பாகக்கூட இருந்தது, அவன் அப்படிச் சொன்னதும். தன்னைத் தவிர எல்லோருமே ஏதோ ஒருவகையில் பின்னணி கொண்டவர்கள்தான்போல என்று நினைத்துக்கொண்டான்.

"தெரிலடா. நீதான் சொல்லு தெரிஞ்சிக்கிறேன்" என்றான் கதிர்.

"இன்னா மச்சான் இவ்ளோ மக்கட்டையா இருக்குற? என்னப் பாத்தாக்கூடவா தெரில உனுக்கு. எதுக்கு இங்க வேலை செய்யறன்னு. எல்லாம் சோத்துக்குத்தான். உனுக்கு ஒரு ஆள் இருக்குது, நீ கல்யாணம் எதிர்காலம்னு யோசிக்கற. எனக்கு அதப் பத்திலாம் எதுவுமே இல்ல. ஜாலியா இருக்கறன். ஆனா, நீ நெனச்சா நாம ரெண்டு பேருமே கடைசிவரைக்கும் ஒண்ணாவே இருக்கலாம் மச்சான்."

கதிர் அவனைக் குழப்பமாகப் பார்த்தான்.

“அது ஒன்னுமில்ல மச்சான். எனக்கு உன் மேல நம்பிக்க இருக்கு. நீ ஒரு நல்ல வேலைக்குப் போயி அந்தப் பொண்ணக் கட்டிப்பேன்னு. அதுக்கு ஒரு தங்கச்சி இருக்குதுன்னு சொன்னேல்ல” என்று சொல்லிவிட்டு எழுந்து வெளியே ஓடினான். அவன் என்ன சொல்ல வந்தான் என்று கதிருக்கு முதலில் புரியவில்லை. மெல்லப் புரிந்தபோது தன் மனதுக்குள், “அடிங்கோத்தா” என்று சொல்லிக்கொண்டான்.

♦

மீண்டும் காசி அண்ணன்தான் கதிரின் நினைவுக்கு வந்தார். ஆனால், அது வேலைக்காகாது என்று அவனுக்கே தோன்றியது. அவர் மீண்டும் ஏதாவது சேனலில்தான் கொண்டுபோய் நிறுத்துவார். இனி இந்தச் சேனல்கள் பக்கமே தலைவைத்துப் படுக்கக் கூடாது என்று முடிவெடுத்திருந்தான். அப்போதுதான் அவனுக்கு யூசுப் நினைவு வந்தது. யூசுப் அவன் முன்பு வேலைபார்த்த விளம்பர இதழ் நிறுவனத்தில் பகுதி நேரமாக வேலைபார்த்தவர். மிகவும் திறமையானவர். ஆனால், எங்குமே நிலையாக இருக்கக்கூடியவர் இல்லை. அவரைப் பலரும் தேவைக்கு மட்டும் அழைத்து அதற்கு மட்டும் பணம் கொடுத்து அனுப்பிவிடுவார்கள். அவரால் தனக்கு உதவ முடியுமென்று கதிருக்குத் தோன்றியது. தனது கைப்பேசியை எடுத்து அவர் எண் இருக்கிறதா என்று தேடினான். இருந்தது. உடனே அழைத்தான். நேரில் வரச்சொன்னார். மறுநாளே சென்றான். முழு விவரத்தைக் கேட்டுவிட்டு, தான் ஒரு பன்னாட்டு நிறுவனத்தின் கிளையில் வேலைக்கு ஏற்பாடு செய்து தருவதாகவும், அதற்கு மேலும் சில கோர்ஸ் படிக்க வேண்டுமென்றும் சொன்னார். தானே அதைச் சொல்லித் தருவதாகவும் சொல்லி ஒரு தொகையைச் சொன்னார். கதிருக்கு அவர் மீது நம்பிக்கை இருந்தது. சரியென்று சொல்லிவிட்டு நேராகத் தனது சேனலின் ஓனரான முன்னாள் எம்எல்ஏ வீட்டுக்குச் சென்றான்.

சரியாக மூன்றாவது மாதத்தில் கதிருக்கு வேலை கிடைத்துவிட்டது. அப்போது வாங்கிக்கொண்டிருப்பதைவிட இரண்டாயிரம் ரூபாய்தான் அதிகம் என்றாலும் எட்டு மணிநேர ஷிப்ட் வேலை. ஈஎஸ்ஐ, பிஎப் என சலுகைகள் உண்டு. மேலும், அடுத்தடுத்து சுலபமாகப் போகலாமென்று யூசுப் சொல்லியிருந்தார்.

கதிருக்குப் பதிலாகப் புதிதாகச் சேர்ந்தவனிடம் கொஞ்சம் படம் காண்பித்துவிட்டு வெளியே வந்தான் எழில். அவன் கண்கள்

கலங்குவதுபோல் கதிருக்குத் தோன்றினாலும் அப்படியெல்லாம் இருக்காது என்று தனக்குள் சொல்லிக்கொண்டான்.

“அப்பறம் மச்சான், எப்ப சேரணும்?”

“நாளைக்கு.”

“உன் ப்ரெண்ட் ஒருத்தன் சொன்னியே அசோக்குன்னு, அவனையும் சேத்துவுடறதுதான.”

“அவனுக்கு வேலைக்குப் போற எண்ணமெல்லாம் இல்ல. எப்படியாவது பிரான்ஸ்க்குப் போவனுனு சொல்லிட்டு இருக்கான். அவனுக்குப் புரிய மாட்டேங்குது. இப்பக்கூட வீட்டாண்ட பெட்ரோல் பங்க்ல வேலைக்குப் போவப்போறதா சொன்னான். அது எத்தன நாளைக்கோ.”

“வுடு மச்சான், ஒவ்வொருத்தனுக்கு ஒவ்வொரு எண்ணம். அத்த புடிச்சிகினு ஓடறானுங்க.”

“செரி, நான் வரேன் பாப்போம்.”

“பாப்போம் மச்சான். நான் சொன்னத மறந்துடாத.”

கதிர் குழப்பமாகப் பார்த்தான்.

“அதான் மச்சான், உன் ஆளோட தங்கச்சி” என்று சிரித்தான்.

கதிரும் சிரித்துக்கொண்டே, “போடாங்கோத்தா” என்று சொல்லிவிட்டு அங்கிருந்து வெளியேறினான்.

9

புதுச்சேரி கடற்கரை. மக்களின் இரைச்சல் சத்தம் குறைந்து அலைகளின் சத்தம் அதிகரிக்க ஆரம்பித்திருக்கும் இரவு நேரம்.

புதிதாகச் சேர்ந்திருந்த நிறுவனம் கதிரை ஒரு இயந்திரமாக மாற்ற ஆரம்பித்திருந்தது. அச்சுபிசகில்லாமல் செய்ததையே செய்துகொண்டிருந்தான். வாழ்க்கை இத்தனை சலிப்பானதா, இதை எப்படி எழுபது எண்பது வயதுவரை வாழ்கிறார்கள் என்று தனக்குள் கேட்டுக்கொண்டான். ஒருகட்டத்தில் அவன் இதுவும் நிரந்தரமில்லை எனப் புரிந்துகொண்டான். யூசுப்பிடமே கேட்டான், “எதாவது பர்மனென்ட் ஜாப் வேணும்னுதான் இங்க வந்தேன். ஆனா இதுகூட அப்படி இல்லண்ணே.”

யூசுப் லேசாகச் சிரித்தார்.

“என்னணே?”

“பர்மனென்ட்டுனுலாம் எதுவுமே இல்ல. அப்படி ஒன்னு இருக்கறதா நீ நெனச்சா அது தப்பு.”

“ஏன் இல்ல? எவ்ளோ பேரு கடைசிவரைக்கும் கவர்மெண்ட் வேல பாத்துட்டு ரிட்டையர்டாகி பென்ஷன் வாங்கலயா?”

“ஏன், எவ்ளோ பேருக்கு அதே கவர்மெண்ட் வேலை பாதியிலயே போயி நடுத்தெருவுக்கு வந்ததே இல்லையா? கொஞ்சம்கொஞ்சமா எல்லாமே புரியும். உனுக்குத் தெரியுமா? நீ சொல்ற அதே பர்மனென்ட் கவர்மெண்ட் வேலய வுட்டுட்டு, வுட்டா போதுனு ஓட எவ்ளோ பேரு யோசிச்சிகினு இருக்காங்கன்னு.”

கதிர் அமைதியாக இருந்தான்.

“உனுக்குச் சொல்றது ஒன்னே ஒன்னுதான். இது புடிக்கலயா, அடுத்ததப் பாத்துகின்னு போயிக்கிட்டே இரு. இது எல்லாத்துக்கும் பொருந்தும். எதுகூடவும் ரொம்ப ஒட்டாத. பிரியும்போது ரொம்ப வலிக்கும். ஞாபகம் இருக்கட்டும்.”

♦

இயந்திரத்தனமான இந்த நாட்களை கதிர் தினமும் கடற்கரைக்கு வந்து இயல்பாக்கிக்கொண்டிருந்தான். காலையோ மாலையோ இரவோ ஏதோ ஒருவேளை ஷிப்ட்டுக்குத் தகுந்தாற்போல் கடற்கரைக்குப் போவதை வழக்கமாக்கிக்கொண்டான். சில சமயம் தனியாக, சில சமயம் நண்பர்களுடன். பெரும்பாலும் அசோக்குடன்தான் வருவான். சில சமயம் சக்தியும் இணைந்துகொள்வான். அன்று கதிர் சேர்ந்திருந்த நிறுவனத்தில் அவனுக்குப் புதிதாகக் கிடைத்த நண்பன் ஒருவனுடன் பேசிக்கொண்டே நடந்துகொண்டிருந்தான். கதிரின் உடை, பேச்சு, பழக்கவழக்கங்கள் எல்லாம் அந்த நிறுவனத்தில் சேர்ந்த பின் சற்று மாறியிருந்தன. அதேநேரம், அவனுக்கு அதிக அளவில் கோபம் வர ஆரம்பித்திருந்தது. "நீ இன்னாடா பிளான்ல இருக்க?" என்று, பக்கத்தில் கைப்பேசியைப் பார்த்துக்கொண்டே வந்துகொண்டிருந்த மதனைப் பார்த்துக் கேட்டான் கதிர்.

"எதப் பத்தி கேக்கற?"

"அதான், லைப்ல என்ன பண்ணப்போற? இங்க இந்த சம்பளத்த வெச்சிக்கிட்டு எப்படி வாழறது? எவன்கிட்ட போயி பொண்ணு கேக்கறது?"

"இங்கலாம் வேலைக்காகாது மச்சி. இவனுங்க வருஷத்துக்கு முந்நூறு ரூபாய் ஏத்துவானுங்க. அதுலயும் கைக்குப் பாதிதான் வரும். அதெல்லாம் வெச்சி ஒன்னும் பண்ண முடியாதுதான். நான் சென்னைக்குப் போயிடலாம்ன்னு இருக்கேன்."

"சென்னைக்கா?" என்று சற்று ஆச்சரியத்துடன் கேட்டான் கதிர்.

"ஆமா. இங்க இன்னா இருக்குது சொல்லு?"

கதிருக்கும் அவன் சொல்வது சரி என்றே பட்டது. இத்தனை ஆண்டுகளில் இந்த ஊரில் என்ன பெரிதாக வந்திருக்கிறது. எவ்வளவு சாக்குபோக்குகள் சொன்னாலும் கடைசியில் உண்மை என்னவோ அது கசப்பானதாக மட்டுமே இருக்கிறது. போய்க் கேட்டால் ஆளுக்கு ஒரு நியாயம் சொல்வார்கள். தனி மாநில அந்தஸ்து இல்லை என்பார்கள். அந்தக் கட்சிக்காரன் இந்தக் கட்சியைக் கைகாட்டுவான். இந்தக் கட்சிக்காரன் அந்தக் கட்சியைக் கைகாட்டுவான். உண்மையில், இவர்களுக்கு இந்த மக்கள் மீது அக்கறை உண்டா என்றே கதிருக்குக் குழப்பமாக இருந்தது.

இருவரும் எதுவும் பேசிக்கொள்ளாமலேயே நடந்துகொண்டிருந்தனர். உடன் வந்தவன் தனது கைப்பேசியிலிருந்து தலையை நிமிர்த்தவே

இல்லை. பார்த்த புகைப்படத்தையே திரும்பத்திரும்பப் பார்த்துக்கொண்டிருந்தான். காந்தி சிலைக்கு சற்று தள்ளியிருக்கும் 'லீ கபே'க்கு அருகில் ஒரு தம்பதி உட்கார்ந்து சத்தமாக ஏதோ பேசிக்கொண்டிருந்தது. இருவருக்கும் ஐம்பதுக்கு மேல் வயது இருக்கும். அந்த ஆள் குடித்திருக்கிறான் என்று பார்த்த உடனேயே தெரிந்தது. அருகில் வரும்போது அவர் தலையைத் திருப்பி கதிரைப் பார்த்தார். கதிருக்கும் அவரை எங்கேயோ பார்த்ததாகவே தோன்றியது. ஆனால், சட்டென ஞாபகம் வரவில்லை. ஏற்கெனவே அவன் பயங்கரக் குழப்பத்தில் இருந்ததால் அதைப் பற்றிப் பெரிதாக யோசிக்கவில்லை. அவர்களைக் கடந்துசென்று காந்தி சிலையருகில் நின்றனர். கதிருக்குக் களைப்பாக இருக்கவே, "போதும்டா போலாம்" என்றான். இருவரும் மீண்டும் வந்த வழியில் திரும்பினர். தூரத்தில் அந்தத் தம்பதியின் சண்டை அதிகரித்திருந்தது. நடந்துகொண்டிருந்த சிலர் அதை வேடிக்கைபார்த்தவாறு கடந்துசென்றனர். கதிர் சுற்றிப்பார்த்தான். வழக்கமாக இந்த நேரத்தில் ரவுண்ட்ஸ் வரும் எந்தக் காவலரும் கண்ணில் தென்படவில்லை. கதிர் அவர்களைப் பார்த்தவாறே மெல்ல நெருங்கிக்கொண்டிருக்கும்போது அந்த ஆள் சட்டென அவர் மனைவியின் கைகளை முறுக்கி முதுகில் அடிக்க ஆரம்பித்தார். அடிக்கும்போதே கேட்க முடியாத வசைகளையும் பொழிந்துகொண்டிருந்தார். அப்போது அவர்கள் அருகில் நின்றுகொண்டிருந்த ஒரு வடநாட்டுத் தம்பதி பதறிப்போய், "ஸ்டாப் ஸ்டாப்" என்று கத்தினர். கதிர் வேகமாக ஓடிப்போய் அந்த ஆளைப் பிடித்துத்தள்ளினான். அவர் கட்டியிருந்த கைலி அவிழ்ந்து ஒருபக்கம் விழ அவர் ஒருபக்கம் விழுந்தார்.

ஒரு நிமிடம் அவர் மனைவிக்கு என்ன செய்வதென்று தெரியவில்லை. அவர் சட்டென கதிரிடம் வந்து கெஞ்ச ஆரம்பித்தார்.

"தம்பி தம்பி, வேணாம் தம்பி. அந்த ஆளு குஷ்ட்டுகிறான்பா. வுட்ருப்பா."

கதிர் திரும்பிப்பார்த்தான். உடன் வந்த மதன் தனக்கும் இதற்கும் எந்த சம்பந்தமும் இல்லை என்பதுபோல் தள்ளி நின்றுகொண்டு கைப்பேசியைப் பார்ப்பதுபோல் நடித்துக்கொண்டிருந்தான். கீழே விழுந்தவர், "அடிங்கோத்தா யாரு மேலடா கை வெக்கற?" என்று கத்திக்கொண்டே தள்ளாடியபடி எழுந்து, விழுந்துகிடந்த கைலியை எடுத்துக் கட்டிக்கொண்டு வேகமாக கதிரை நோக்கி வந்தார். பளார் என ஒரு அறை விட்டு மீண்டும் கையை ஓங்கினான். அதற்குள் அவர் மனைவி கையைப் பிடித்து இழுத்துக்கொண்டு, டூப்ளைக்ஸ் சிலை

பக்கம் வேகமாகச் சென்றாள். அவர் கண்ணிலிருந்து மறையும்வரை வசைகள் கேட்டுக்கொண்டே இருந்தன. கதிர் திரும்பி மதனைப் பார்த்தான். அவன் மெல்ல இவனை நோக்கி வர கதிர் சட்டெனத் திரும்பி நடக்க ஆரம்பித்தான். அவன் எண்ணமெல்லாம் குழப்பங்களும் கேள்விகளும் நிறைந்திருந்தன. மதனைப் பற்றித்தான் யோசித்துக்கொண்டிருந்தான். இவனை வைத்துக்கொண்டெல்லாம் வாழ்க்கையைப் பற்றிப் பேசிக்கொண்டிருக்கிறோமே என்று அவனுக்கு அபத்தமாக இருந்தது.

"இதோ இவன்தான், இவன்தான்" என்ற குரலைக் கேட்டு கதிர் தலையை உயர்த்திப்பார்த்தான். வேகமாகச் சென்ற கணவனும் மனைவியும் மூன்று பேரை அழைத்துக்கொண்டு வந்தனர். மூவருமே முத்திரை குத்தப்பட்ட பொறுக்கிகள் என்று பார்த்தபோதே தெரிந்தது. கதிர் திரும்பிப்பார்த்தான். மதன் எதிர்த்திசையில் நடந்து சென்றுகொண்டிருந்தான். வேகமாக வந்தவர்கள் நேராக கதிரின் சட்டையைப் பிடித்தார்கள். கீழே விழுந்த கணவன் இப்போது அமைதியாக நின்றுகொண்டிருந்தார். அவர் மனைவிதான் ஆவேசத்துடன் கத்திக்கொண்டிருந்தாள், "இன்னமோ பெரிய புடுங்கி மாதிரி கை நீட்டுன, மயிரு இப்ப நீட்டுடா பாப்போம்" என்றாள். கதிர் அவளை அதிர்ச்சியுடன் பார்த்துக்கொண்டிருந்தான்.

"ங்கோத்தா தூரம, இன்னாட பாக்கற" என்று அவள் மேலும் கத்தினாள். கடற்கரையில் இருந்த வெகுசிலரும் அவர்களை வட்டமடித்தனர். ஆனால், ரவுண்ட்ஸில் இருக்க வேண்டிய ஒரு காவலரும் அங்கு தென்படவில்லை. கதிருக்கு அவமானமாக இருந்தது. அவன் திரும்பி அந்தக் கணவனைப் பார்த்தான். அவர் இவனைப் பாவமாகப் பார்த்தார். அது, 'இவளுக்குப் போயி வரிஞ்சிகட்டிக்கிட்டு வந்தியே, இது உனக்குத் தேவையா?' என்று கேட்பதுபோல் இருந்தது. அதேநேரம், அமைதியாக இருப்பதும் வேலைக்காகாது என்று அவன் உணர்ந்துகொண்டு சட்டெனத் தன் சட்டையைப் பிடித்தவர்களின் காலரைப் பிடித்துக்கொண்டு, "ங்கோத்தா, வாங்கடா பக்கத்துலதான் ஸ்டேஷன் இருக்குது பாத்துக்கலாம்" என்று தரதரவென அவர்களை இழுத்துக்கொண்டு போக முற்பட்டான். சட்டென அவர்கள் பின்வாங்கினார்கள். அப்போது அதில் ஒருவன், "யாருனா இவன்? உனுக்கு இவனத் தெரியும்னு சொன்ன?" என்றான்.

"ஆஸ்பத்திரியாண்ட மலையாளத்தான் ஹோட்டல் இருக்குதுல, அந்த கேஷியர் பையன்தான்."

கதிருக்குக் குழப்பமாக இருந்தது.

"அவரு புள்ளயா இது? அவரு தங்கமானவராச்சே. இது தறுதலமாதிரி இருக்குது."

கதிருக்குக் கோபம் தலைக்கேறியது. "அடிங்... பொறம்போக்கு, யாருடா தறுதல? நீ யோக்கிய மயிரா இருந்தா வாடா ஸ்டேஷனுக்கு."

"டேய் இன்னாடா ஸ்டேஷன் ஸ்டேஷன்னு படங்காட்டற. அங்க போனா என் டவுசர மட்டும் இல்ல, உன் டவுசரவும்தான் சேத்து அவுப்பானுங்க. ண்ணா வா நாளைக்கு இது அப்பன்கிட்ட பேசிக்கலாம். அந்தாளு கடைக்கு வந்துதான ஆவணும்" என்று சொல்லிவிட்டு, வேகமாக கதிரின் கைப்பிடிக்குள்ளிருந்து தங்களை உதறிக்கொண்டு நகர்ந்தார்கள். கதிருக்குள் அச்சம் பரவத் தொடங்கியது. தன் அப்பாவிடம் ஏதாவது பிரச்சினை செய்வார்களோ என்று அஞ்சினான். அவன் யோசித்து முடிப்பதற்குள் அவர்கள் மறைந்திருந்தார்கள். சரி, ஆவது ஆகட்டும் என்று திரும்பி நடக்கத் தொடங்கினான். எங்கிருந்துதான் வந்தான் என்றே தெரியாத மாதிரி திடீரென்று மதன் அவனருகில் நடந்து வந்துகொண்டிருந்தான்.

"இன்னா மச்சி, பிராப்ளம் முடிஞ்சிதா?"

கதிர் பதிலேதும் சொல்லாமல் வேகமாக நடக்கத் தொடங்கினான்.

"தேவையில்லாத பிரச்சினையிலலாம் தலையிடாத மச்சி."

கதிர் திரும்பி அவனைப் பார்த்தான். அவன் அப்போதும் செல்போனையே பார்த்துக்கொண்டு நடந்துவந்தான். 'அவனுங்களவிட நீதான்டா மோசமானவன்' என்று மனதுக்குள் சொல்லிக்கொண்டு தனது வண்டியை நோக்கிச் சென்றான்.

10

உணவகத்தில் யாருக்கும் வேலை ஓடவில்லை. அனைவரின் முகங்களும் இருண்டுபோயிருந்தன. அனைவருமே தடுமாறினார்கள். வாடிக்கையாளர்களின் சலிப்பும் வசையும் அவ்வப்போது கேட்டுக்கோண்டே இருந்தன. ஆனால், யாரும் யாரையும் குற்றம் கூறவில்லை.

வெறும் வதந்திகளாகத்தான் ஆரம்பித்தது, மருத்துவமனைகள் இடம்மாறப்போகின்றன என்பது. அது மெல்லமெல்ல வளர்ந்து செய்தியாகி, பின்பு உறுதியாகி, இப்போது அடிக்கல் நாட்டு விழாவரை வந்துள்ளது. எப்படியும் அடுத்த தேர்தலுக்குள் இதை முடுக்கத்தான் பார்ப்பார்கள் என்று அனைவரும் கருதினர். அப்போதுதான் அதைச் சொல்லி ஓட்டு கேட்க முடியும். இன்னும் நீண்ட நாட்கள் அல்லது சில ஆண்டுகள் இருக்கத்தான் செய்தன. இருந்தாலும், யாராலும் ஜீரணித்துக்கொள்ள முடியவில்லை. எல்லோருக்கும் இறப்புத் தேதியைத் தெரிந்துகொண்ட மனநிலை. முழுமையாக விஷயத்தைத் தெரிந்துகொள்ள அனைவருக்கும் ஆர்வம் இருந்தது. அனைவரும் சந்திரனுக்காகக் காத்திருந்தனர்.

உணவகத்துக்குப் பின்புறம் பூங்காவை ஒட்டியிருந்த சட்டமன்றத்தில் ஒருசில மந்திரிகளின் அலுவலகங்களிலிருந்து டீ கேட்டு போன் வரும். அப்போதெல்லாம் சந்திரன்தான் கேனைத் தூக்கிக்கொண்டு போவார். சந்திரன்தான் போக வேண்டும் என்று வினயனே நேரடியாகச் சொல்லியிருந்தான். அது சந்திரனை வேலைவாங்கும் அர்த்தத்தில் அல்ல. அவர் கொஞ்சம் விவரமானவர் என்பதால்.

வினயன்தான் அப்போது கல்லாவில் உட்கார்ந்திருந்தான். சந்திரன் வர நீண்ட நேரமானது. வினயன் குழம்பிப்போயிருந்தான். இப்போது என்ன செய்ய வேண்டுமென்று அவன் மனம் கேட்டுக்கொண்டே இருந்தது. ஆனால், எது செய்தாலும் அதை இப்போதே செய்தாக வேண்டும் என்பதில் மட்டும் உறுதியாக இருந்தான்.

சந்திரன் சோர்ந்துபோய் வந்தார். காலி கேனை அப்புண்ணியிடம் கொடுத்துவிட்டு வினயன் அருகில் வந்தார். உணவகத்தில் மற்றவர்களின் காதுகள் கூர்மையாகின.

“என்ன கேஷியர்?”

“ரகசியமா எதுவுமில்லங்க. அவங்க ப்ரெஸ் ரிலீஸ் கொடுத்துட்டாங்க. லோக்கல் சேனல் இந்நேரம் வந்திருக்கும். சாயங்காலம் பேப்பர்லயும் வந்துடும். பிரசவ ஆஸ்பத்திரி எல்லப்பிள்ள சாவடிக்கும், பெரிய ஆஸ்பத்திரி கதிர்காமத்துக்கும் போவுதாம். டெல்லிலருந்து வந்து அடிக்கல் நாட்றாங்கலாம். வேலை வேகமா நடக்கும்னுதான் சொல்றாங்க. மூனு நாலு வருஷம் அதிகபட்சம்.”

வினயன் பதிலேதும் சொல்லவில்லை. தலையை மட்டும் ஆட்டிக்கொண்டான். அவன் மனம் கணக்குப் போடத் தொடங்கியது. அவன் மனம் போடும் கணக்குகளை உணர்ந்த சந்திரன் அவராகத் தொடந்து பேசினார்.

“இங்க இருக்கற மாதிரிலாம் அங்க வியாபாரமோ லாபமோ இருக்காதுங்க.”

“ஏன்?”

“ஆமா, இங்க ரெண்டு ஆஸ்பத்திரியும் பக்கத்துப்பக்கத்துல இருக்குது. ரெண்டுத்துக்கும் வரவங்க இங்க வராங்க. ரெண்டு வியாபாரமா இருக்குது. பிரிஞ்சி வேறவேற எடத்துக்குப் போயிடுச்சினா ஒரு வியாபாரம்தானே. அதுவுமில்லாம இந்த எடம் வாடகை. இதுமாதிரி முனிசிபாலிட்டி எடம் அங்க கிடைக்கணும்ல. எனக்குத் தெரிஞ்சி அங்க அப்புடி எதுவும் இல்ல.”

“ரெண்டு எடத்துலயும் கடைபோட்டா?”

“எடம் வாடகையே இழுத்துடும். ரெண்டு செலவு. அதுமில்லாம கதிர்காமத்துல கட்சிக்காரங்கள மீறி ஆஸ்பத்திரிக்குப் பக்கத்துல கடை தொறக்கறது லேசுபட்ட காரியமில்ல.”

சந்திரன் சொல்வதில் நியாயமிருப்பதாக வினயனுக்குத் தோன்றினாலும் உண்மையில் அவனுக்கு எரிச்சலாக இருந்தது. ‘இந்தாளு ஒரு நல்ல விஷயத்தயாவது சொல்றானா பாரு’ என்று நினைத்தான்.

“செரி, கேஷியர். பாத்துக்கங்க வரேன்” என்று சொல்லிவிட்டு யோசனையோடு புறப்பட்டான்.

வினயன் போவதுவரை நின்றுகொண்டிருந்துவிட்டு பிறகு கல்லாவில் உட்கார்ந்துகொண்டார் சந்திரன். டீ கேனைத் தூக்கிகொண்டு நடந்துசென்றது அவருக்குச் சோர்வாக இருந்தது. தூரத்தில் கடைக்கு வெளியே செல்வம் நின்று பீடி குடித்துக்கொண்டிருப்பதைப் பார்த்தார். இந்நேரத்துக்கெல்லாம் எவ்வளவு பரபரப்பாக இருப்பார் என்று தனக்குள் சொல்லிக்கொண்டார்.

"சாப்பாடு இருக்குதாங்க" என்று குரல் கேட்டுத் திரும்பிப்பார்த்தார் சந்திரன்.

"இல்லீங்க, வெரைட்டி ரைஸ், பிரியாணி மட்டும்தான்."

"எவனுமே சோத்தப் போட மாட்றானுவ" என்று சலித்துக்கொண்டே வெளியேறினார் அவர். சந்திரன் திரும்பி செல்வத்தைப் பார்த்தார். செல்வம் அப்போது அங்கில்லை.

சப்ளை செய்துகொண்டிருந்த ராமசாமி வந்து சந்திரனிடம், "இன்னா பண்றது கேஷியர்?" என்றார்.

"இன்னா பண்றது, போறவரைக்கும் போவட்டும்னு இருக்க வேண்டியதுதான்."

"நாம் இன்னா தொழில்காரங்களா, ஒரு கடை இல்லனா இன்னொரு கடையில் டீ மாஸ்டராவோ சரக்கு மாஸ்டராவோ போவ. இந்த வயசுல ஏதோ இத்தினி நாள் இருந்துட்டோமேனு வச்சினு இருக்கான். அதுவும் இல்லனா..." என்று கண்கலங்கினார்.

"ஏய்... இப்ப இன்னா நாளைக்கேவா போவப்போவுது? கட்டி முடிக்கவே நாள் ஆவும். அதுக்குள்ள இன்னா வேணா ஆவலாம். போய் வேலையப் பாரு" என்று விரட்டினார் சந்திரன். உண்மையில், அவர் அப்படிக் கேட்டதற்காக சந்திரன் கோபப்படவில்லை. அவர் சொன்ன அந்த வார்த்தை, 'ஏதோ இத்தினி நாள் இருந்துட்டோமேனு வச்சினு இருக்கான்' என்று சொன்னது அவருக்குள் ஏதோ செய்தது. தான்கூட அப்படித்தானே என்று எண்ணினார். வினயன் வேறு ஒரு கடை ஆரம்பித்தாலும் அதில் இங்கிருக்கும் எத்தனை பேருக்கு இடம் இருக்கும் என்பது கேள்விக்குறிதான். கணக்கு எழுத இன்று ஆயிரம் மிஷின்களும் அதைப் படித்தவர்களும் வந்துவிட்ட பிறகு தன்னை இன்னும் அவன் வைத்திருப்பதெ பெரிய விஷயம்தான் என்ற மனநிலைக்கு சந்திரன் வந்திருந்தார். கல்லாவில் உட்காரும்போது குழப்பங்களும் கேள்விகளும் மனதுக்குள் ஓடக் கூடாது என்று அடிக்கடி தனக்குள் சொல்லிக்கொண்டாலும்

154

அன்று அவரால் எதையும் கட்டுப்படுத்த முடியவில்லை. கடையைச் சுற்றிப்பார்த்தார். கூட்டமே இல்லை. யாரும் சாப்பிடவில்லை. யாரும் டீ குடிக்கவில்லை. மருத்துவமனைகள் ஏற்கெனவே சென்றுவிட்டனவோ என்று ஒருகணம் அஞ்சி, திரும்பிக் கட்டிடங்களைப் பார்த்தார். மருத்துவமனைச் சிப்பந்திகளின் நடமாட்டம் இருந்தது. மீண்டும், "கேஷியர்" என்று குரல் கேட்டே மீண்டார். இந்த முறை அழைத்தது அப்புண்ணி. சந்திரனுக்கு ஆச்சரியம். அப்புண்ணி தன்னை நேரடியாக அழைத்து எத்தனை நாட்கள் ஆகின்றன என்று அவருக்கு சுத்தமாக நினைவில்லை.

சற்று பதற்றமாக, "சொல்லுங்க மாஸ்டர்" என்றார்.

"ஒரு உதவி வேணும்" என்று தயங்கித்தயங்கிக் கேட்டார் அப்புண்ணி.

"என்ன சொல்லுங்க" என்றார்.

"அது... உங்க பையன் வேலைசெய்யற கம்பெனில அவன்கிட்ட சொல்லி என் பையனுக்கு ஒரு வேலை வாங்கிக்குடுக்கச் சொல்லணும்."

சந்திரனுக்கு ஒரு நொடி எதுவும் புரியவில்லை.

"என்ன... இல்லஇல்ல ஒன்னுமில்ல. சாயங்காலம் அவன் வருவான் இந்தப்பக்கம், நான் சொல்றேன். இன்னா ஏதுன்னு நீங்களே பேசிடுங்க."

அப்புண்ணி தலையசைத்துவிட்டு மீண்டும் அடுப்பின் அருகில் நின்றுகொண்டார்.

மாலை ஐந்து மணிக்கு மேல் கதிர் பதற்றமாக வந்தான்.

"அப்பா."

"இன்னாடா?"

"ஆஸ்பத்திரி போவப்போவுதாமே?"

"ம்."

"கடை?"

"தெரிலடா."

கதிர் அமைதியாக இருந்தான்.

"டீ குடிக்கறியா?"

"ம்."

அப்புண்ணியைப் பார்த்தார் சந்திரன். அப்புண்ணி டீ போட்டுக்கொண்டுவந்து கொடுத்துவிட்டுச் சென்றார். வழக்கமாக அப்புண்ணி டீயை டேபிளில்தான் வைப்பார். அவருக்கும் தன் அப்பாவுக்கு ஆகாது என்று கதிருக்குத் தெரியும். ஆனால், அப்போது டீயை அவன் கையில் கொடுத்தார். குழப்பத்தில் இருந்த கதிர் அதைக் கண்டுகொள்ளவில்லை.

"டேய், உங்க கம்பெனில ஆள் எடுக்கறாங்களாடா?"

"தனியா வெளியிருந்து வந்தா இப்ப எடுக்க மாட்டாங்க. ஆனா, உள்ளருந்து யாருனா சொன்னா எடுப்பாங்க."

"நீ சொன்னா எடுப்பாங்களா?"

"நான் சொன்னா வேலைக்காகாது. நான் என் மேனேஜர்கிட்ட சொல்லி அவர் மூலமா போவணும். ஏன் யாருக்கு?"

"நம்ப மாஸ்டர் பையனுக்கு ஒரு வேலைக்குச் சொல்லிவுடேன்."

கதிர் தன் அப்பாவைக் குழப்பமாகப் பார்த்தான். அப்புண்ணியிடம் திரும்பி, "டிகிரி முடிச்சிட்டாரா உங்க பையன்?" என்றான்.

"ஆ... முடிச்சாச்சி."

"உங்க பையன் ரெஸ்யூம எங்கப்பாகிட்ட குடுத்தனுப்பங்க. நான் பேசறேன்."

"செரி."

கதிர் வேறு எதுவும் பேசவில்லை. டீ கிளாஸை வைத்துவிட்டுப் புறப்பட்டான். அவன் போனதும் அப்புண்ணியிடம் சந்திரன், "கவலப்படாதீங்க, வாங்கிக்குடுத்துடுவான்" என்றார்.

அப்புண்ணி தலையை ஆட்டிக்கொண்டார். அதன் பிறகு அப்புண்ணி அதைப் பற்றி எதுவுமே பேசவில்லை. சந்திரனும் மறந்துவிட்டார். அவர்களுக்குத் தினம்தினம் உணவகத்துக்கு வந்தாலே மருத்துவமனையைப் பற்றிய சிந்தனைதான். மேலும், வாடிக்கையாக வருபவர்களும் அவ்வப்போது துக்கம் விசாரிப்பதுபோல் விசாரித்துக்கொண்டிருந்தனர்.

"ஏதோ ஆஸ்பத்திரி போறதுல உங்களுக்கு மட்டும்தான் பிரச்சனை மாதிரி இருக்கீங்க. எத்தினி பேரு கடுப்புல இருக்கான் தெரியுமா?" என்றார் டெம்போ டிரைவர் ஒருவர்.

சந்திரன் அவரையே பார்த்துக்கொண்டிருந்தார்.

"இந்த ரூட்ல போற பஸ், டெம்போக்காரங்க, அந்தாண்ட மார்ச்சுவரி பக்கத்துல கண்ணாடி பொட்டி வாடக வுடறவன், ஏன் அதோ இருக்குதே கக்கூஸ்... அவன் கேக்கறான் நேத்து என்கிட்ட, ஆஸ்பத்திரி போயிடுச்சினா, யாரு இங்க பேல வருவான்னு."

சந்திரன் இப்போதும் அமைதியாகவே இருந்தார். அவன் போனதும் அப்புண்ணி மெல்ல வந்து, "அவன் டீக்குக் காசு குடுக்கல" என்றார்.

"அதுக்குத்தான் இவ்ளோ பேசிட்டுப்போறான்."

"ஓனர் வந்து ரொம்ப நாள் ஆகுது. எங்க?"

"தெரியல. ஆனா ஊர்லதான் இருக்காரு."

பின்பு ஒருநாள் சந்திரன் வேறு ஒரு வேலையாகக் கதிர்காமம் போகும்போது புதிய மருத்துவமனை வரப்போகும் இடத்துக்குச் சென்று பார்த்தார். வேலைகள் வேகமாக நடந்துகொண்டிருந்தன. பெருமூச்சொன்றை விட்டுவிட்டு அங்கிருந்து புறப்பட்டார்.

11

காலையில் எழுந்திருக்கும்போதே கதிருக்குத் தலை வலிப்பதுபோல் இருந்தது. வேலைக்குப் போகும் எண்ணமே இல்லை. போனில் அழைத்து, தவிர்க்கவே முடியாத ஒரு பொய்யைச் சொல்லி விடுப்பு கேட்டான். விடுப்பு கிடைத்தது. முந்தைய இரவு நடந்த நிகழ்வுகளை நினைத்துப்பார்த்தான். அதுவும் அந்தப் பெண். எவ்வளவு சாமர்த்தியமாக முதலில் கெஞ்சிவிட்டு பின்பு ஆட்களை அழைத்துவந்துவிட்டாள். கதிருக்கு வெறுப்பாக இருந்தது. நமக்கென்ன என்று இருந்திருக்க வேண்டும், தேவையில்லாத வேலையைப் பார்த்துவிட்டதாக நினைத்துக்கொண்டான். மெல்ல எழுந்து காலைக்கடன்களை முடித்துவிட்டு மீண்டும் அறையில் உட்கார்ந்தான். நேரம் பார்த்தான். இந்நேரம் டெய்லர் கடை திறந்திருப்பார், அங்கு போகலாம் என்று நினைத்துப் புறப்பட்டான்.

டெய்லர் கடைக்கு கதிர் வரும்போது அவர் கடை வாசலில் நின்றுகொண்டு எதிரில் இருந்த பெட்ரோல் பங்கை வேடிக்கைப் பார்த்துக்கொண்டிருந்தார். அசோக் ஒரு காருக்கு பெட்ரோல் போட்டுக்கொண்டிருந்தான். கதிருக்கு முதலில் அந்தக் காரில் இருந்தவர்களை எங்கேயோ பார்த்த மாதிரித் தோன்றியது. சிறிது யோசித்ததும் நினைவுக்கு வந்தது. அதுவும் பின்சீட்டில் உட்கார்ந்திருந்தவன். சற்று யோசித்து அவன் பெயர் ரஃபி என்று நினைவுக்குக் கொண்டுவந்தான். முதலில் இந்த சாட்சிக் கையெழுத்துப் போடுவதை நிறுத்த வேண்டுமென்று மனதுக்குள் சொல்லிகொண்டான். காரில் இருந்தவர்களை அவனுக்கு அடையாளம் தெரிந்திருக்குமோ என்று கதிருக்கு சந்தேகமாக இருந்தது. பெட்ரோல் போட்டுக்கொண்டு கார் புறப்பட்டுப்போனது. பின்னால் உட்கார்ந்திருந்த ரஃபி எதையோ தூக்கிப்போட அசோக் மெல்ல நடந்துவந்து அதை எடுத்துப் பார்த்துக்கொண்டிருந்தான். டெய்லர் அவனையே பார்த்துக்கொண்டிருந்தார்.

“இன்னா டெய்லர்? அவன் வேல செய்யற அழகப் பாத்து ரசிக்கறீங்களா?”

கதிரைத் திரும்பிப் பார்த்து டெய்லர், “இன்னாப்பா எங்களலாம் உனுக்கு ஞாபகம் இருக்கா?” என்று சொல்லிவிட்டு உள்ளே

சென்றார். உள்ளே அவர்களின் இன்னொரு நண்பன் சக்தி உட்கார்ந்திருந்தான்.

“இன்னாடா வேலைக்கிப் போவல?” என்றான் சக்தி.

“லீவு போட்டுட்டேன்.”

“நல்லதாப் போச்சி. ஒரு ஆள் குறையுதேன்னு பாத்தேன்.”

“எதுக்கு?”

“சரக்கடிக்க.”

“காலங்காத்தாலேயேவா?”

“மதியமா போவோம். அவனுக்கும் ஷிப்ட் முடிஞ்சிடும்.”

“டெய்லர் நீங்க வரீங்களா?”

“செவுலத் திருப்பிடுவேன். மரியாதையா எழுந்து வேலைக்குப் போங்கடா.”

“வேலை இல்ல டெய்லர். போன வாரம்தான் ஒரு வூடு டைல்ஸ் போட்டு முடிஞ்சிது. மேஸ்திரி இன்னும் வேற வேல எடுக்கல.”

“அதுக்குத் காலையிலயே குடிக்கக் கௌம்பிடுவீங்க, இதுல ஒரு பெரிய மனுஷன்னு மரியாத இல்லாம என்னயும் கூப்புடுவ.”

“டெய்லர், கொஞ்சம் இந்தப்பக்கம் வாங்களேன்.”

“ஏன்?”

“வாங்க டெய்லர்.”

டெய்லர் வந்தார்.

“இப்புடிக் கண்ணாடிப் பக்கம் பாத்து நில்லுங்க.”

நின்றார்.

“இப்ப சொன்னத மறுபடியும் இந்தக் கண்ணாடியப் பாத்துச் சொல்லுங்க.”

டெய்லர் அவனை முறைத்தார்.

“என்ன மொறச்சா. அவனுங்ககூட மட்டும் குடிக்கப்போனிங்கல்ல. நான் மட்டும் என்ன தொக்கா?”

கதிரைப் பார்த்தார் டெய்லர். அவன் எனக்கு ஒன்னும் தெரியாது என்பதுபோல் தலையசைத்தான். "அந்தப் பொறம்போக்காத்தான் இருக்கும்" என்று தனக்குள் சொல்லிக்கொண்டார்.

"வைன் குடிச்சா தப்பு இல்ல டெய்லர். அதுவும் ச்சீஸ் கடிச்சிகினே குடிச்சே ரொம்ப நல்லதாம்."

டெய்லரும் கதிரும் ஒருவரை ஒருவர் பார்த்துக்கொண்டனர்.

"டெய்லர், அவன் இவனையும் கெடுத்துவெச்சிகிறான்."

"க்கும்... நான் போயி அவன்கிட்ட எப்ப வருவான்னு கேட்டுட்டு வரேன்" என்று சக்தி எழுந்துசென்றான். அவன் போனதும் அந்த இடத்தில் கதிர் உட்கார்ந்துகொண்டான்.

"நீயும் ஏன் இவனுங்ககூடச் சேர்ந்து கெட்டுப்போற, ஒழுங்காத்தான வேலைக்குப் போயினு இருந்த?"

"டெய்லர், நெஜாமாவே எனக்குத் தலைவலி. தலைவலியோட அங்கப் போயி கம்ப்யூட்டர்ல உக்கார முடியாது."

"வண்டி வாங்கப்போறன்னு சொன்ன?"

"வாங்கணும் டெய்லர். சைக்கிள்ல போவ ஒரு மாதிரியா இருக்கு. என்னையும் சேத்து ரெண்டு மூனு பேர்தான் சைக்கிள்ள போறோம். மீதிப் பேருல ஒன்னு பைக்ல வரானுங்க, இல்ல பஸ்ல வரானுங்க."

"ம்... எப்புடிப் போவுது வேலைலாம்?"

"கடுப்பா இருக்குது டெய்லர். அவனுங்க குடுக்கற சம்பளம் பத்தல. இன்னா செய்யறதுனே தெரில. அதான் இன்னும் வண்டி புக் பண்ணாமயே இருக்கேன். இல்லனா பாதிச் சம்பளம் இஎம்ஐக்கே போயிடும்."

"எது செஞ்சாலும் யோசிச்சி செய்."

"எங்க யோசிக்கறது. பைத்தியம் புடிச்சிடும்போல இருக்கு."

"வேற எதுனா கம்பெனி பாரு."

"இங்க வேற இன்னா இருக்குது டெய்லர். அத்த வுட்டா இது, இத்த வுட்டா அதுன்னு ரெண்டு கம்பெனி இருக்கு. மீது இருக்கறதுலாம் துண்டுதுக்கடா கம்பெனி. அவனுங்கள நம்பிப் போனா சம்பளத்துக்கும் உத்தரவாதம் இல்ல, வேலைக்கும் உத்தரவாதம் இல்ல."

“இதோ பின்னாடி ஒருத்தன் கடை வெச்சிகினு பேனரு, போஸ்டரு, டிவி விளம்பரம்லாம் பண்றானே, அந்த மாதிரி எதாவது செய்ய வேண்டியதுதானே?”

“உங்களுக்கு அவனப் பழக்கமா டெய்லர்?”

“இல்லியே, ஏன்?”

“சும்மா ஒருநாள் போயி அவன்கிட்ட பேச்சிக்குடுங்க. அவன் ஆயிரம் கத சொல்லுவான்.”

“ஏன் இன்னா, அவன்தான் இப்ப நெறிய செய்யறான்னு பேசிக்கறாங்க.”

“செய்யறான்தான் டெய்லர். ஆனா காசு. நான் ஏற்கெனவே சேனல்ல இருந்தப்ப சொன்னதுதான். அண்ணன் சொன்னாரு ஆட்டுக்குட்டி சொன்னாருன்னு வந்து காசு கம்மிபண்ணு, ஓசில செஞ்சிக்குடுன்னு நிப்பானுங்க. முடியாதுன்னு சொன்னா அவ்ளோதான்.”

“இன்னாதா பண்ணலாம்னு இருக்க?”

“வெளியூர்தான் போவணும்போல.”

“போவறதுனா இப்பவே போயிடு. கல்யாணம்லா ஆயிட்டா எங்கயும் நவுற முடியாது.”

“ம்.”

“கண்ணு முன்னாடியே ஒன்னு வீணா போயின்னு இருக்குது. நீயாவது உருப்படற வழியப் பாரு” என்று வேதனையோடு சொன்னார்.

“நீங்க அவனையும் அவங்கம்மாவையும் கூப்டு உக்காரவெச்சிப் பேசலாம்ல டெய்லர்?”

“நீ வேற, அவங்க ஆயா சாவுக்கு செஞ்சதுக்கு எனக்கு ஆயிரம் பிரச்சனை. என் பொண்டாட்டி என்ன இன்னான்னா கேள்வி கேட்டா தெரியுமா? இதோ இந்த புருஷோத்து ஒருத்தன் போதும், என் தாலிய அறுக்க.”

“ஆமா எங்க டெய்லர் அவர ஆளயே காணோம்?”

“ஏதோ கேசுல உள்ள இருக்கறான்.”

“எதுனா பிரச்சினைனா கவலப்படவே தேவயில்ல. கூடவே ஒரு வெயிட் கை வெச்சிக்கிறீங்க டெய்லர்.”

டெய்லர் திரும்பி அவனை முறைத்தார். கதிர் முகத்தைத் திருப்பிக்கொண்டான்.

சக்தி சோகமாக உள்ளே வந்து, “அவன் வரலையாம். நாமப் போவோமா?” என்றான்.

“எனக்கு வேல இருக்குது. நான் கிளம்பறன்” என்று கதிர் எழுந்தான்.

“வரேன் டெய்லர்” என்று புறப்பட்டான். தூரத்திலிருந்து அசோக் அவனையே பார்த்துக்கொண்டிருந்தான். நேராக அசோக்கிடம் சென்று “இன்னாடா எப்புடி இருக்குது வேல?”

“இருக்குது ஏதோ. இவுருதான் ஏதோ அப்பப்ப சோகமா அங்கருந்து லுக்கு வுட்டுகினு இருக்காரு”

கதிர் சிரித்துக்கொண்டே, “அது உன் மேல இருக்கற பாசம்டா” என்றான்.

“மயிரு.”

“ஆமா, செத்த நேரத்துக்கு முந்தி ஒரு காருக்கு பெட்ரோல் போட்டியே அதுல இருந்தவனுங்கள ஞாபகம் இருக்கா?”

“அந்த ரெஜிஸ்டர் மேரேஜ் பையன்தான அவன். அவன் தூக்கிப்போட்டத பாரு” என்று தன் பாக்கெட்டிலிருந்து ஒரு புகைப்படத்தை எடுத்துக் காட்டினான்.

“அவனத்தான் ஞாபகம் இருக்கா, முன்னாடி இருந்தானுகளே அவனுங்கள தெர்லயா?”

“இல்லியே, யாரு?”

“அதான் ஒருவாட்டி செக்கெண்ட் ஷோ வுட்டு வரும்போது கார்ல வந்து பீர் வாங்கினு இருந்தானுங்களே. நீகூட அசிங்கஅசிங்கமா திட்டினே வந்தியே.”

“ஆமா, அவனுங்களா அது?”

“க்கும்.”

“செரி, கூப்பிடறான் பாரு. நான் வூட்டுக்குப் போறேன். பாப்போம்.”

“ம்.”

கதிர் நடந்துசென்றுகொண்டிருந்தான். சட்டென அவனுக்கு ஞாபகம் வந்தது. அந்தக் காரில் முன்சீட்டில், ஓட்டுபவனுக்குப் பக்கத்தில் உட்கார்ந்திருந்தவன் தன் அப்பா வேலை செய்யும் கடையின் டீ மாஸ்டர் அப்புண்ணியின் மகன் என்று. அவனுக்குத்தானே வேலை வேண்டும் என்று சொன்னார்கள் என்று நினைவுக்கு வந்தது. இரவு தன் அப்பாவிடம் என்ன ஆனதென்று கேட்க நினைத்துக்கொண்டான். மீண்டும் அவனுக்கு முந்தைய இரவின் சம்பவங்கள் நினைவுக்கு வந்தன. தன்னிடம் அடிவாங்கியவரை அவனுக்கு எங்கேயோ பார்த்த மாதிரி இருந்ததே, எங்கே பார்த்திருக்கிறோம் என்று மீண்டும்மீண்டும் யோசித்தான். அதுமட்டும் அவனுக்கு ஞாபகத்துக்கே வரவில்லை.

அதே நேரம், சண்டையில் தனக்கு எதுவுமே தெரியாது என்பதுபோல் நின்றுகொண்டிருந்த மதனையும் மனதுக்குள் திட்டினான். ‘அந்தப் பொறம்போக்க இனிமே கிட்டயே சேக்கக் கூடாது’ என்று தனக்குள் சொல்லிக்கொண்டான். அந்த இடத்தில் மட்டும் அசோக் அல்லது சக்தி இருந்திருந்தால் நேற்று வேறு மாதிரி நடந்திருக்குமென்று தோன்றியது. அதே நேரம், ஒருவேளை இருவரும் தற்போது ஜெயிலிலும் இருந்திருக்கலாமென்று நினைத்தான். எதைஎதையோ யோசித்தவாறு நடந்துகொண்டிருந்தான். தலைவலி அதிகமாவதுபோல் தோன்றியது. பேசாமல் சக்தியுடன் சென்று ஒரு பீர் அடித்துவிட்டு வந்து படுத்திருக்கலாமோ என்று நினைத்தான். எதுவுமே மனதில் நிலையாக ஓடவில்லை. அப்போது செல்போனில் மெஸேஜ் வர எடுத்துப்பார்த்தான்.

“செல்லக்குட்டி என்ன ஆளயே காணோம்?” என்று செல்வி அனுப்பியிருந்தாள்.

“அதுவா, உன்னயே நெனச்சிக்கிட்டு உனுக்கு மெஸேஜ் பண்ண மறந்துட்டேன்” என்று கொஞ்சம்கூடக் கூசாமல் பதிலனுப்பினான்.

“பொய் பொய்.”

“நெஜமா.”

“செரி நம்பிட்டோம். என்ன சாப்ட?”

‘மறுபடியும் மொதல்ல இருந்தா’ என்று நினைத்துக்கொண்டு செல்போனைத் தட்டத் தொடங்கினான்.

12

பதினோரு மணியிலிருந்து பெரிய ஆஸ்பத்திரி சுற்று வட்டாரத்தில் ஏதோ பரபரப்பாக நடக்கத் தொடங்கியது. முக்கியமாக டெம்போ மற்றும் பேருந்து ஓட்டுனர்கள் மத்தியில்தான் அதிகப் பரப்பரப்பு. சந்திரனுக்கு சந்தேகமாகவே இருந்தது. உணவகத்தில் இருந்தவர்கள், "ஏதோ பிரச்சினைன்னு நெனைக்கறேன். இன்னான்னு தெரில, எதுக்கும் ரெடியா இருங்க. அதிகமா எதுவும் போட வேண்டாம்" என்று சொன்னார்கள். மற்றவர்களுக்குள்ளும் அந்தப் பரபரப்பு தொற்றிக்கொண்டது.

சந்திரன் எதிர்பார்க்காத ஒரு சமயத்தில் ஆறு பேர் வேகவேகமாக உணவகத்துக்குள் நுழைந்தார்கள். அனைவருமே டெம்போ ஓட்டுனர்கள். சந்திரனுக்கு ஏற்கெனவே பழக்கமானவர்கள். ஆவேசமாக இருந்தார்கள். அவர்கள் சாப்பிட வரவில்லை, ஏதோ பிரச்சினை செய்ய வந்திருக்கிறார்கள் என்று அங்கு சாப்பிட்டுக் கொண்டிருந்தவர்களுக்குக்கூடத் தெரிந்திருந்தது. அவர்களின் கண்கள் யாரையோ தேடின. அவர்கள் அனைவரும் ஏற்கெனவே சந்திரனுக்குப் பழக்கமானவர்கள் என்பதால் எதுவாக இருந்தாலும் சமாளித்துவிடலாம் என்று நினைத்து, "என்னங்க பிரச்சன?" என்று கேட்டார்.

"உங்க ஓனர் எங்க?"

"அவரு ஊருக்குப் போயிருக்காருங்க."

"உங்ககிட்ட பிரச்சன செஞ்சானே அந்த போலிஸ்காரன், அவன்?"

"அவரு இங்க வரதுல்ல, ஏன் இன்னாங்க ஆச்சி?" என்று சந்திரன் கேட்டுக்கொண்டிருக்கும்போதே, "அய்யோ" என்று உள்ளேயிருந்து சரளா கத்திக்கொண்டே ஓடிவந்தாள். அனைவருமே அவளை அதிர்ச்சியாகப் பார்த்துக்கொண்டிருந்தனர். சந்திரன் அவளைப் பார்த்துவிட்டு டெம்போ ஓட்டுனர்களைப் பார்த்தார். அதில் ஒருவன், "குமார வெட்டிட்டாங்க" என்றார்.

சந்திரன் அதிர்ச்சியாக, "எப்போ?" என்றார். சரளா அதற்குள் சந்திரனிடம் வந்து, "கேஷியரே, என் குடியே முழுவிப்போச்சே. இனி

என் பொண்ண வெச்சிகினு இன்னாப் பண்ணப்போறனோ. அய்யோ, இந்தப் பாவி இப்படிப் பண்ணிட்டானே. வேணாம்வேணாம்னு சொன்னேனே. இப்படி என் பேச்சக் கேக்காம தாலி அத்துகினு வந்து நிக்கறாளே" என்று அழுது ஆர்ப்பாட்டம் செய்தாள். அவளை ஆட்டோவில் ஏத்தி அனுப்பிவைத்தார்கள். அனைவரும் என்ன செய்வதென்று புரியாமல் இருந்தனர்.

அந்த டெம்போ டிரைவர்கள் மீண்டும் சந்திரனிடம் அதே கேள்வியைக் கேட்டனர்.

"அவங்கள எதுக்குங்க தேடறீங்க?" என்று சற்று சத்தமாகவே கேட்டார் சந்திரன்.

"ம். வெட்டனதுல மலையாளத்தானுங்க இருந்ததா சொல்றாங்க" என்று கோபமாக ஒருவர் சொன்னார்.

சந்திரனுக்கு அதிர்ச்சியாகவும் இதுவரை கேள்விப்படாததாகவும் இருந்தது. அவர் எதுவும் பேசவில்லை. அவர்கள் கடையை விட்டு வெளியே சென்றனர். ஆனால், அங்கிருந்து போகாமல் பிரிந்து ஆளுக்கொரு பக்கம் சென்று நின்றுகொண்டு உணவகத்தையே நோட்டம்விட்டனர். சந்திரனுக்கு உள்ளுக்குள் உதறல் எடுத்தது. என்ன செய்வதென்று முடிவெடுத்தார். பின்னால் நின்றுகொண்டிருந்த அப்புண்ணி அஞ்சி நடுங்கினார். உணவகத்தில் இருந்த ஒவ்வொருவரும் ஒவ்வொரு மாதிரி இருந்தனர். செல்வம் மட்டுமே தைரியமாகச் சுற்றிக்கொண்டிருந்தார். வெளியே சென்று டெம்போ ஓட்டுனர் ஒருவரிடம் விசாரித்துக்கொண்டிருந்தார். பின் சந்திரனிடம் வந்து, "அவனுங்க இன்னிக்கி பொளக்காம போவ மாட்டானுவோ" என்று சொன்னார். சந்திரன் அமைதியாக வியாபாரத்தைக் கவனித்தார். உண்மையில், அவருக்கு குமார் ஞாபகமாகவே இருந்தது. அவனது குழந்தைகளை நினைத்து வேதனைப்பட்டார்.

இரண்டு மூன்று மணிநேரம் நின்றுகொண்டிருந்துவிட்டு பின் ஒவ்வொருவராகப் புறப்பட்டுச்சென்றனர். அவர்கள் போனதை உறுதிசெய்துவிட்டு வினயனுக்கு அழைத்தார் சந்திரன். போன் அணைத்து வைக்கப்பட்டிருந்தது. லேண்ட்லைனுக்கு அடித்தார். வினயன்தான் எடுத்தான். சந்திரன் ஆரம்பிப்பதற்கு முன்பே அவனே சொன்னன், "கேள்விப்பட்டேன் கேஷியர்."

"சூரியனத் தேடி ஆளுங்க வந்தாங்க."

"ம்... என்ன சொன்னீங்க?"

“தெரியல, வரதில்லன்னு சொன்னேன்.”

“ம்.”

“சூரியன்தானா?”

“கேஷியர்... நீங்க வேற... அவன் அவ்ளோ பெரிய ஆள்லாம் இல்ல. நான் இப்பதான் விசாரிச்சேன். அவன் முன்னாடி வேலை கத்துக்கிட்ட மெக்கானிக்குக்கும் அவனுக்கும் பிரச்சனையாம். இவனும் ஏதோ ஒர்க்ஷாப் வெக்கப் போறேன்னு வேலபாத்திருக்கான். பிரச்சனையாகிப் போட்டான்னு பேசிக்கறாங்க. இவனுங்க சும்மா எதாவது கெளப்பிவிடுவானுங்க.”

“போன் ஏன் ஸ்விட்ச் ஆப்ல இருக்கு?”

“இப்பப் பாருங்க ஆன் பண்ணிட்டேன்.”

“செரி, சூரியன்கிட்ட சொல்லிவைங்க. தேடறாங்க, பாத்து இருந்துக்கச் சொல்லுங்க.”

“அவன் இங்க என் பக்கத்துலதான் இருக்கான். என்கூடத்தான் ஊருக்கு வந்தான் கேஷியர். ஆனா, யாருகிட்டயும் எதுவும் சொல்லிக்காதீங்க.”

“செரி. கடை எப்படி, நாளைக்கி?”

“இல்ல கடைய மூடாதீங்க. மூடனாத்தான் இவனுங்க இன்னும் எதாவது கெளப்பிவிடுவானுங்க.”

“செரி, வெக்கறேன்.”

“அப்பறம் நீங்க மட்டும் போயி ஒரு மாலை போட்டுட்டு, சரளாகிட்ட எதாவது பணம் கொடுத்துட்டு வாங்க.”

“ம்” என்று சொல்லிவிட்டு போனை வைத்தார் சந்திரன். அவருக்கு லேசாக சந்தேகம் இருக்கத்தான் செய்தது. போலிஸ் சடங்குகள் முடிந்து மறுநாள்தான் பிணத்தை ஒப்படைத்தார்கள். அதன் பிறகே சந்திரன் புறப்பட்டுச்சென்று குமாருக்கு மாலைபோட்டுக் கும்பிட்டுவிட்டுவந்தார். பிறகு, இரண்டு மூன்று நாட்களுக்கு அவர் நினைப்பு முழுக்க அந்த இரண்டு பிள்ளைகள் மீதே இருந்தது. ஒருவேளை இதற்கு சூரியனும் காரணமாக இருந்தால் தான் என்ன செய்வதென்று யோசித்தார். தன்னால் என்ன செய்ய முடியும் என்று நினைத்தபோது அவருக்கே தன் மேல் வெறுப்பாக இருந்தது.

அதன் பிறகு, சரளா அந்த உணவகத்துக்கு வேலைக்கு வரவில்லை. அவரால் அந்தக் காரணத்தைப் புரிந்துகொள்ள முடிந்தது.

இவை அனைத்தும் நினைவுகளிலிருந்து கரையத் தொடங்கிய ஒரு மாலை நேரத்தில் சூரியன் நீண்ட நாட்களுக்குப் பிறகு உணவகத்துக்கு வந்தான். அவன் முகத்தில் சிரிப்பு இருந்துகொண்டே இருந்தது. வழக்கமாக அவன் வந்தால் கல்லாவிலிருந்து எழுந்துநிற்கும் அல்லது நகர்ந்துசெல்லும் சந்திரன் அன்று அப்படியே உட்கார்ந்து வேலையைப் பார்த்தார். அவன் வந்திருப்பதாகவே காட்டிக்கொள்ளவில்லை. அவன் அதைப் பற்றி அலட்டிக்கொள்ளாமல் நேராக சந்திரனிடம் வந்து, "என்ன கேஷியர் சவுக்கியமா?" என்றான்.

அவனை நிமிர்ந்து பார்த்த சந்திரன், "நல்லாருக்கேன். நீங்க எப்படி இருக்கீங்க?" என்றார்.

"ம்... எனக்கென்ன?" என்று சொல்லிவிட்டு அப்புண்ணியைப் பார்த்து, "என்னா அப்பு?" என்றான். அப்புண்ணி எதுவும் சொல்லாமல் தலையை மட்டும் ஆட்டினார். வழக்கமாக அவன் வந்தால் டீ போட்டுக் கொண்டுபோய்த் தரும் அப்புண்ணி அன்று அவ்வாறு செய்யாமல் அமைதியாக இருந்தார்.

சூரியனின் முகத்தில் தெரிந்த ஆணவம் சந்திரனுக்கு எரிச்சலைக் கொடுத்தது.

"என்ன ரொம்ப நாளா வெளிய தலைகாட்டலபோல, ஊருக்குப் போயி செட்டில் ஆயிட்டீங்கன்னு நெனச்சேன்" என்றார்.

சூரியனின் முகம் சட்டென இருண்டது. சந்திரனை முறைத்தான்.

சந்திரன் அலட்டிக்கொள்ளாமல், "மாஸ்டர், சாருக்கு டீ குடுங்க" என்றார். அதன் பிறகு, அப்புண்ணி டீ கொண்டுவந்து வைக்க சூரியன் அதைக் குடிக்காமலேயே, ஏதோ புலம்பியவாறு வெளியேறினான்.

"பாத்து ஜாக்ரதையா இருங்க. டெம்போ டிரைவருங்க இன்னும் உங்களத் தேடின்னுதான் இருக்காங்க."

"நான் போலிஸ், எவனாலயும் என் மயிரக்கூடப் புடுங்க முடியாது."

சந்திரன் எதுவும் சொல்லவில்லை. சூரியன் போவதையே பார்த்துக்கொண்டிருந்தார்.

13

ரவி டெய்லர் எதைப் பற்றியோ ஆழமாக யோசித்துக்கொண்டே சட்டைத்துணியை வெட்டிக்கொண்டிருந்தார். "நீ இப்பிடியே எதையோ யோசிச்சிகினு ஒருநாள் துணியத் தப்புத்தப்பா வெட்டி எவன்கிட்டயாவது நல்ல வாங்கப்போற" என்ற குரல் கேட்டு டெய்லர் திரும்பிப்பார்த்தார். பின்னால் அசோக்கின் அம்மா வந்துகொண்டிருந்தாள். அவள் ரவியிடம் இப்படிப் பேசி பல ஆண்டு ஆகிறது. ரவியே ஆச்சரியத்துடன்தான் அவளைப் பார்த்தார். அவள் தயங்கியபடியே அங்கிருந்த பெஞ்சில் உட்கார்ந்தாள்.

"எதையும் யோசிக்காம ஒருத்துனால இருக்கவே முடியாது. இந்த மனுஷன் மண்டக்குள்ள எதாவது ஓடிகினேதான் இருக்கும்."

"அதுக்குன்னு வேலை செய்யும்போது கவனம் வேலையில இல்லாம..."

"பெரிய மனுசி ஆயிட்டல்ல, அப்படித்தான் பேசுவ. என்ன திடீர்னு இந்தப்பக்கம்."

"ஏன் நான் வரக் கூடாதா?" என்று அவள் கேட்டதும் சட்டென ரவி திரும்பி அவள் கண்களைப் பார்த்தார். அவள் கண்களில் சோர்வும் கவலையும்தான் தெரிந்தன. பழைய குறும்பு இல்லை. ஆனால், அவள் சிரிப்பு, அது இன்னும் அப்படியே இருப்பதாக ரவி நம்பினார். தன் முந்தானையில் முகத்தைத் துடைத்துக்கொண்டாள். ரவி நகர்ந்துவந்து பேனைப் போட்டுவிட்டார். அவள் கூந்தல் காற்றில் ஆடிய அந்த நொடி, அவர் ஞாபகக் கிளைகளில் இன்னும் சில இலைகள் உதிராமல் அப்படியே இருந்ததை உணர்ந்தார். அவள் பேச்சால் மீண்டும் அந்தக் கிளையில் ஒரு இலை முளைத்துவிடுமோ என்று அஞ்சினார்.

"இல்ல விஷயம் இல்லாம வர மாட்டியே, அதான் கேட்டேன். டீ குடிக்கறியா?"

"வேணாம். இப்பத்தான் வுட்டுல குடிச்சேன். அப்பிடியே சீட்டுப்பணம் குத்துட்டுப் போவலாம்னு வந்தேன்."

“எப்பவும் உன் புள்ளகிட்டத்தானே குடுத்தனுப்புவ, இப்ப இன்னா?”

“செரிப்பா... தெரியாம வந்துட்டேன்” என்று கோபமாக எழுந்தாள்.

“உக்காரு உக்காரு, ரொம்பப் பண்ணாத.”

“க்கும்... இவன் எதாவது சொன்னானா?”

“எவன்?”

“அசோக்.”

“எதப் பத்தி?”

“இல்ல, மெய்யாத்தான் அவன் வேலைக்கிப் போறானா, இல்ல சும்மா இதுவும் கொஞ்சநாள்தானா?”

“ஏன் அப்புடிக் கேக்கற?”

“இல்ல, சொந்தத்துல ஒரு பொண்ணு இருக்குது. கொஞ்சம் கஷ்டப்படறவங்க. இவனக் கேக்கறாங்க.”

“வேணாம்னு சொல்லிடு” என்று டெய்லர் சொன்னதுமே அவள் முகம் மாறியது. “இவனுக்கு எப்பத்தான் புத்தி வருமோ” என்று கண்கலங்கினாள்.

“அதெல்லாம் வரும்போது வரும் வுடு. இப்பத்திக்கி ஒரு வேலைக்கிப் போறான்ல. அப்பறம் இன்னா?”

“இன்னா வேலைக்கிப் போறான். அவன் கூடவே சுத்திகினு இருந்தான் கதிரு. இப்போ ஒழுங்க ஒரு கம்பெனிக்கு வேலைக்குப் போவல. இவனும்தானே காலேஜ் முடிச்சிக்கிறான். இதுக்கா நான் இவ்ளோ கஷ்டப்பட்டு இவன வளத்துப் படிக்கவச்சேன். எப்பப் பாத்தாலும் பிரான்ஸ் பிரான்ஸ்ன்னு. அங்க இன்னாத்தான் அப்படிக் கொட்டிக்கிதோ. நீ எதுவும் அவன்கிட்ட சொல்லக் கூடாதா?”

“நான் எதுவும் சொல்லாம இருக்கப்போயித்தான் அவன் இன்னும் என் கண்பார்வையிலயே இருக்கான். நான் எதாவது புத்துமதி சொன்னேன்னு வையி, இந்தப் பக்கமே வர மாட்டான். அப்பறம் அவன் எங்க சுத்தறான், இன்னாப் பண்றான்னு ஒன்னுமே தெரியாமப் போயிடும். கொஞ்ச நாள் வுடு.”

அவள் பதிலேதும் பேசவில்லை. சிறிது நேரம் இருவரும் அமைதியாக இருந்தனர். அவளாக எழுந்து சென்றுவிடுவாள் என்று அவர் காத்திருந்தார். ஆனால், அவள் பேச்சைத் தொடர்ந்தாள், "அப்போ உனுக்கு வேற ஒன்னும் தெரியாது, அப்பிடித்தானே?"

"வேற இன்னா?"

"அவன் வேலைக்குப் போற எடத்துல ஒரு பொண்ண லவ் பண்றானாமே."

"பெட்ரோல் பங்கல ஏது பொண்ணு?"

"அவன் பங்க் வேலைய உட்டுட்டான். ஒரு வாரமா வேற வேலைக்குப் போறான். கதிர்காமத்துல."

"இன்னா சொல்ற, எனக்குத் தெரியாமயா. நான்கூட அவன செரியா கவனிக்கவே இல்ல. இங்க இருக்கறான்னுதான் நெனச்சினு இருக்கேன்."

"இதான் நீ அவனப் பாத்துக்கற லட்சணம்."

ரவிக்குக் கோபம் தலைக்கேறியது. 'இவ என்ன அவ புருஷன்னே நெனச்சிட்டாளா' எனத் தனக்குள் சொல்லிக்கொண்டு, மீண்டும் துணியை வெட்ட ஆரம்பித்தார்.

"இன்னா கம்முன்னு இருக்கற?"

"ஒரு வாரத்துலயே லவ்வாமா?"

"சேந்த மூனாவது நாளே என்கிட்ட வந்து சொன்னான். அந்தப் பொண்ணுதான் வந்து சொல்லுச்சாம்."

"ஓ... பொண்ணு இன்னா ஊராம்?"

"முத்திரப்பாளையம், பேரு சுதாவாம்."

ரவி திரும்பி அவளைப் பார்த்தார். அவள் கண்ணில் ஒரு மின்னல் தெரிந்தது. எப்படியாவது தன் மகனுக்கு ஒரு வாழ்க்கை அமைத்துவிட வேண்டும் என்ற ஆசை.

"செரி... உனுக்கு செரின்னா புடிச்சிக் கட்டிவெச்சிடு. ஒழுங்கா மூடிகினு இங்கயே இருப்பான்."

ரவி கடைசியாகச் சொன்னது அவளுக்குச் சரியெனவே பட்டது. ஆனாலும், அவள் உடனே இறங்கிவரவில்லை. "உன்கிட்ட

வந்து கேட்டேன் பாரு" என்று சொல்லிவிட்டு வேகமாக எழுந்துசென்றாள்.

அன்றிலிருந்து இரண்டு மாதம் கழித்து அசோக்குக்குத் திருமணம் நடந்தது. பெண்பார்க்கப் போனதிலிருந்து கல்யாண ஏற்பாடுவரை டெய்லர் உதவியாக இருந்தார். பலர் டெய்லரை அசோக்கின் அப்பா என்றே நினைத்தனர். திருமண நாள் அன்று டெய்லரிடம் கதிர், "இனிமேலாவது ஒழுங்கா இருப்பானா டெய்லர்?" என்று கேட்டான். அவர் எந்தப் பதிலும் சொல்லவில்லை.

14

சந்திரன் கவலையாக உட்கார்ந்திருந்தார். அவர் வீட்டுக்கு வரும்போதே வீட்டில் மின்சாரமில்லாமல் இருந்தது. புழுக்கம் வேறு. கவலையோடு எரிச்சலும் சேர்ந்துகொண்டது. தனது மனைவியிடம், "கதிரு இன்னும் வரலயா?" என்றார்.

"ஏன் இப்ப வந்ததுலருந்து அவனயே கேட்டுன்னு இருக்க. வரப்போறான்."

மனைவியின் பதில் சந்திரனுக்கு இன்னும் எரிச்சலை ஏற்படுத்தியது. மின்சாரமில்லாததால் பலர் வீடுகளிலிருந்து வெளியே வந்து தெருவில் உட்கார்ந்து பேசிக்கொண்டிருந்தனர். மின்சாரம் எப்போது வருமென்று தெரியாததால் சிலர் அப்படியே மாடியிலும் வீட்டு வாசலிலும் படுத்துக்கொள்ளத் தொடங்கினர்.

கதிர் மெல்ல வீட்டுக்குள் வந்தான். சந்திரன் கண்களுக்கு அவன் நிழலுருவம்தான் தெரிந்தது. "கைகால் கழுவிட்டு சாப்புடு" என்றார் சந்திரன். அவர் எப்போதும் வீட்டுக்குள் வந்ததும் எதைப் பற்றியும் கேட்க மாட்டார். ஒருவேளை அது சண்டையாக மாறினால் கதிர் சாப்பிடாமல் சென்றுவிடுவான் என்று நினைத்து அவன் சாப்பிட்டதும்தான் எப்போதும் பேச்சை ஆரம்பிப்பார்.

"சாப்டேன்."

"எங்க?"

"வெளிய சாப்டேன்."

"கண்ட எடத்துலலாம் சாப்ட்டு..."

"எனக்குத் தெரியும். கொஞ்ச நேரம் கம்முன்னு இரேன். எப்ப கரண்ட் போச்சி?"

"எட்டு மணிக்கு" என்றாள் அம்மா.

அவன் பதிலேதும் சொல்லாமல் உள்ளே சென்று உடைகளை மாற்றிக்கொண்டு வந்தான்.

“கொஞ்ச நேரம் மேல போயிட்டு வரேன்” என்று பொதுவாகச் சொல்லிவிட்டு வெளியேற முறப்பட்டவனை நிறுத்தினார் சந்திரன்.

“ஒரு நிமிஷம் இரு.”

“இன்னாப்பா?”

“பீச்சுல எதுனா தகராறு பண்ணியா?”

“இல்லியே.”

“எனக்குத் தெரியும் சொல்லு.”

“உனுக்கு யாரு சொன்னா?”

“யாரோ சொன்னாங்க. யாரயாவது அடிச்சியா நீ?”

“நானா போயி யார்கிட்டயும் சண்ட போடல.”

“அப்பறம்?”

“ஒரு ஆள் அவன் பொண்டாட்டியக் குடிச்சிட்டு அடிச்சின்னு இருந்தான். கேட்டேன். சண்ட வந்துச்சு. அந்தப் பொம்பளைய அடிக்கட்டும்னு விட்டிருக்கணும். பொம்பளயா அவ.”

“யாரு சண்ட போட்டா உனுக்கு இன்னா வந்துச்சி? மொத நீயேன் அந்த நேரத்துக்கு பீச்சிக்குலாம் போற?”

“இன்னாப்பா பிரச்சன உனுக்கு? நான் தெனிக்கும்தான் போயி நடந்துட்டு வரேன். இப்ப யாரு இன்னா சொன்னா உன்கிட்ட?”

“நீ அடிச்சியே அவரு யாருன்னே உனுக்கு அடையாளம் தெரியலயா?”

“எங்கயோ பாத்தா மாதிரிதான் இருந்துச்சி. ஆனா, ஞாபகம் இல்ல.”

“ஏன் ஞாபகம் இருக்கப்போவுது. சம்பாரிக்க ஆரம்பிச்சிட்டல்ல.”

“யப்பா… சாவடிக்காத, உனுக்கு நேராவே விஷயத்துக்கு வரத் தெரியாதா?”

சந்திரன் அவனை முறைத்தார். கதிருக்கு எப்போதாவதுதான் இவ்வாறு நிகழும். அவனிடம் அவர் இப்படியெல்லாம் கோபப்பட்டதை விரல்விட்டு எண்ணிவிடலாம். இருவருக்கும் இடையில் இருந்த சிறிய மெழுகுவர்த்தியின் வெளிச்சத்தில் அவர்களின் முகங்களும் ஆக்ரோஷமாக இருப்பதுபோல்

தோன்றியது. கதிருக்கு சற்று அதிர்ச்சியாகத்தான் இருந்தது. அவன் திரும்பிப் போகலாமா வேண்டாமா என்ற குழப்பத்தில் இருந்தான்.

“என் கடைக்குப் பின்னாடி கடை வெச்சிருக்கற பாவாடை உனுக்கு ஞாபகம் இருக்கா?”

கதிரின் மண்டைக்குள் மின்னல் ஒன்று தோன்றி மறைந்தது. அன்று அவன் அடித்தது அப்பாவின் நண்பரான பாவாடையைத்தான். அவனால் எந்தப் பதிலும் சொல்ல முடியவில்லை. தன் அப்பாவின் முகத்தையும் பார்க்க முடியவில்லை. அமைதியாகவே இருந்தான்.

“உனுக்குப் பதினொன்னாவது பன்னெண்டாவதுனு ரெண்டு வருஷத்துக்கு அவருதான் யூனிஃபார்ம் புக்குக்குலாம் காசு கொடுத்தாரு. அதத் திரும்பிக்குடுத்தப்பக்கூட வாங்கவே இல்ல. என்கிட்ட சொல்லி எவ்ளோ வருத்தப்பட்டாரு தெரியுமா?”

கதிருக்கு என்ன சொல்வதென்றே தெரியவில்லை.

“ஒழுங்காப் போயி நாளைக்கு அவருகிட்ட மன்னிப்பு கேளு.”

கதிருக்கு சுருக்கென்றிருந்தது. தான் யாரையும் எதற்காகவும் வேண்டுமென்று அடிக்கவில்லை. தான் ஒன்றும் ரோட்டில் பொறுக்கித்தனம் செய்யவில்லை. அவர் உதவி செய்திருக்கிறார்தான். அதற்காக நான் ஏன் மன்னிப்பு கேட்க வேண்டுமென்று கதிருக்கு உள்ளுக்குள் ஆத்திரம் பொங்கியது. ஆனால், அவன் தன் அப்பாவிடம் நிதானமாகச் சொன்னான், “இதப் பாருப்பா, அவுரு யாரா வேணா இருக்கட்டும். அந்தப் பொம்பள எப்படிப்பட்டவளா வேணா இருக்கட்டும். பொது எடத்துல ஒரு பொம்பளய அடிச்சா கேப்பாங்கதான். அதுக்குல்லாம் மன்னிப்பு கேக்க முடியாது” என்று தீர்மானமாகச் சொல்லிவிட்டு மாடிக்குச் சென்றான் கதிர்.

சந்திரன் அமைதியாகப் படுத்துக்கொண்டார். அவர் தூங்கி நீண்ட நேரத்துக்குப் பிறகே மின்சாரம் வந்தது. நடுவில் ஒன்னுக்குப் போக எழுந்தவர் உள்ளே கதிர் இருக்கிறானா என்று எட்டிப்பார்த்தார். அவன் மாடியிலிருந்து இன்னும் வராமலேயே இருந்தான்.

♦

சந்திரன் முடிந்த அளவுக்குப் பாவாடையின் கண்களில் படாமலேயே இருந்தார். அவர் கடைப்பக்கம் போவதைத் தவிர்த்தார். ஒருநாள் சாப்பிட்டுக்கொண்டிருந்த சந்திரனை பாவாடையே அழைத்தார், “கேஷியர், சாப்ட்டுக் கொஞ்சம்

கடைப்பக்கம் வாங்க." அவர் அவ்வாறு வந்து கூப்பிட்டது சந்திரனுக்கு ஒருமாதிரியாக இருந்தது. தயக்கத்துடனேயே சென்றார்.

"இன்னா கேஷியர், இந்தப் பக்கமே வர மாட்டேங்கிறீங்க. பாத்தாலும் பாக்காத மாதிரிப் போறீங்க."

சந்திரனுக்கு என்ன சொல்வதென்றே தெரியவில்லை. தயங்கியவாறே, "அதெல்லாம் ஒன்னுமில்லீங்க" என்றார்.

"சும்மா என்கிட்டயே கதவுடாதீங்க கேஷியர்."

"என் பையன் வந்து உங்ககிட்ட எதாவது பேசுனானா?"

"அவன் ஏன் வரான். உங்ககிட்டத்தான் அத அப்பவே வுட்ற சொன்னேன்ல. அவன்கிட்டப்போயிக் கேளுங்கன்னா உங்ககிட்ட விஷயத்தச் சொன்னேன்? துடுக்குல வேற எங்கனா போயி எதாவது பிரச்சனைல மாட்டிக்கப்போறான்னு சொன்னேன்."

"சம்பாரிக்கற திமிரு ஜாஸ்தியாயிடுச்சி அவனுக்கு."

"அத வுடுங்க நீங்க. வயசுப்பையன். ஒரு பொம்பள அழுதவுடனேயே கோபம் வந்துடுச்சி. அனுபவம் ஏறஏற மாறிடுவான். என்ன நான் அவனுக்குக் கண்ணக்கண்ணக் காட்டுனேன். அவ பேச்சக் கேக்காத அவ ஒரு பஜாரின்னு. அவனுக்குக் கண்டுக்கத் தெரில பாவம்."

"அவனே சொன்னான்."

"இன்னா சொன்னான்?"

"வுடுங்க."

"அட சொல்லுங்க கேஷியர்."

"அந்தப் பொம்பள அடிவாங்கட்டும்னு விட்டிருக்கணும். அந்தக் கும்பல்லயே அதுதான் பெரிய..." என்று தயங்கினார்.

பாவாடை சத்தமாகச் சிரித்தார். "கேஷியர், உன் புள்ள இனிமே எந்தச் சண்டைக்கும் நடுவுல போவ மாட்டான். நான் அடிச்சிச் சொல்றன்."

"அவனுக்காக நான் உங்ககிட்ட மன்னிப்பு கேட்டுக்கறேன்" என்றார் சந்திரன்.

"அட நீங்க வேற, கல்லாவுல யார வுட்டு வந்தீங்க? போங்க மொதல்ல."

சந்திரன் தயங்கியவாறே மெல்ல எழுந்துசென்றார்.

15

வினயனின் கைப்பேசி தொடர்ந்து அடித்துக்கொண்டிருந்தது. இரவு தாமதமாக உறங்கியதால் அவனால் கண்களைத் திறக்க முடியவில்லை. சலித்துக்கொண்டே எடுத்துப் பார்த்தான். சந்திரன்தான். நேரத்தைப் பார்த்தான். காலை ஏழேகால் ஆகிக்கொண்டிருந்தது. வெறுப்புடன் போனை எடுத்து, "சொல்லுங்க கேஷியர்" என்றான். சட்டென அவன் முகம் மாறியது. துள்ளி எழுந்து உட்கார்ந்தான். பதற்றமாக, "செரி, உடனே வரேன். கடையச் சாத்திடுங்க" என்று சொல்லிவிட்டு, வேகமாகச் சென்று முகத்தைக் கழுவினான். உடைகளை மாற்றிக்கொண்டு உணவகத்தை நோக்கிச் சென்றான். அவன் வந்துசேர்ந்தபோது உணவகம் முழுக்க அடைக்கப்பட்டிருந்தது. சந்திரனும் அப்புண்ணியும் நின்று பேசிக்கொண்டிருந்தனர். அருகில் பாவாடை. அவரும் தனது கடையை அடைத்திருந்தார். வினயன் பதற்றத்துடன் நேராக சந்திரனிடம் வந்தான். வரும்போதே அவன் சூரியனுக்கு போன் செய்து வரச்சொல்லியிருந்தான். சூரியன் இருந்தால் உதவியாக இருக்கும் என்பது அவன் எண்ணம். சூரியன் இன்னும் வந்துசேர்ந்திருக்கவில்லை.

"என்ன ஆச்சி கேஷியர்?"

"நைட் வழக்கம்போல இங்கதான் படுத்திருந்திருக்காரு. தூக்கத்துலயே போயிடுச்சி."

"எங்க?"

"ஆஸ்பத்திரிலதான் இருக்காரு. கூட ராஜியும் பிரியாணி மாஸ்டரும் இருக்காங்க. போலிஸ் வந்திருக்கு. அவங்க சொந்தக்காரங்ககிட்ட விசாரிச்சிட்டு இருக்காங்க. நீங்க வந்தா கூட்டிட்டு வரச்சொன்னாங்க."

"செரி, வாங்க" என்று அவர் அவசரச் சிகிச்சை இருந்த பக்கம் நடக்கத் தொடங்கினான். பின்னாலேயே சந்திரன், அப்புண்ணி, பாவாடை சென்றனர். மற்றவர்கள் கடை அருகிலேயே இருந்தனர். நால்வரும் போய்ச்சேர்ந்தபோது அங்கு யாரோ ஒருவன் கான்ஸ்டபிளிடம்

வாக்குவாதத்தில் இருந்தான். இவர்களைப் பார்த்ததும், "செத்த அந்தப் பக்கம் போய் நில்லுய்யா. பேசிட்டுவரேன்" என்று அவனிடம் எரிந்துவிழுந்துவிட்டு வினயனிடம் வந்தார். "நீங்கதான் அந்தக் கடை ஓனரா?" என்று கேட்டுக்கொண்டிருக்கும்போதே பின்னால் சூரியன் வந்துவிட்டான். அதன் பிறகு, வினயனை எதுவும் பேச சூரியன் அனுமதிக்கவில்லை. சூரியனும் கான்ஸ்டபிளும் அந்த ஆளைக் கூப்பிட்டு ஏதோ பேசிக்கொண்டிருந்தனர். சற்று தள்ளி ஸ்டரச்சரில் மூடிவைக்கப்பட்டிருந்த செல்வத்தின் பிணத்தை நோக்கி வினயன் சென்றான். அவனையும் அறியாமல் கண்கள் கலங்கின. துணியை விலக்கி அவர் முகத்தையே பார்த்துக்கொண்டிருந்தான். பின்னால் சந்திரன், அப்புண்ணி, பாவாடை அமைதியாக நின்றுகொண்டிருந்தனர்.

மணிதான் செல்வத்தை வினயனுக்கு அறிமுகப்படுத்தினார். டீக்கடையை ஹோட்டலாக மாற்றப்போகிறேன் என்று மணியிடம் வினயன் சொன்னபோது, "எனக்குத் தெரிஞ்ச மாஸ்டர் ஒருத்தர் இருக்கார். நல்ல கைப்பக்குவம். தங்கமான மனுஷன். சொந்தம்னு பெருசா யாரும் இல்ல. நானே பேசி ஏற்பாடு செஞ்சித் தரேன்" என்று சொல்லி போனிலேயே செல்வத்திடம் பேசி அவர் வேலை செய்துகொண்டிருந்த இடத்திலிருந்து வினயன் கடைக்கு வரவழைத்தார். அன்றிலிருந்து செல்வம் இதுவரை ஒரு நாள்கூட வேலைக்கு வராமல் இருந்ததில்லை. அவன் கொடுத்த சம்பளத்தை எந்தக் கேள்வியும் கேட்காமல் வாங்கிக்கொண்டார். வினயன் பிரியாணி போட ஆரம்பித்தபோது வினயனிடம் கோபித்துக்கொண்டு செல்வம் சென்றுவிடுவார் என்று பலரையும்போல் வினயனும் எதிர்பார்த்திருந்தான். ஆனால், மணி போகும்போது, "அவன் என் பையன் மாதிரி, பாத்துக்கன்னு சொல்லிட்டுப்போனாரு. போவ மனசு வரல" என்று செல்வம் சொன்னதாக வினயனின் காதுகளுக்கு வந்தது. பின்னாலிருந்து வினயனை சூரியன் அழைத்தான்.

"அவெண்டே மிருகஷரீரம் அவன் வேடிக்கின்னில்லா."

"எந்தோண்டா?"

"அவடெடுத்துக் காசு இல்லானு ஒன்னும் செய்யாம்பட்டில்லானு பரஞ்சு."

"இது பயங்கர கஷ்டா. ஆயாளு இவன்டே வெல்லப்பனோ சித்தப்பனோனானு. எடெக்கெடக்கி அவர்டடெடுத்து இவன்

வன்நு காசு வேடிக்கனது ஞான்தன்னே கண்டுட்டுண்டு. ச்செரி... ஞான் கொறச்சிப் பைசா தராம்."

"ஆயாளு அவன மாமனாம். அவன் நின்னதன்னே நோக்காம் பரஞ்சு."

வினயன் கோபமாக குரியனைப் பார்த்தான். பிறகு, திரும்பி அவனையும் பார்த்தான்.

"இப்ப எந்தா செய்யா?"

"நீ என்ன பரா. ஆயாளு கடயிலெ மெர்ச்சேக்கா. பிரஸ்னம் வேண்டாம்னு நோக்குவா."

"எடோ... நீ போலிஸெல்லே, நீ தன்னே பரா. எண்டெடுத்து ச்சோதிக்கில்லா."

"கொறச்சி வெயிட் செய்யி. எஸ்ஐயிடெடுத்து ஞான் சம்சாரிச்சிட்டு வராம்."

வினயன் திரும்பி சந்திரனைப் பார்த்தான். அவருக்கும் எதுவும் புரியவில்லை.

"எப்படியும் அவன் போயிட்டுவந்து நம்பளயே எல்லாத்தையும் பாத்துக்கச் சொல்லுவான். என்ன எப்படின்னு மட்டும் கொஞ்சம் விசாரிச்சிட்டு வாங்க" என்று சந்திரனை அனுப்பிவைத்தான். சந்திரனுடன் பாவாடையும் சென்றார்.

இருவரும் திரும்பிவரும்போது செல்வத்தின் சொந்தக்காரன் ஏதோ பேப்பரில் கையெழுத்துப் போட்டுக்கொண்டிருந்தான். பிறகு, அவனை குரியனும் மற்ற இரண்டு காவலர்களும் விரட்டிவிட்டனர்.

அதன் பிறகு செல்வத்தின் பிணத்தை கருவாடிக்குப்பம் சுடுகாட்டில் எரித்தனர். வினயனே அனைத்துச் சடங்குகளையும் செய்தான். செல்வத்தின் அஸ்தியை மறுநாள் கரைக்கும் பொறுப்பை மட்டும் சந்திரனிடம் கொடுத்தான். அவரும் செய்வதாக உறுதியளித்தார். கடையை மூன்று நாட்கள் திறக்க வேண்டாமென்று சொல்லிவிட்டு, மறுநாள் கடையில் பூஜைக்கு ஏற்பாடு செய்தான். மீண்டும் கடை திறந்தபோது வேறு மாஸ்டர் வேலைக்கு வந்திருந்தார். ஆனால், அனைவருக்குமே ஏதோ ஒரு குறை இருப்பதுபோலவே தோன்றியது. மேலும், மருத்துவமனைக் கட்டிட வேலைகள் வேகமாக நடப்பதாகச் செய்திகள் வந்தவண்ணம் இருந்தன.

16

“ஊர்லருந்து அக்காவும் மாமாவும் வந்திருக்காங்க. பத்து நாளுக்கு எனக்கு போன் பண்ணாத. காலோ மெஸேஜோ, நானே பண்றேன்” என்றாள் செல்வி.

“ஏன்?”

“எங்க மாமா இதெல்லாம் கரெக்டா நோட் பண்ணுவாரு.”

“ஓ... எந்த ஊர்லருந்து வந்திருக்காங்க?”

“பிரான்ஸ்.”

“பிரான்ஸா, எப்படி பிரான்ஸ் போனாங்க?”

“எங்களுக்கு நேஷ்னாலிட்டி இருக்கு, தெரியாதா?”

“இல்ல, இப்ப நீ சொல்லித்தான் தெரியும்.”

“செரி செரி, நானே அப்பறமா பண்றேன். தயவுசெஞ்சி நீ மட்டும் பண்ணிடாத” என்று சொல்லிவிட்டு போனை அணைத்தாள். ஒருபக்கம் அவள் நேஷ்னாலிட்டி பெண் என்ற செய்தி கதிருக்கு மகிழ்ச்சி அளித்தாலும் அவளின் தற்போதைய செயல்கள் அவனுக்கு கவலையளித்தன. ஆவது ஆகட்டுமென்று வேலையைப் பார்க்கச்சென்றான்.

பதினைந்து நாட்களாக செல்வியிடமிருந்து எந்த போனும் மெஸேஜும் வரவில்லை. கதிருக்கு எந்த வேலையும் ஓடவில்லை. அவள் வேலைபார்க்கும் இடத்துக்கு அழைத்தான். அவள் உள்ளே வேலையாக இருப்பதாகவும் பிறகு அழைப்பதாகவும் சொல்லி அனுப்பினாள். இரண்டு நாட்கள் கழித்து அழைத்தான். கட் செய்தாள். மீண்டும் இரண்டு நாட்கள் காத்திருந்தான். பிறகு, அவள் வேலைபார்க்கும் இடத்துக்குச் சென்றான். அவள் வேலையை விட்டு நின்று இரண்டு நாட்கள் ஆவதாகச் சொன்னார்கள். அவளுடன் வேலைபார்த்தவர்கள் அவனைப் பார்த்த பார்வையை அவனால் புரிந்துகொள்ள முடியவில்லை. அவனுக்கு ஏதோ தவறாகத் தோன்றியது. வேறு எண்ணிலிருந்து அவளுக்கு அழைத்தான். முதல்

ரிங்கிலேயே எடுத்தாள். இவன் குரலைக் கேட்டதும் அமைதியாக இருந்தாள். இவன் விடாப்பிடியாக, “என்னப் பிரச்சனை?” என்று கேட்டான். அவள் சட்டென, “இனிமே எதுவும் நடக்காது கதிரு” என்றாள். அந்த வார்த்தைகளில் இவனுக்கு அனைத்தும் புரிந்துவிட்டது. இருந்தாலும், “புரில” என்றான். “நான் அக்காகூட பிரான்ஸ் போறேன், என்ன விட்று” என்று சொல்லிவிட்டு, போனை வைத்துவிட்டாள். அந்த நேரத்தில், ‘சரி போனால் போகட்டும்’ என்று கதிர் தனக்குள் சொல்லிக்கொண்டான். நேரம் நகரநகர அவனுக்குள் என்ன நடக்கிறது என்று அவனுக்கே தெரியவில்லை. அழுதான். அதுவே அவனுக்குத் தெரியவில்லை. எதுவும் செய்யத் தோன்றவில்லை. ஒருகணம், போகட்டும் என்று சொன்ன மனது மறுகணம் அதற்காகக் கதற நினைத்தது. அவன் ஒருமாதிரி இருப்பதைப் பார்த்த சந்திரன்கூட அவனிடம் விசாரித்தார். அவன் எதுவும் சொல்லவில்லை. ஒரு நாள் இரண்டு நாள் என்று அவன் கஷ்டப்பட்டு கடத்தினான். மூன்றாவது நாள் அசோக்குக்கு போன் செய்து, தற்கொலை செய்துகொள்ளப்போவதாகச் சொல்லிவிட்டு அதற்காகவே வாங்கிவந்திருந்த மாத்திரைகளை உட்கொண்டான். சரியாகப் பத்து நிமிடத்துக்குள் அசோக் வீட்டுக்கு வந்துவிட்டான். அதற்குள் மற்ற நண்பர்கள், டெய்லர் எனப் பலருக்கும் விஷயம் தெரிந்துவிட்டது. கதிரை மருத்துவமனைக்குத் தூக்கிக்கொண்டு ஓடினார்கள். அருகில் உணவகத்தில் இருந்த சந்திரனுக்குத் தகவல் தெரிவிக்கப்பட்டது. அவரும் விரைந்தார்.

மூக்கில் ட்யூப் சொருகப்பட்டு வயிற்றில் தண்ணீர் நிரப்பி அவனை வாந்தி எடுக்கவைத்தனர். இரண்டு பக்கெட் நிறைய வாந்தி எடுத்ததும், பிரச்சினை எதுவுமில்லை எனத் தெரிவிக்கப்பட்டது. சந்திரனுக்குத் தெரிந்த மருத்தவர்தான் அப்போது பணியில் இருந்தார். சந்திரன் அவர் காலில் விழாத குறையாகப் பேசி, வழக்கு எதுவும் போடப்படாமல் பார்த்துக்கொண்டார். விசாரிக்க வந்த காவல் துறை அதிகாரியிடம், வேலை கிடைக்காத விரக்தியில் செய்துவிட்டதாகச் சொன்னார்கள். சந்திரனும் அசோக்கும் இரவு முழுக்கக் கூடவே இருந்தார்கள். அசோக்குக்கு கதிர், செல்வி இருவரையும் தெரியும் என்பதால் அவன் செல்வியிடம் பேசி மறுநாள் காலை அவளை வரைவழைத்திருந்தான். அவள் சாதாரணமாக வந்திருக்க மாட்டாள் என கதிருக்குத் தோன்றியது. நிச்சயம் அவன் மிரட்டியிருப்பான். கதிர் சுவரோரம் இருந்த கட்டிலில் சாய்ந்தபடி உட்கார்ந்திருந்தான். மூக்கில் இருந்த ட்யூபை, சொல்லும்வரை எடுக்கக் கூடாது என மருத்துவர் சொல்லியிருந்தார்.

"நீ பண்ணதுக்கு உனக்கு அதான் தண்டனை. உயிர்னா உனக்கு அவ்ளோ எலக்காரமாப் போச்சா? உங்கப்பாவ நெனச்சிப்பாத்தியா?" எனக் கண்டமேனிக்கு கதிரைத் திட்டியிருந்தார். செல்வி வந்தபோது அசோக், டெய்லர், சந்திரன், இன்னும் சில நண்பர்கள் இருந்தனர். சந்திரனால் அங்கு நிற்க முடியவில்லை. மெல்ல நகர்ந்து வெளியே சென்றுவிட்டார். சந்திரனுக்கு அங்கு பணியில் இருந்த அனைவரையும் தெரிந்திருந்தது. அதனால், இவர்கள் கூட்டமாக இருந்ததை அவர்கள் கண்டுகொள்ளவில்லை. மற்ற படுக்கையில் இருந்தவர்களும் என்ன நடக்கப்போகிறது என்று காண ஆவலாக இருந்தனர். ஆனால், உண்மையில் செல்வி என்ன சொல்லப்போகிறாள் என்பதை அவன் தெரிந்துகொள்ள விரும்பவில்லை. அவள் என்ன சொல்வாள் என்று ஓரளவு தெரிந்திருந்தது. நேற்று இரவு அவனோடு அனுமதிக்கப்பட்ட பெண் இன்று விடியற்காலையில் இறந்துவிட்டாள் என்பதைச் சுற்றியே அவன் சிந்தனை இருந்தது. அவன் வயதுதான் இருக்கும். அவள் அனுமதிக்கப்பட்டதிலிருந்து கடைசிவரை கண்விழிக்கவே இல்லை. அவள் குடும்பமே கதறி அழுதது. அவன் காதுகளில் அந்தச் சத்தம் திரும்பத்திரும்பக் கேட்டுக்கொண்டிருந்தது.

அவனருகில் வந்து நின்றுகொண்டிருந்தாள். அவள் முகத்தை அவன் பார்க்கவில்லை. அவள் மிக மெல்லிய குரலில் அவனுக்கு மட்டும் கேட்கும்படி, "நீ என்ன வேணும்னா பண்ணிக்கோ. அவங்ககிட்ட சொல்லி எனக்கு போன் பண்ண வேணாம்னு சொல்லு. நேத்துலருந்து போன் பண்ணி தொல்ல பண்ணதுனாலதான் வந்தேன். சும்மா என்னத் தொல்ல பண்ண வேணாம்" என்று சொல்லிவிட்டு வேகமாக வெளியேறினாள். அவள் மறையும்வரை அவளையே பார்த்துக்கொண்டிருந்தான் கதிர். அவள் என்ன சொன்னாள் என்று யாருக்கும் தெரியாது. ஆனால், என்ன சொல்லியிருப்பாள் என்று ஆளுக்கொன்று ஊகித்தார்கள். டெய்லர் மற்றவர்களை வெளியே இருக்கும்படி அனுப்பிவிட்டு கதிரிடம் வந்து, தோளைத் தட்டிக்கொடுத்தார்.

அடுத்த இரண்டு வாரத்துக்கு கதிர் எங்குமே சொல்லவில்லை. வீட்டைவிட்டு நகரவே இல்லை. அலுவலகத்திலும் மருத்துவ விடுப்பு என்று சொல்லியாகிவிட்டது. காலையிலிருந்து இரவுவரை கதிருடன் யாராவது ஒருவர் இருந்துகொண்டே இருந்தனர். அதீதமாகக் கவனிக்கப்பட்டான். ஒருகட்டத்தில் அவனுக்கே வெறுப்பாக இருந்தது. பக்கத்தில் டீ குடித்துக்கொண்டிருந்த

அசோக்கிடம், "வாடா, டெய்லர் கடைக்குப் போலாம்..." என்றான். மறுப்பேதும் சொல்லாமல் கிளம்பினான்.

இருவரும் டெய்லர் கடைக்கு எதிரில் வண்டியை நிறுத்தினார்கள். கதிர் கொஞ்சம் தயங்கித்தயங்கியே சென்றான். டெய்லர் கதிரை எப்போதும் போலத்தான் பார்த்தார். எந்தவித அதிர்ச்சிக்கான அறிகுறியும் அவர் முகத்தில் இல்லை. நீண்ட நாட்கள் வெளியூர் சென்று திரும்பிவந்தவனை வரவேற்பதுபோல் வரவேற்றார். கதிருக்கே கொஞ்சம் ஏமாற்றமாகத்தான் இருந்தது. மறந்தும் அவர் அதைப் பற்றி வாயைத் திறக்கவில்லை. கதிர் கொஞ்ச நேரம் அமைதியாக இருந்தான். அசோக் எழுந்து, ஓடிக்கொண்டிருந்த ரேடியோவை நிறுத்திவிட்டு, டெய்லர் அடுக்கிவைத்திருந்த கேஸட்டிலிருந்து எதையோ தேடிக்கொண்டிருந்தான். கதிரும் தனக்கு ஆறுதலாக ஏதாவது சோகப்பாட்டு போடுவான் என்றுதான் நினைத்துக்கொண்டிருந்தான். ஆனால், அவன் கஷ்டப்பட்டுத் தேடி, மிட் நைட் மசாலா கேஸட்டைப் போட்டுவிட்டுக் கண்களை மூடிக்கொண்டான். கதிருக்கு வெறுப்பாக இருந்தது. இவர்கள் என்னதான் நினைத்துக்கொண்டிருக்கிறார்கள். ஆறுதல் சொல்லவில்லை என்றாலும் பரவாயில்லை. இப்படி வெறுப்பேற்றிக் கொண்டிருக்கிறார்களே என்று மனதுக்குள் நினைத்தான்.

"ட்ரீட் கேக்கலயேன்னு சந்தோசப்படு" என்று கண்களை மூடிக்கொண்டே நண்பன் சொன்னான்.

கதிர் அதிர்ச்சியாக டெய்லரைப் பார்க்க, அவர் சிரித்துக்கொண்டே "ஏன்டா வெளிய கேக்கற மாதிரியா பெனாத்துவ" என்றார்.

கதிர் அமைதியாக அமர்ந்திருந்தான். சிறிது நேரத்தில் ஒவ்வொருவராக வந்தனர். அனைவருமே வழக்கமாக எப்படி இருப்பார்களோ அப்படியே இருந்தனர். ஏதேதோ பேசிக் கடைசியில் இரவுக்காட்சி படத்துக்குச் செல்வது என்று முடிவானது. கதிர் வேண்டாவெறுப்பாகத் தலையசைத்தான். ஒன்று மட்டும் அவனுக்கு அப்போதே தோன்றியது. இவர்கள் தன்னை வெறுப்பேற்றும்படி நிச்சயம் ஏதாவது காதல் படத்துக்குத்தான் செல்வார்கள் என்று.

நினைத்ததுபோலவே திரையில் காதலைப் பிழிந்து கொண்டிருந்தார்கள். பத்து ரூபாய் டிக்கெட் எடுத்து, திரைக்கு அருகில் மூட்டைப்பூச்சிக் கடியில் உட்கார வைத்துவிட்டு, சாகடித்துக்கொண்டிருந்தார்கள். கதிருக்கு நிச்சயம் தெரிந்துவிட்டது,

இவர்கள் ஏதோ திட்டம்போட்டுதான் செயல்படுகிறார்கள். இடைவேளையிலேயே கதிர் வீட்டுக்கு வந்துவிட்டான். அன்று இரவு முழுக்க வெறுப்பாகவே கழிந்தது. மறக்க நினைத்ததெல்லாம் துள்ளித்துள்ளிச் சிரித்துக்கொண்டிருந்தது.

சில நாட்கள் இப்படியே கழிந்தன. வீடு, டெய்லர் கடை, கடற்கரை, சண்டே மார்க்கெட் எனச் சுற்றிக்கொண்டிருந்தான். வேலைக்கும் செல்ல ஆரம்பித்திருந்தான். ஆனாலும், டெய்லர் கடைதான் கொஞ்சம் நிம்மதியான இடமாக இருந்தது. மற்ற அனைத்து இடத்துக்கும் அவளோடு சுற்றியிருக்கிறான். இப்போது அந்த இடங்களிலெல்லாம் அவள் நினைவுகள் சுற்றிக்கொண்டிருக்கின்றன. டெய்லர் கடைக்குத்தான் அவளை அழைத்துக்கொண்டு வந்ததில்லை.

ஒருநாள் அசோக் ஏதோ எழுதிக்கொண்டிருந்தான். டெய்லர் அவனிடம், "என்னடா எழுதற?" என்றார்.

"பாட்டு லிஸ்ட் எழுதறன் டெய்லர்."

"உனுக்கு வேற வேலயே இல்லியாடா."

"டெய்லர், லைஃப்ப அனுபவிக்கணும் டெய்லர். நமக்குப் புடிச்சதுக்கு செலவு பண்ண யோசிக்கக் கூடாது."

"யாருக்குடா சொல்ற?"

"ஏன் டெய்லர் கோத்துவுடறீங்க" என்று கதிரை ஓரக்கண்ணால் பார்த்துவிட்டுத் தொடர்ந்து எழுதிக்கொண்டிருந்தான். அவனுக்கு எப்போதும் இதுதான் பொழுதுபோக்கு, பிடித்த பாடல்களை மட்டும் தேர்ந்தெடுத்துப் பதிவுசெய்து கேட்டுக்கொண்டிருப்பது.

டெய்லர் அப்படி இல்லை. அவர் எப்போதும் ரேடியோதான் கேட்பார். பல நாட்களாகக் கேட்க நினைத்ததை கதிர் அவரிடம் கேட்டான்.

"டெய்லர், இன்னாத்துக்கு எப்பவும் ரேடியோவயே கேக்கறீங்க? சும்மா நையிநையின்னு பேசிகின்னே இருக்கானுங்க. விளம்பரமா ஓடுது. எப்பவாவது அதிசயமா ஒரு பாட்டு போடறானுங்க."

டெய்லர் லேசாகச் சிரித்துக்கொண்டார்.

"இன்னா டெய்லர்?"

"இதோ இப்போ இவன் எழுதினுகிறானே லிஸ்ட், அத ரெக்கார்ட் பண்ணி எப்ப வேணும்னா கேக்கலாம். ஆனா அதே பாட்டு, நீ எதிர்பாக்காதப்ப டப்புன்னு ஒரு வாட்டி ரேடியோவுல வரும். அந்த சந்தோசத்துக்குப் பக்கத்துலகூட கேஸட்ல கேக்கறது வராது. டேய் லைஃப்ப அப்பிடித்தாண்டா அனுபவிக்கனும். சந்தோஷம்லாம் அதுவா நடக்கறப்பதான் சந்தோஷம். நாமலே உருவாக்கனா அதுல பாதிதாண்டா கெடைக்கும்."

"புரியல டெய்லர்."

"நீ தெனிக்கும் ஜோரா கிளம்பிப்போயி உன் ஆளு தெருவுல நின்னுன்னிருந்து அது போறப்போ பாக்குறது சந்தோஷம்தான்னு வெச்சிக்க. திடீர்னு ஒருநாள் அது உன் தெருவுல உன் வூட்டு வாசல்ல நிக்கதுன்னு வெய்யி... உனுக்கு எப்படி இருக்கும்? சும்மா ஜிவ்வுன்னு இருக்கும்ல? அதுதான் லைஃப்போட மேஜிக். அதத்தான் அனுபவிக்கணும்."

சொல்லிவிட்டு டெய்லர் வேலையைத் தொடர்ந்தார். எதிரில் இருந்தவன் அதைக் கவனிக்கவே இல்லை. பிறகு வந்த வேறு ஒரு நண்பனுடன் அவன் பாடல்களைப் பதிவுசெய்யச் சென்றுவிட்டான். அவன் நகர்ந்ததுமே டெய்லர் டேப்பை நிறுத்திவிட்டு ரேடியோவைப் போட்டார். அது தொடர்ந்து எங்கோ யாரையோ ஜிவ்வென்று இழுக்கச் செய்துகொண்டிருந்தது.

♦

மாலையும் இரவும் காதலில் கலந்துகொண்டிருந்தனர். கதிருக்கு எதிலுமே மனம் ஒட்டவில்லை. எதிரில் யார் வருகிறார்கள் போகிறார்கள் என்றுகூடத் தெரியாமல் ஏதேதோ நினைவுகளில் மூழ்கியிருந்தான்.

டெய்லர் கடைக்கு எதிரில் வருவதும் போவதுமாய் ஒரு பெண் இருந்தாள். டெய்லர் அதைக் கவனித்துவிட்டிருந்தார். அப்போது தலைக்கு மேலே எரிந்துகொண்டிருந்த ட்யூப் லைட் விட்டுவிட்டு எரிந்துகொண்டிருந்தது. அதை லேசாகத் திருகிவிட வேண்டும். கதிர் திருகலாம் என்று நினைத்து எழுந்தபோது அது தானாகச் சரியாகிவிட்டது. கதிர் மீண்டும் அமர்ந்துகொண்டான். அப்போது அந்தப் பெண் உள்ளே வந்தாள்.

வழக்கமாக, பெண்கள் யாராவது வந்தால் டெய்லரைத் தவிர மற்றவர்கள் எழுந்து வெளியே போயாக வேண்டும்.

இல்லையென்றால் டெய்லர் ஏதாவது சிக்னல் கொடுப்பார். கதிர் ஏதோ நினைவுகளில் இருந்தான். அவளைக் கவனிக்கவே இல்லை. டெய்லரும் எந்த சிக்னலும் தரவில்லை. அவள் கொடுத்த துணியை டெய்லர் பிரித்துப்பார்த்துக்கொண்டிருந்தார்.

கதிர் சட்டென நிமிர்ந்துபார்த்தபோது அவள் அவனையே பார்த்துக்கொண்டிருந்தாள். கொஞ்சம் சுமாராக இருந்தாள். அவன் பார்த்ததும் சிரித்தாள். சிரித்தபோது அழகாக இருப்பதுபோல் தோன்றியது. முகம் கழுவி லேசாக மேக்கப் போட்டிருந்தாள். பவுடர் திட்டுத்திட்டாக முகத்தில் இருந்தது. அவளை அவனுக்குத் தெரியும். ஆனால், பழக்கமில்லை. எதிரில் இருக்கும் ஹவுஸிங்க் போர்டில் இருக்கும் பெண்.

தொடர்ந்து அவனையே பார்த்துக்கொண்டிருந்தாள். பதிலுக்கு என்ன செய்வது என்று கதிருக்குத் தெரியவில்லை. தலையைக் குனிந்துகொண்டான். அவள் போவதற்காகக் காத்திருந்தான். அவன் கண்கள் அவள் கால்களையே பார்த்துக்கொண்டிருந்தன. சிவப்பு வண்ணத்தில் நெயில் பாலிஷ் போட்டிருந்தாள். அது சில இடங்களில் உரிந்து நகம் தெரிந்தது. அவன் தலையை வலுக்கட்டாயமாக அழுத்திக்கொண்டிருந்தான். அப்போதுதான் அவள் அப்படிக் கேட்டாள்.

"அந்தப் பொண்ண அவ்ளோவா லவ் பண்ணீங்க?"

கதிர் திடுக்கிட்டு நிமிர்ந்துபார்த்தான். அவள் சிரித்தமாதிரியே நின்றுகொண்டிருந்தாள். டெய்லரைப் பார்த்தான். அவர் துணியை அளந்துகொண்டிருந்தார். அவர் முகத்திலும் லேசாகச் சிரிப்பு இருப்பதுபோல் தோன்றியது. அவள் சொன்னது தனக்குக் கேட்கவில்லை என்பதுபோல் நின்றுகொண்டிருந்தார். பிறகு திரும்பி, "அடுத்த வாரம் வாம்மா..." என்றார்.

அவள் தலையாட்டிவிட்டு மெல்லத் திரும்பி கதிரிடம் "நீங்க என்னய லவ் பண்ணிருந்த உங்கள தாங்குதாங்குன்னு தாங்கியிருப்பேன்..." என்று சொல்லிவிட்டு வெளியே சென்று மறைந்துவிட்டாள். கதிர் குழப்பத்துடன் டெய்லரைப் பார்த்தான். அவர் சிரித்துக்கொண்டிருந்தார்.

"அது சாயங்காலத்துலருந்து இங்கதான் சுத்தினு இருக்குது" என்றார்.

டியூப் லைட் மீண்டும் விட்டுவிட்டு எரிய, டெய்லர் தொடர்ந்தார்.

"அது அங்கதான் எங்கனா நின்னுன்னு இருக்கும். போ, போயிப்பாரு."

"உங்களுக்கு எப்படித் தெரியும்."

"போடா."

கதிர் எழுந்து மெல்ல வெளியே சென்றான்.

"டேய் ட்யூப் லைட்."

"இன்னாது."

"அந்த ட்யூப் லைட்ட திருவிட்டுப் போடா."

லைட் எரிந்ததும் கதிர் வெளியே சென்று சுற்றிப்பார்த்தான்.

பின்னால் இருந்த ரேடியோவில், 'அடுத்த பாடல் இன்னும் சில நொடிகளில்' என்ற அறிவிப்பு வந்துகொண்டிருந்தது.

17

இரண்டு நாட்களுக்கு முன்பாகவே புயல் பற்றிய பதற்றம் புதுச்சேரி முழுவதும் சூழ்ந்துகொண்டது. அதற்கு 'தானே' என்று பெயர் வைத்திருந்தார்கள். புயல் சரியாக புதுச்சேரியில்தான் கரையைக் கடக்கப்போவதாகத் துல்லியமாக அறிவித்துவிட்டார்கள். புயலுக்கு முதல் நாள் மாலையிலிருந்தே வானிலை மோசமாக இருந்தது. பெரும்பாலானோர் வீடுகளில் அடைந்துகொள்ள ஆரம்பித்தனர். மறுநாள் காலை புயல் கரையைக் கடக்கும் எனச் சொல்லியிருந்தார்கள். உணவகத்தில் அனைவரும் பரப்பரப்பாக இருந்தனர். மதிய உணவோடு நிறுத்திவிட்டுக் கடையை அடைக்க ஆரம்பித்தனர். அனைத்துப் பொருட்களையும் உள்ளே வைத்துப் பூட்டினர். காற்றில் விழுந்துவிடும் எனத் தோன்றிய அனைத்தையும் இன்னும் நன்றாக இறுக்கமாகக் கட்டினர். எல்லாம் சரியாக இருப்பதுபோல் தோன்றினாலும் அனைவருக்கும் உள்ளுக்குள் பயம். இருட்டுவதற்குள் அனைவரையும் வீட்டுக்குச் சென்றுவிடும்படி சொன்னார் சந்திரன். இந்நேரம் பார்த்து, நாராயணிக்கு உடல்நிலை சரியில்லை என்று மாகே சென்றிருந்தான் வினயன். சந்திரன் மீண்டும் ஒருமுறை அனைத்தையும் சரிபார்த்துவிட்டு, தனது சைக்கிளை எடுத்துக்கொண்டு திரும்பும்போது பாவாடை கடையை சாத்திவிட்டு பீடி பிடித்துக்கொண்டிருந்தார். சந்திரன் அவரைப் பார்த்து, "என்ன வூட்டுக்குப் போவலயா?" என்றார்.

"போவோம். இப்ப போனா நல்லா இருக்காது" என்றார். சந்திரனுக்கு சங்கடமாக இருந்தது. அவரிடம் தலையாட்டிவிட்டு சைக்கிளை எடுத்துக்கொண்டு புறப்பட்டார். அவருக்கு சைக்கிள் ஓட்ட சற்று சிரமமாகவே இருந்தது. போகும் வழியெங்கும் கடைகளில் மக்கள் நிரம்பிவழிந்தனர். சந்திரன் வீடு வந்துசேரும்போது இருட்டியேவிட்டது. அவர் வீட்டினுள் நுழைந்தபோதே கதிர் அவரிடம் கோபமாக, "இவ்ளோ நேரம் எங்க போயிருந்த?" என்றான். அவர் பதிலேதும் சொல்லவில்லை.

அன்றைய பெருங்காற்றின் இரைச்சல் சந்திரனைத் தூங்கவிடவில்லை. ஒருபக்கம் குமரன், இன்னொருபக்கம் கதிர். தன் குடும்பம் தழைக்குமா என்ற சந்தேகம் அவருக்கு ஏற்பட்டது.

தான் ஆரம்பத்திலேயே இதற்கு ஏதாவது செய்திருக்க வேண்டும் என்று தோன்றியது.

காற்றின் வேகம் அதிகரிக்கத் தொடங்கியவுடனேயே மின்சாரம் துண்டிக்கப்பட்டுவிட்டது. மெழுகுவர்த்தியின் துணையுடன் இரவு உணவை முடித்துவிட்டுப் படுத்துவிட்டனர். செல்போனின் சார்ஜ் தீரும்வரை கதிர் நோண்டிக்கொண்டிருந்தான். அந்தப் பெண்ணிடமிருந்து இன்னும் மீளவில்லையோ என்று சந்திரனுக்குத் தோன்றியது. தாடி வைத்திருந்தான். அவன் சிரித்ததைப் பார்த்தே பல நாட்கள் ஆகின்றன. ஆனால், மற்ற வேலைகளில் எப்போதும்போல்தான் இருந்தான். வேலைக்கு ஒழுங்காகச் சென்றான். அதுவே அவருக்கு ஆறுதலாக இருந்தது. நேரம் ஆகஆக காற்றின் வேகம் அதிகரித்து வெளியே ஏதோ விழும் சத்தமெல்லாம் கேட்டது. இந்த இரவு முடிந்து நாளை விடியும்போது என்ன மிஞ்சியிருக்கப்போகிறது என்ற குழப்பம் சந்திரனுக்கு ஏற்பட்டது. ஆனது ஆகட்டுமென்று நினைத்துக்கொண்டு கண்களை மூடிக்கொண்டார்.

♦

அதே இரவு அப்புண்ணியின் தோள்களில் சாய்ந்து பாருக்குட்டி அழுதுகொண்டிருந்தாள். ஏற்கெனவே அவர்கள் வாழ்வில் வீசிவிட்டுப்போன புயலை நினைக்கையில் வெளியே நடப்பது அவளுக்குப் பெரிதாகத் தெரியவில்லை. இரண்டாவது மகன் இவர்களோடு பேசுவதையே நிறுத்தியிருந்தான். முதல் மகன் எங்கே இருக்கிறான் என்று தேடும்படி அப்புண்ணியை நச்சரித்துக்கொண்டே இருந்தாள். ஆனால், ஏனோ அப்புண்ணி அதற்கு மட்டும் உடன்படவே இல்லை.

ஒருபக்கம் அப்புண்ணி தன் மகனைப் பற்றிக் கவலைப்பட்டாலும், இன்னொரு பக்கம் இந்தப் புயலுக்குக் கடை தாக்குப்பிடிக்குமா என்று யோசித்தார். இத்தனை ஆண்டுகள் தன்னையும் தன் குடும்பத்தையும் அரவணைத்த இடம், இந்த இரவைக் கடக்குமா என்று நினைத்தபோது அவர் இதயம் வேகமாகத் துடித்தது. அவர் சிந்தனையிலிருந்து மீண்டபோது பாருக்குட்டி கண்களை மூடிக்கொண்டிருந்தாள். வழக்கம்போல அவள் தூங்கிவிட்டாளா என்று அவரால் கண்டுபிடிக்க முடியவில்லை. மெல்ல எழுந்தார். “எங்க” என்று குரல் கேட்டது. அவளுக்குப் பதில் சொல்லவில்லை. மெல்ல ஜன்னல் கதவைத் திறக்க முயன்றார். அது திரும்பவும் படார் என்று அடித்தது.

"வந்து படுங்க" என்று பாருக்குட்டி கத்தினாள். இவர் அமைதியாக வந்து படுத்துக்கொண்டார். புயல் இன்னும் வேகமாக வீசத் தொடங்கியது.

♦

புயல் பற்றிய அறிவிப்பு வந்தவுடனேயே வினயனுக்குக் கலக்கமாக இருந்தது. தனது இத்தனையாண்டு உழைப்பு, சேமிப்பு, கனவு அனைத்தையும் இந்தப் புயல் அடித்துக்கொண்டு சென்றுவிடுமோ என்று அஞ்சினான். சந்திரனைத் தொலைபேசியில் அழைத்து வேண்டிய உத்தரவுகளைக் கொடுத்தான். ஆனால், ஏதோ நடக்கப்போகிறது என்று அவனுக்கு உள்ளுக்குள் தோன்றியது. "கடைசி நேரத்தில்கூட புயல் திசைமாறும், கவலைப்படாத" என்று ஐயப்பன் ஆறுதல் சொன்னார். நாராயணியிடம் அவன் எதுவும் சொல்லவில்லை. புது வீடு கட்டி முடிக்கும் முன் அவள் தேறிவந்துவிட்டாள் போதுமென்று நினைத்துக்கொண்டான். சந்திரனைத் தொடர்புகொள்ள முயன்றான். லைன் கிடைக்கவில்லை. புதுச்சேரியில் எங்குமே போன் போகவில்லை. அமைதியாக உறங்குவதைத் தவிர வேறு வழியில்லை என்று நினைத்துக் கண்களை மூடிக்கொண்டான். இல்லாத புயலின் சத்தம் அவனுக்குக் கேட்பதுபோல் இருந்தது.

♦

மறுநாள் பகல் முழுக்க பலத்த காற்று வீசியது. புயல் கரையைக் கடந்தது. தெருவெங்கும் மரங்களும் குப்பைகளும் சூழ்ந்திருந்தன. பெரும்பாலான மின்கம்பங்கள் சாய்ந்துவிட்டன. இந்த நகரம் எப்படி இதிலிருந்து மீளப்போகிறது என ஒவ்வொருவரும் அஞ்சினர். பல ஆண்டுகள் பொறுமையாக வளர்ந்த பெரியபெரிய மரங்களெல்லாம் சாய்ந்தன. தென்னை, பனை மரங்களெல்லாம் சாய்ந்து விழுந்திருந்தன. அதற்கு மறுநாள் சந்திரன் வெளியே வந்தார். ஏற்கெனவே மக்கள் வீதிகளில் சுற்றிக்கொண்டிருந்தனர். விழுந்த மரங்களிலிருந்து தேங்காய்களைப் பலர் கொலைகொலையாகத் தூக்கிக்கொண்டுசென்றனர். சந்திரன் தனது சைக்கிளை எடுத்தார். மேலேயிருந்து கதிர் கத்தினான்.

"இப்ப எங்க போற?"

"கடைவரைக்கும் போயிப் பாத்துட்டு வரேன்" என்று சொல்லிவிட்டு அவனைத் திரும்பிப்பார்க்காமல் புறப்பட்டார். அவரால் சாலையில் போகவே முடியவில்லை. வழியெங்கும் மரங்கள்,

மின்கம்பங்கள், விழுந்த போர்டுகள், இடிந்த பழைய கட்டிடங்கள். ஒருவழியாகக் கடைக்குச் சென்று சேர்ந்தபோது அங்கு ஏற்கெனவே அப்புண்ணி இருந்தார். கடையின் வெளிப்புறம் முழுவதையும் புயல் அடித்துக்கொண்டு சென்றிருந்தது. அப்புண்ணி கீழே விழுந்ததை எடுத்துவைத்துக்கொண்டிருந்தார். சந்திரனைப் பார்த்ததும் தலையை ஆட்டினார். சைக்கிளை விட்டுவிட்டு வந்த சந்திரனும் உதவத் தொடங்கினார். சற்று நேரத்தில் கடை ஆட்கள் ஒவ்வொருவராக வந்துசேர்ந்தனர். ஆளுக்கொன்று என எடுத்துவைத்தனர். அந்தப்பக்கம் வந்த ஆஸ்பத்திரி ஆள் பெருமாள், "கடை தொறப்பீங்களா?" என்றார்.

அப்புண்ணி சந்திரனைப் பார்க்க, சந்திரன் பதில் சொன்னார், "இதோ தொறக்கத்தான் போறோம். டீ மட்டும்தான். அதுவும் கட்டஞ்சாயாதான்" என்றார்.

"எதையாவது சீக்கிரம் போட்டுக்குடுங்க" என்றார் பெருமாள். அப்புண்ணி உள்ளுக்குள் சிரித்துக்கொண்டார்.

18

வெளியேறுவதற்கான நேரம் வந்துவிட்டதாக கதிர் உணர்ந்தான். இப்படித்தான் தனது அப்பாவும் ஒருகாலத்தில் உணர்ந்திருப்பார் என்று அவனுக்குத் தோன்றியது. ஆனால், இரண்டுக்குமான வேறுபாடு அவனுக்குத் தெளிவாகத் தெரிந்திருந்தது. தனது அப்பா தோற்றுப்போய் வெளியேறினார். பெரும் மரத்தின் வேரைப் போல எங்கே செல்கிறதென்றே தெரியாமல், அவர் தோல்வி ஆழத்துக்குச் சென்று எங்கோ ஓர் இருளில் இறுகிப்போய்விட்டிருந்தது. இனி அவரே வீழ்ந்து மறைந்தாலும் அவர் இருந்த இடத்தில் இறுகிப்போயிருக்கும் அவரது தோல்வியை ஒன்றும் செய்ய முடியாது. ஆனால், கதிர் தனது வெளியேற்றத்தை அவ்வாறு கருதவில்லை. அவன் அதைத் தன் வாழ்வின் படிக்கட்டாகப் பார்த்தான். நல்ல தொடக்கத்துக்கு இந்த வெளியேற்றம் அவசியமானதென்று நம்பினான்.

தான் வெளியூருக்குப் போகப்போவதாக சந்திரனிடம் கதிர் சொன்னபோது அவர் பதிலேதும் சொல்லவில்லை. அவனால் அவர் அமைதியைப் புரிந்துகொள்ள முடியவில்லை. அவன் மீண்டும் அவரிடம் அதைப் பற்றிக் கேட்டபோது, “எனக்கு என்ன சொல்றதுன்னு தெரியல. ஏன் இங்கயே வேற வேல எதுவும் கிடைக்காதா?”

“இங்க கிடைக்கும். ஆனா சம்பளம் அதிகமா கிடைக்காது.”

“இங்கத்திக்கும் அங்கத்திக்கும் இன்னா பெருசா மாறிடப்போவுது?”

“பெருசா மாறுமான்னு தெரில. ஆனா, கண்டிப்பா வித்தியாசம் இருக்கும்.”

“ஊரு வுட்டு ஊரு போய் பொழைக்கறதுலாம் லேசுபட்ட காரியம் இல்ல. எதுனா ஒன்னுனா யாரும் இருக்க மாட்டாங்க. நல்லா யோசிச்சி முடிவு பண்ணிக்கோ. எதுக்கோ ஆசப்பட்டு இருக்கறத உட்றாத.”

“அதெல்லாம் ஒன்னும் ஆவாது. நான் பாத்துக்கறன்.”

“இப்டியே ஓடின்னு இருந்தா இன்னாதான் அர்த்தம். எங்கயாவது ஒரு எடத்துல நமக்குன்னு ஒரு வேர் இருக்கணும்ல. நான் ஓடனேன். இப்ப நீ ஓடற. நாளைக்கு உன் புள்ளயும் நான் போறன்னு வந்துநிப்பான். இதெல்லாம் எப்பத்தான் நிக்குமோ.”

“இதெல்லாம் எப்பவுமே நிக்காது. இங்க எல்லாரும் ஓடின்னுதான் இருக்காங்க. சிலபேரு கொஞ்ச நேரம் அங்க இருந்துக்கறாங்க. ஆனா, அவங்களும் ஒருநாள் ஓடித்தான் ஆவணும். அதெல்லாம் ஒன்னும் பண்ண முடியாது.”

“உன் தம்பியும் ஹாஸ்டல்ல இருக்கறான். நீயும் இப்ப போறன்னு சொல்ற. தனியா நாங்க இன்னாதான்டா பண்றது?”

கதிர் பதிலேதும் பேசவில்லை. அவன் தன் முடிவில் தீர்மானமாக இருந்தான். அவன் அமைதியாக இருப்பதைப் பார்த்து அவன் முடிவைப் புரிந்துகொண்ட சந்திரன் மெல்ல அங்கிருந்து வெளியேறினார்.

தனது செல்போன் அழைப்பதை உணர்ந்த கதிர், சிந்தனையிலிருந்து வெளியேறி அழைப்புக்குள் நுழைந்தான். அவனுடைய நண்பன் பிரபாகரன் அழைத்திருந்தான்.

“மச்சான்... நான் பேசிட்டேன். திங்கள் வியாழன் ரெண்டு நாள்தான் இண்டர்வியூ நடக்கும். நீ அடுத்த திங்கக்கிழமை காலையில பத்து மணிக்குள்ள அங்க இருக்கணும். நான் ஒரு நம்பர் மெஸேஜ் அனுப்பறன். ரெஸ்யூம் குடுக்கறதுக்கு முன்னாடி ரெஃபரென்ஸ்ன்னு போட்டு அந்த நம்பர எழுதிக்குடு. டெஸ்ட்ட மட்டும் ஒழுங்காப் பண்ணு. மத்தத நான் பாத்துக்கிறேன்” என்று படபடப்பாகச் சொன்னான்.

பதிலுக்கு கதிர், “சரிடா” என்று மட்டும் முடித்தான். போனை அணைத்த சில நொடிகளில் ரெஃபரென்ஸ் நம்பர் வந்தது. எடுத்துப்பார்த்துவிட்டு மீண்டும் எதையோ யோசிக்கத் தொடங்கினான். ஒருவேளை இதை முன்பே செய்திருந்தால் அவள் வீட்டில் இன்னும் கொஞ்சம் தைரியமாகப் பேசியிருந்திருக்கலாம் என்று தோன்றியது. இந்த வேலை அமைந்தால் மீண்டும் ஒருமுறை பேசிப்பார்க்கலாமா என்று நினைத்தான். நினைத்ததை நினைத்த மாத்திரத்தில் மனதிலிருந்து அழித்தான்.

திங்கட்கிழமை காலையில் ஆயிரம் விளக்கு கிரீம்ஸ் சாலையில் இருந்த, தனது நண்பன் சொன்ன நிறுவனத்துக்குச் சென்றான்.

எல்லாம் சரியாகவே நடந்தது. தேர்வுகூடக் கடினமானதாக இல்லை. பத்து மணிக்கு ஆரம்பித்தவன் ஒரு மணிக்கு முடித்துக்கொடுத்தான். சிலர் இன்னும் செய்துகொண்டிருந்தார்கள். அவன் செய்திருந்த வடிவமைப்பைச் சரிபார்த்தவர் அதை அவன் பெயரிட்டு, கணினியில் குறிப்பிட்ட இடத்தில் பதிந்துவிட்டு, "நீங்க கிளம்புங்க, கூப்பிடுவாங்க" என்று அனுப்பிவைத்தார். தயக்கமாக சிறிது நேரம் நின்றிருந்தான். பிறகு, அந்த இடத்திலிருந்து வெளியே எப்படிப் போவதென்று தெரியாமல் நின்றுகொண்டிருக்கும்போது மீண்டும் அழைத்து உடனே வரச்சொன்னார்கள். வேகமாக மேலே சென்றான். அடுத்த கட்டத்துக்கான வேலைகள் நடந்தன. சம்பளம் பேசப்பட்டது. ஒருவாரத்தில் ஆஃபர் லெட்டர் தருவதாகச் சொல்லி மாலை அனுப்பிவைத்தார்கள். மனம் முழுவதும் நம்பிக்கையுடன் கிளம்பினான். யார் யாரிடமோ விசாரித்து புதுச்சேரிக்குப் பேருந்து பிடித்து, ஜன்னல்களில் நகரும் நகரத்தை வெறித்துக்கொண்டிருந்தான். அவனுக்குத் தருவதாகச் சொல்லப்பட்ட சம்பளத்தை நினைத்துப்பார்த்தான். தற்போது அவன் வாங்கிக்கொண்டிருப்பதைவிட நான்கு மடங்கு அதிகம். ஆனால், கிட்டத்தட்ட அதே வேலை. வெறும் நூற்று எண்பது கிலோமீட்டர் தொலைவு ஒரு வேலைக்கான மதிப்பையும் வாழ்வாதாரத்துக்கான அளவுகோலையும் தீர்மானித்துக்கொண்டிருப்பதை அவனால் ஏற்றுக்கொள்ளவே முடியவில்லை. சென்னையில் விற்கும் பெரும்பாலான பொருட்களின் விலை புதுச்சேரியிலும் அதேதான். ஆனால், சென்னையில் இருக்கும் நிறுவனம் ஒரு குறிப்பிட்ட வேலைக்குக் குறிப்பிட்ட அனுபவமுள்ள ஒருவனுக்கு இருபதாயிரம் கொடுத்தால் அதே நிறுவனம் புதுச்சேரியிலுள்ள தனது கிளையில் வேலைபார்ப்பவனுக்கு நான்காயிரத்து ஐநூறு தருகிறது. இவர்கள் எதிலிருந்து இந்த அளவுகோலை நிர்ணயிக்கிறார்கள் என்று கதிருக்குப் புரியவே இல்லை. சென்னையில் சனி ஞாயிறு விடுமுறை. அதுவே புதுச்சேரி என்றால் ஞாயிறு மட்டும்தான். நூற்றுஎண்பது கிலோமீட்டருக்குள் இருக்கும் இந்த கார்ப்பரேட் ஏற்றத்தாழ்வுகளை நினைத்துக்கொண்டே தூங்கிப்போனான்.

அடுத்த ஒரு மாதத்தில் கதிரை அழைத்துக்கொண்டு சந்திரன் சென்னைக்குப் புறப்பட்டார். கதிர் எவ்வளவோ வேண்டாமென்று கூறியும் சந்திரன் அவனை கணபதி வீட்டில் தங்கவைத்தார். கணபதிக்கு கதிரைப் பார்க்கும்போதெல்லாம் சந்திரனைப் பார்ப்பதுபோல் தோன்றியது. முதல் மாதம் கதிருக்கு மிகவும் சிரமமாக இருந்தது. அதுவும் தன் அப்பா இழந்த கடையைக்

கடந்துபோகும்போதெல்லாம் தன் தந்தையின் தோல்வியும் அவனைத் தொடர்ந்து துரத்திக்கொண்டிருக்கிறதோ என்று அச்சம்கொண்டான். முதல் மாதம் சம்பளம் வந்ததுமே சைதாப்பேட்டையில், அலுவலக நண்பனின் உதவியால் ஒரு அறையை எடுத்துத் தங்கிக்கொண்டான். முடிந்தவரை தன் அப்பா இழந்த கடையின் பக்கம் போகவே கூடாதென்று நினைத்துக்கொண்டான்.

சென்னை அவனுக்கு வித்தியாசமான அனுபவத்தைக் கொடுத்துக்கொண்டிருந்தது. புதுச்சேரிக் கடலை அவன் பெரிதும் விரும்பினான். கடலில் கால் வைக்கவில்லை என்றாலும் அது அவனுக்குப் பல்வேறு சந்தோஷத்தைக் கொடுத்தது. ஆனால், சென்னைக் கடல் அவனுக்கு மிக அந்நியமாகத் தோன்றியது. அதை நெருங்குவதற்கே அச்சப்பட்டான். பெரும்பாலும் வெப்பமாகவும் இரைச்சலாகவுமே அது அவனுக்குக் காட்சியளித்தது. கதிரின் சொந்த ஊர் புதுச்சேரி என்று அலுவலகத்தில் பெரும்பாலும் அனைவருக்கும் தெரிந்துவிட்டிருந்தது. வார இறுதியில் அவனைப் பார்ப்பவர்கள் பலர் அவனிடம், “எப்ப ஊருக்குப் போவீங்க?” என்ற கேள்வியையே கேட்டுக்கொண்டிருந்தனர். ஆரம்பத்தில் அதைக் கண்டுக்கொள்ளவில்லை என்றாலும் நாள் ஆகஆக அவனுக்குப் பெரும் எரிச்சலை ஏற்படுத்தியது. சிலரிடம் சண்டைகூட வந்தது.

நாட்கள் நகர்ந்துகொண்டிருந்தன. ஒருகட்டத்தில், ‘இப்போது இங்கே வந்து என்ன சாதித்துவிட்டோம்’ என்ற எண்ணம் கதிருக்கு வந்தாலும் ‘தோற்றுப்போய் மட்டும் மீண்டும் ஊர் திரும்பக் கூடாது’ என்று மனதுக்குள் தோன்றியது. அதேசமயம், ஜெயிப்பதென்றால் என்ன என்றும் கேள்வி உண்டானது. அப்போது சந்திரன் ஒருமுறை அவனிடம் சொன்னது நினைவுக்கு வந்தது, “நான் தோத்துப்போயிட்டன்னு எல்லாரும் நினைக்கலாம், சொல்லலாம். ஆனா, நான் ஒன்னும் வாழ முடியாம செத்துப்போயிடலயே. உங்கள எப்படியோ படிக்கவெச்சி வளத்துகிறன்ல்ல. நான் ஊரவுட்டுதான் ஓடினேன். இந்த வாழ்க்கைய வாழ முடியாம ஓடல. இன்னும் இருந்துகினுதானே இருக்கேன்.”

‘ஜெயிக்கறதுங்கறதே வாழறதுதான்’ என்று தனக்குள் கதிர் சொல்லிக்கொண்டான்.

♦

சந்திரன் வெறுமையாக உணர்ந்தார். கதிர் மாதமொரு முறை வந்துசெல்கிறான். வரும்போது கொஞ்சம் பணம் கொடுக்கிறான்.

அவர் அதை வாங்க மறுத்தாலும் திணித்துவிட்டுப் போகிறான். ஆனால், இது இன்னும் எத்தனை நாட்கள் என்று மனதுக்குள் குழம்பிக்கொண்டிருந்தார். இத்தனை ஆண்டு கால உழைப்பில் சேமிப்பென்று எதுவுமில்லாதது அவருக்குப் பெரிய மனக்குறையாகவே இருந்தது. நாளைக்கே கதிருக்குக் கல்யாணம் என்றால் என்ன செய்வதென்று தெரியாமல் தவித்தார். சொந்தங்களில் கதிர் வயதையொத்தவர்களுக்கு ஒருவர் பின் ஒருவராகத் திருமணமாகிக்கொண்டிருந்தது. பத்திரிகை வைக்க வருபவர்கள்கூட கதிரைப் பற்றியே கேட்டுக்கோண்டிருந்தனர். சந்திரனும் ஏதாவது சொல்லி சமாளித்துக்கொண்டிருந்தார். ஆனால், இவையெல்லாம் தாண்டி கதிர் தன்னுடன் இல்லை என்ற கவலையே அவரை ஆட்டிப்படைத்தது. தான் செய்ததையே தன் மகனும் செய்கிறான். தன்னால் மற்றவர்களுக்கு என்ன ஆனதோ அதுவே தனக்கு ஆகிறதென்று வேதனையடைந்தார். சமயம் கிடைக்கும்போதெல்லாம் தன் வேதனையை நண்பர் பாவாடையிடம் கொட்டினார். ஒருகட்டத்தில் அவரும் சலித்துக்கொண்டார்.

"உங்களுக்கும் இந்த டீ மாஸ்டருக்கும் வேற வேலையே இல்லங்க."

"ஏன் அவருக்கு இன்னா?"

"அவருக்கு இன்னாவா... உங்களுக்கு விஷயமே தெரியாதா?"

சந்திரன் ஆர்வமாக அவர் முகத்தைப் பார்த்தார். பாவாடை குரலைத் தாழ்த்திக்கொண்டு சொல்ல ஆரம்பித்தார், "அவரு மொதப் புள்ள ஓடிப்போயிட்டான். ஆளு விஷயத்த வெளியே சொல்லாம கமுக்கமா இருக்காரு."

"அவனுக்குத்தாங்க வேல வேணும்னு என் புள்ளகிட்டக் கேக்கச்சொன்னாரு. நான்கூடக் கேட்டேன். அவனும் செய்யறன்னுதான் சொன்னான். ஆனா, அதுக்கப்பறம் அந்தப் பேச்சயே அவரு எடுக்கல. என் புள்ளகூடக் கேட்டான், இன்னாப்பா ஆச்சினு."

"அவன்தான் ஓடிட்டான். அதான் மனுஷன் நொந்துபோயிட்டாரு."

"ஆம்ளப்புள்ள, அதுவும் வளர்ந்தவன் போறதுல்ல இன்னா பெருசா இருக்குது. எங்க போனாலும் பொழச்சிக்கப்போறான்."

"விஷயமே அதுலதான் இருக்குது. அவன் சும்மா ஓடிப்போகல, அவன் லவ்வர இட்டுகினு ஓடிகிறான். அவன் லவ்வரு யாரு தெரியுமா?"

"யாரு?"

"நம்ப ஒருவாட்டி போனமே ஒரு சிடி கடை. அந்தக் கடக்காரரு இருக்காருல்ல."

"ஏங்க அவருக்கு ஏதுங்க பொண்ணு?"

"அதான் மேட்டரு, அவர் பையன்தான் இவன் லவ்வரு. அவனுங்க ரெண்டு பேரும்தான் ஓடிப்போயிட்டானுங்க."

"காலம் மாறிடுச்சின்னு இதுபோல எதையாவது கேக்கும்போதுதான் தெரியுது."

"எதுக்குச் சொல்ல வந்தேன்னா, அவன் அவனுக்கு ஆயிரம் பிரச்சனை இருக்குது. போயி ஆவுற வேலையப் பாருங்க."

சந்திரன் எதுவும் சொல்லவில்லை. 'தனக்கு ஒரு பிரச்சினையுமே இல்லாததுபோல் இந்த மனுஷனால் எப்படித்தான் இருக்க முடியுதோ' என்று நினைத்துக்கொண்டார்.

"ஆனா ஒன்னு உங்க ரெண்டு பேரு கதையும் ஒன்னுதான். இன்னா நீங்க மெட்ராஸ்லருந்து வந்தீங்க, அவரு மாகேவுலருந்து வந்தார்."

"அப்படிலாம் சொல்ல முடியாதுங்க. அவருக்கு இன்னா என்ன மாதிரி மூள வளர்ச்சியில்லாத புள்ளயா இருக்குது. இல்லனா பொண்டாட்டிதான் சரியில்லாம இருக்குதா?"

"எல்லாருக்கும் பிரச்சனை இருக்குதுங்க. வேறவேற மாதிரி இருக்குது. பொண்டாட்டிக்கு ஏதோ உடம்பு செரியில்லயாம். பெரிய பிரச்சனையாம்."

சந்திரன் எதுவும் பேசாமல் அமைதியாக இருந்தார். மருத்துவமனை சிப்பந்தி ஒருவர் அவர்களைக் கடந்துசென்றார். பாவாடை அவரை அழைத்து அவரிடம் பேச்சுக்கொடுத்தார்.

"இன்னாயா, ஆஸ்பத்திரி எப்பப் போவுது?"

"எப்பப் போவுதாவா? அது எப்பவோ போவ ஆரம்பிச்சிடுச்சி" என்று சொல்லிவிட்டு நகர்ந்தார்.

சந்திரன் மீது மேலும் ஒரு பாறை உருண்டுவிழுந்தது.

19

காலை ஷிப்டுக்கு கதிர் வந்து அரைமணி நேரம் கடந்திருக்கும். அலுவலக எண்ணில் அவன் அப்பா அழைப்பதாகக் கூப்பிட்டார்கள். குறிப்பிட்ட சிலருக்கு மட்டுமே கைப்பேசியை உள்ளே கொண்டுவர அனுமதி. மற்றவர்கள் செக்யூரிட்டியிடம் ஒப்படைத்துவிட்டுத்தான் வர வேண்டும். அதனால், ஏதாவது அவசரம் என்றால் மட்டும் இந்த எண்ணுக்கு அழைக்கும்படி கதிர் சொல்லியிருந்தான். இவ்வளவு காலையில் அலுவலகத்துக்கு அப்பா அழைக்கிறார் என்றால் நிச்சயம் ஏதாவது சாவுச் செய்திதான் என்று கநினைத்துக்கொண்டே சென்று போனை எடுத்துக் காதில் வைத்தான்.

கதிர் எதிர்பார்த்ததுபோல் அது சாவுச் செய்திதான். ஆனால், அப்பா சொன்னதைத்தான் அவனால் நம்ப முடியாமல் மீண்டும் கேட்டான், “இன்னாப்பா சொல்றா அசோக்கா?”

“ஆமாடா, இப்பதான் சக்தி வந்து சொல்லிட்டுப் போனான். ஆக்ஸிடெண்டாம்.”

“செரிப்பா, நான் சொல்லிட்டு வரேன்.”

“டேய், பைக்குலலாம் வராத, பஸ்ல வா” என்றார் சந்திரன். கதிர் பதிலேதும் சொல்லாமல் போனை வைத்தான். அவனையும் அறியாமல் கண்களில் நீர் முட்டிக்கொண்டுவந்தது. அவன் முகத்தைப் பார்த்துமே ஷிப்ட் லீட் ஏதோ விபரீதமென்று புரிந்துகொண்டார். தகவலைச் சொன்னதும் அவனைப் புறப்பட அனுமதித்தார். கதிர் நேராக வந்து தனது பைக்கை எடுத்துக்கொண்டு அலுவலகத்திலிருந்தே புதுச்சேரிக்குப் புறப்பட்டான்.

வழியெங்கும் நினைவின் வெப்பம் உக்கிரமாக அவன் தலைக்குள் இறங்கிக்கொண்டிருந்தது. கிழக்குக் கடற்கரைச் சாலையில் சென்றுகொண்டிருந்தான். வண்டியை அவன் கைகள் அனிச்சையாக இயக்கிக்கொண்டிருந்தாலும் மனம் கேள்விகளாலும் குழப்பங்களாலும் நிறைந்திருந்தது. கடைசியாக அவனை எப்போது பார்த்தோமென்று யோசித்தான். நான்கைந்து மாதங்கள்

இருக்கும். பிரான்ஸ், பாரிஸ் என்று சுற்றிக்கொண்டிருந்தவன் மெல்லமெல்லக் காதலில் விழுந்தான். வெகு விரைவில் அவளையே மணந்துகொண்டான். ஒரு வருடத்துக்கு முன் அவனுக்கு இரண்டாவது குழந்தை பிறந்த செய்தியைக் கேள்விப்பட்டிருந்தான். கதிர் இன்னும் அந்தக் குழந்தையைப் பார்த்ததே இல்லை. ஆனால், அவன் பிரான்ஸை மறந்து இதுதான் தனக்கு வாய்த்தது என்ற மனநிலைக்கு வந்துவிட்டதாக கதிர் நம்பினான்.

சரியாகப் பத்தரை மணிக்கெல்லாம் புதுச்சேரியை அடைந்துவிட்டான். கதிர் சென்னைக்கு சென்ற பிறகு அசோக்கின் குடும்பம் முதலியார்பேட்டையிலிருந்து தேங்காய்த்திட்டுக்குக் குடிபெயர்ந்திருந்தது. கதிர் இன்னும் அந்த வீட்டுக்குச் சென்றதில்லை என்பதால் வழிகேட்க, காலாப்பட்டைத் தாண்டியதும் வண்டியை ஒரு இடத்தில் நிறுத்திவிட்டு சக்தியை அழைத்தான்.

“தேங்காத்திட்டுல எங்கடா வரணும்?”

“இன்னும் வூட்டுக்கு இட்டுன்னு போலடா, ஆஸ்பத்திரிலதான் இருக்கான். நீ நேரா நேரு வீதி மொனையில இருக்குற போலீஸ் ஸ்டேஷனுக்கு வந்துடு. எல்லாரும் அங்கதான் இருக்கோம்.”

கதிருக்கு ஒன்றும் புரியவில்லை. இருபது நிமிடத்தில் காவல் நிலையத்தை அடைந்தான். வண்டியை நிறுத்திவிட்டு வந்தவனுக்கு அதிர்ச்சி. காவல் நிலைய வாசலில் சிறு கூட்டமொன்று நின்றுகொண்டிருந்தது. நண்பர்கள் எல்லோரும் நின்றுகொண்டிருந்தார்கள். கதிர் மெல்ல சக்தியின் அருகில் சென்று அவனைத் தனியாக அழைத்தான். அழுதுஅழுது அவன் முகம் வீங்கியிருந்தது. மற்றவர்களிடமும் கண்ணீர் தேங்கிப் பொங்கிவரக் காத்திருந்தது. அவர்களின் முகங்களைப் பார்த்துமே கதிரின் கண்களும் அவனை அறியாமல் கலங்கின. சக்தியும் கதிரும் சற்றுத் தள்ளி தனியாக நின்றுகொண்டனர். கதிர் மெல்ல சக்தியிடம், “இன்னாடா ஆச்சி?” என்றான்.

“அவன் ஒரு மாசாமா ஆஸ்பத்திரிலதான்டா இருந்தான். ஒன்னுமில்ல சரியாயிடுச்சின்னுதான் டாக்டர்லாம் சொன்னாங்க, திடீர்னு போயிட்டான்டா” என்று சக்தி கதறி அழ ஆரம்பித்தான்.

“இன்னாடா சொல்ற... ஒரு மாசமா ஆஸ்பத்திரில இருந்தானா?”

“ஆமா... போன மாசம் ஆக்ஸிடென்ட் ஆயிடுச்சி. ஒருநாள் நைட்டு என்கிட்டதான் பேசிட்டுக் கௌம்பினான். போவும்போதே

மரப்பாலத்துல ஆக்ஸிடென்ட் ஆயிட்டு இருக்குது. யார் அடிச்சதுன்னு கண்டுபுடிக்க முடியல. ரொம்ப நேரம் அங்கயே கெடந்துகிறான். அப்பறமா யாரோ பெரிய ஆஸ்பத்திரிக்கு இட்டுன்னு போயிருக்காங்க. காலையிலதான் எனக்குத் தெரியும். நெஞ்சிகிட்ட எலும்பு ஒடச்சிக்கிச்சி, மூச்சிவுடக் கஷ்டப்பட்டுகினே இருந்தான். அப்பறமா கொஞ்சம்கொஞ்சமா சரியாச்சி, ஆனா தீடீர்னு போயிட்டான்" என்று சொல்லி முடித்தான். ஆனால், இந்த முறை அவன் அழவில்லை. அவனுக்குள் ஏதோ குற்றவுணர்வு ஊர்ந்துகொண்டிருப்பதை கதிர் உணர்ந்தான்.

"செரிடா... இப்ப இன்னாத்துக்கு இங்க வந்து நின்னுகினு இருக்கீங்க?"

"போலிஸ் எழுதிக்குடுத்தாத்தான் போஸ்ட்மார்ட்டம் பண்ணுவாங்கலாம்."

"ஏன்... எதாவது பிரச்சினையா?"

"எதாவது இல்ல, இங்க எல்லாமே பிரச்சினைதான்" என்று கதிரின் பின்னாலிருந்து அன்பு சொன்னான். அவன் எப்போது அங்கு வந்து நின்றான் என்றே கதிருக்குத் தெரியவில்லை. கதிருக்கு நடப்பதெல்லாம் பார்த்தால் ஒரே குழப்பாக இருந்தது. அவன் சென்னைக்குச் சென்ற பின்பு ஏதேதோ நடந்திருக்கின்றன. அவன் ஒருவன் அங்கு இருந்ததையே அவர்கள் மறந்திருந்தனர். அவனுக்கு எந்த விஷயமும் தெரியவில்லை. உண்மையில் அவனுக்கு இப்போது கோபம் தலைக்கேறியது. "எவனாது முழுசா இன்னாதான் ஆச்சின்னு சொல்லுங்களேன்டா."

சக்தி அமைதியாகவே இருந்தான். உண்மையில் அவன் பல விஷயங்களை மறைத்துக்கொண்டிருந்தான். அது கதிரைத் தவிர மற்றவர்களுக்குத் தெரிந்திருந்தது. மெல்லமெல்ல மற்ற நண்பர்களும் சூழ்ந்துகொண்டு ஆளுக்கு ஒன்றாகச் சொல்ல ஆரம்பித்தார்கள்.

"அவனுக்கு பிரான்ஸ் ஆசையெல்லாம் போவல. இன்னும் எப்படியாவது போயிடலான்னு நெனச்சின்னுதான் இருந்தான்."

"அவன் பொண்டாட்டியோட ஃபிரெண்ட் ஒன்னு பிரான்ஸ்லருந்து வந்திருந்துச்சி. நல்லா கறுப்பா குண்டா."

"ங்கோத்தா, அவளாலதான்டா செத்தான்."

"இவன் நல்லா கலரா பாக்க நல்லா இருப்பான்ல, அதான் அவ மடக்கிட்டா. பிரான்ஸ்ன்னு சொன்னதும் இவனும் ஊந்துட்டான்."

“பொண்டாட்டி புள்ள இருக்குதுன்னு கொஞ்சமாச்சும் வெசனம் வேணாம்.”

“அவளுக்கு எங்கப் போச்சி புத்தி, ஃபிரெண்டோடப் புருஷன்னு அறிவிருந்திருக்கணும்.”

“அவ இவனுக்கு நல்லா செலவு பண்ணிருக்காடா.”

“அவன் வீடு கட்டக்கூடக் காசு குடுத்திருக்காபோல.”

ஆளுக்கு ஒரு பேச்சு பேசிக்கொண்டிருந்தனர். ஆனால், சக்தி மட்டும் அமைதியாகவே இருந்தான். அவன் அமைதி, இவர்களைவிட முழுமையாக அனைத்தும் அவனுக்கே தெரிந்திருக்கிறது என்பதை கதிருக்கு உணர்த்தியது. இந்தப் பேச்சுகளையெல்லாம் கேட்க கதிருக்கு விருப்பமில்லை. எதுவாக இருந்தாலும் கதிருக்கு அசோக் நண்பன். இவர்களுக்கெல்லாம் முன்பிருந்தே நண்பன். இவர்கள் சொல்லித்தான் அவன் அசோக்கைப் பற்றித் தெரிந்துகொள்ள வேண்டுமென்று இல்லை. ஆனால், கதிர் இல்லாத இந்த நாட்களில் அவர்களே அவனுடன் அதிகம் இருந்தவர்கள். முக்கியமாக, சக்தி. அவன் ஒருகட்டத்தில் கதிரைவிட அசோக்கிடம் அதிகம் நெருங்கிவிட்டான். இதில் யாருக்கும் எந்தப் புகாருமில்லை. கதிர் அதைப் பற்றியெல்லாம் கவலை கொண்டதில்லை. அசோக் எந்த அளவுக்கோ கதிருக்கு சக்தியும் அந்த அளவுக்குத்தான். இருவரும் ஒன்றுதான். சக்தியிடமிருந்துதான் பதில்களை கதிர் எதிர்பார்த்தான். ஆனால், சக்தி மௌனத்தை மட்டுமே பதிலளித்துக்கொண்டிருந்தான்.

காவல் நிலையத்துக்குள் திடீர் சலசலப்பு. கதிர் எட்டிப்பார்த்தபோது அசோக்கின் மாமாவும் அவருடைய ஆட்கள் ஒருபுறமும், அசோக்கின் மனைவியும் அவர்களுடைய ஆட்கள் ஒருபுறமும் நின்று கத்திக்கொண்டிருந்தார்கள். “என்னடா பிரச்சனை?” என்று கதிர் சக்தியிடம் கேட்டான்.

“கோர்ட்டுல கேஸ் நடக்குதுடா.”

“கேஸா... இன்னா கேஸ்?”

“டைவர்ஸ் கேஸ்.”

“டைவர்ஸா?”

“ஆமா... அவன்தான் குடுத்துகிறான்.”

கதிருக்குத் தலையே சுத்துவதுபோல் இருந்தது. இவர்களை விட்டுத் தனியாக வந்து நின்றுகொண்டான். காவல் நிலைய வாசலில் இருந்த மரத்தின் கீழ் இரண்டு சிறுவர்கள் நின்றுகொண்டிருந்தார்கள். “அவன் பசங்கதான்” என்று பின்னாலிருந்து கதிரிடம் சக்தி சொன்னான். உள்ளே நடக்கும் பிரச்சினைகள், தன் அப்பா இறந்தது என்று எதுவும் தெரியாமல் அவர்கள் வேடிக்கைபார்த்துக் கொண்டிருந்தார்கள். கதிர் அவர்களை உற்றுப்பார்த்துக் கொண்டிருந்தான். “ரெண்டாவது பையனுக்கு மூளை வளர்ச்சி இல்ல” என்று எங்கோ பார்த்துக்கொண்டு சக்தி சொன்னான். கதிர் அந்தக் குழந்தையை உற்றுப்பார்த்தான். அவனுக்குத் தன் தம்பியின் ஞாபகம் வந்தது. அவனையும் அறியாமல் கண்கள் கலங்கின. அதே நேரம், அவனுக்குள் கோபம் பொங்கி எழுந்தது. அவன் மனதுக்குள்ளாகவே அசோக்கை வசைபாடினான். திடீரென்று ஞாபகம் வந்தவனாக சக்தியிடம் சென்று, “டெய்லர் எங்க?” என்றான்.

“அவுரு ஆஸ்பத்திரில மார்ச்சுவரி வாசல்லயே இருக்கறாரு. புள்ள மாதிரி பாத்துகினாரு” என்று சக்தி மீண்டும் அழ ஆரம்பித்தான். நண்பர்கள் ஒவ்வொருவராக ஏதேதோ நினைத்துநினைத்து சொல்லிச்சொல்லி அழுதார்கள்.

ஒருவழியாக அவர்களுக்குள் ஏதோ பேசிமுடித்துக் காவல் நிலையத்தில் எழுதிவாங்கிக்கொண்டதை மருத்துவமனையில் கொடுத்தார்கள். பிரேதப் பரிசோதனை செய்ய கதிர்காமத்தில் இருந்த அரசு மருத்துவமனைக்கு எடுத்துச்சென்றார்கள். டெய்லர் மற்ற வேலைகளைக் கவனிக்க அசோக்கின் வீட்டுக்குச் சென்றுவிட்டார். அவர் முகத்தையே கதிரால் பார்க்க முடியவில்லை. நண்பர்கள் அனைவரும் ஆம்புலன்ஸ் பின்னாலேயே சென்றார்கள்.

பிணக்கிடங்கின் வாசலில் ஒரு ஸ்டார்ச்சரில் அசோக்கின் உடல் கிடத்தப்பட்டிருந்தது. நண்பர்கள் ஒருவர் பின் ஒருவராகச் சென்று அசோக்கின் உடலைப் பார்த்துக் கதறி அழுதார்கள். மேலும் பல நண்பர்கள் அங்கு வந்துசேர்ந்தார்கள். கதிரும் சக்தியும் ஒன்றாகச் சென்று அசோக்கின் அருகில் நின்று பார்த்துக்கொண்டார்கள். இருவருமே அமைதியாக இருந்தார்கள். இருவரையுமே குற்றவுணர்வு இறுக்கியது. ஏதோ ஒருவகையில் அவனைத் தாங்கள் கைவிட்டுவிட்டோமென்று நினைத்தார்கள். வெளியே சிறுசிறு குழுக்களாக நின்று அசோக்குடனான தங்கள் நினைவுகளைப் பேசிக்கொண்டிருந்தார்கள்.

திடீரென்று பாட்சா கத்த ஆரம்பித்தான். அவன் குடித்திருந்தான். அவனும் இவர்கள் குழுவில் ஒருவன். "டேய் ங்கோத்தா, இப்ப இன்னாத்துக்குடா அழுதுகினு இருக்கீங்க. என் மச்சான் ஒன்னும் செத்துப்போவலடா. அவன் ஆசப்பட்ட மாதிரி பிரான்ஸ்க்குப் போறான். அவ்ளோதான். இனிமே எவனாது அவன் செத்துட்டான்னு சொன்னீங்க, ங்கோத்தா எவனா இருந்தாலும் அறுத்துப்போட்ருவேன். என் மச்சான் பிரான்ஸ் போயிருக்கான். எப்பவாவது வருவான். பிரான்ஸுக்குப் போயிட்டான்டா அவன்" என்று கதறி அழ ஆரம்பித்தான்.

எல்லாம் முடிந்து பிரேதத்தை ஒப்படைக்க நீண்ட நேரம் ஆனது.

மீண்டும் ஆம்புலன்ஸில் ஏற்றும்போது அனைவரும் சூழ்ந்துகொண்டார்கள். பிறகு, எல்லோரும் தங்கள் வாகனங்களை எடுத்துக்கொண்டு ஆம்புலன்ஸ் பின்னாலேயே சென்றனர். எல்லோரும் சென்ற பிறகும் கதிர் அங்கேயே நின்றுகொண்டிருந்தான். அவனுக்கு அசோக்கின் வீட்டுக்குச் செல்வதற்கும், அவர்கள் அழுவதையும் பிறகு அவன் எரிவதையும் பார்ப்பதற்கும் விருப்பமில்லை. மற்றவர்கள் என்ன நினைப்பார்கள் என்றும் அவன் கவலைகொள்ளவில்லை. மேலும், கதிரின் கண்களிலேயே அந்தச் சிறுவன் பட்டுக்கொண்டிருந்தான். தான் ஒருவேளை இந்த ஊரைவிட்டுப் போகாமல் இருந்திருந்தால் அவனும் இருந்திருப்பானோ என்று நினைத்தான். ஆனால், அவனுக்கே அது அபத்தமாக இருந்தது. ஆம்புலன்ஸ் போன பாதையையே பார்த்துக்கொண்டிருந்தான். பிறகு, பைக்கை எடுத்துக்கொண்டு மெல்லச் சென்றான். முருகா தியேட்டர் சிக்னலில் குழப்பத்துடன் நின்றிருந்தான். வலதுபக்கம் திரும்பி அசோக்கின் வீட்டுக்குப் போகலாமா அல்லது இடதுபக்கம் திரும்பி சென்னைக்கே சென்றுவிடலாமா என்று அவனுக்குள் தீவிரமாக ஓடிக்கொண்டிருந்தது. அவனைச் சுற்றி நின்று அவர்கள் அழுவதை அவனால் பார்க்க முடியுமா என்று தெரியவில்லை. பாட்சா சொன்னதுபோல அவன் பிரான்ஸுக்குப் போயிருக்கிறான் என்று நினைத்துக்கொண்டு இனி அந்தப் பக்கமே போகாமல் இருக்கலாமென்று தோன்றியது. மாறிமாறி யோசித்துக்கொண்டிருந்தான். சிக்னல் விழ இன்னும் பதினைந்து நொடிகள் இருந்தன. அவன் இன்னும் முடிவெடுக்காமலேயே இருந்தான்.

20

எல்லைபிள்ளை சாவடிக்கு மகளிர் மற்றும் குழந்தைகள் மருத்துவமனை முழுவதுமாக மாற்றப்பட்டிருந்தது. கதிர்காமத்துக்குப் பொது மருத்துவமனை மாற்றப்பட்டிருந்தாலும் பழைய இடத்திலும் கொஞ்சம் இயங்கிக்கொண்டுதான் இருந்தது. ஆனால், முன்புபோல் அதன் செயல்பாடு முழுவீச்சில் இல்லை. மக்கள் போக்குவரத்தும் குறைந்திருந்தது. கதிர்காமம் இருக்கும் திசையில் டெம்போக்கள் அதிகமாக இயங்கத் தொடங்கின. அவசரச் சிகிச்சைக்குச் செல்லும் வழியில் இருந்த சில கடைகள் முழுவதுமாக மூடப்பட்டுவிட்டன. அந்த இடமே தன் உண்மையான அடையாளத்தை இழந்துவிட்டிருந்தது. தொடர்ந்து பல ஆண்டுகளாக அங்கு இயங்கிக்கொண்டிருந்தவர்கள் அதை வெளிப்படையாகவே உணர்ந்திருந்தார்கள்.

வினயனின் உணவகம் முன்புபோல் இயங்கவில்லை. பணியாளர்கள் பாதியாகக் குறைந்துவிட்டார்கள். முன்பு இரவு எட்டு மணிவரை இயங்கிய கடை இப்போது மதியம் மூன்று நான்கு மணிவரை மட்டுமே இயங்குகிறது. வாடிக்கையாளர்களின் வருகை மூன்றில் ஒரு பங்காகக் குறைந்திருந்தது. தேநீரும் காலை உணவும் ஓரளவு போக மதிய உணவுகள் பெரிதாக ஒன்றும் போவதில்லை. முழுச் சாப்பாட்டை நிறுத்தியிருந்தார்கள். தயிர், எலுமிச்சை, தக்காளி சாதம் மட்டுமே போட்டார்கள். குறிப்பிட்ட நாட்கள் மட்டுமே பிரியாணி போட்டார்கள். இப்போதெல்லாம் வினயன் கடைப்பக்கமே வருவதில்லை. அதேநேரம், அவனுக்கு அந்தக் கடையை மூடும் எண்ணமும் இல்லை. யார்யாரையோ பிடித்து கதிர்காமத்தில் மருத்துவமனை அருகிலேயே உணவகத்தைத் தொடங்கியிருந்தான். ஆனால், அது பழைய உணவக வியாபாரத்தில் பாதியைக்கூட நெருங்கவில்லை. ஏற்கெனவே அந்த இடத்தில் பல கடைகள் தங்கள் ஆதிகத்தைச் செலுத்திக்கொண்டிருந்தன. வினயன்யால் அங்கு நீண்ட நாட்கள் தாக்குப்பிடிக்க முடியாதென்று அனைவருமே நம்பினார்கள். போவதுவரை போகட்டுமென்று வினயனும் இருந்துவிட்டான்.

திங்கட்கிழமை காலை எப்போதுமே பொது மருத்துவமனையும் அதன் சுற்றுவட்டாரமும் பரபரப்பாக இருக்கும். புறநோயாளிகளின் கூட்டம் மிக அதிகமாக இருக்கும். முந்தன தினமான ஞாயிறு விடுமுறை என்பதால் எப்போதுமே திங்கள் இப்படித்தான். அது பெரும் மழை என்றாலும் சரி, கடும் வெயில் என்றாலும் சரி. உணவகம் மதியம் மூன்றுவரை அன்று மட்டுமே கூட்டம் வந்துகொண்டே இருக்கும். அன்று மட்டும் ஓய்வு என்று இருக்கவே இருக்காது. அதே போன்ற ஒரு திங்கட்கிழமையன்று சந்திரன் பில் கவுண்டரில் உட்கார்ந்திருந்தார். இரண்டு பேர் மட்டும் சாப்பிட்டுக்கொண்டிருந்தனர். ஒருகாலத்தில் உட்கார இடமில்லாமல் இருந்த கடை இப்போது இப்படி இருக்கிறதே என்று வருந்தினார். அவருக்குப் பின்னால் இருந்த நாற்காலியில் அப்புண்ணி உட்கார்ந்திருந்தார். அவர் கைகள் இப்போதுதான் சிறிது ஓய்வெடுக்கத் தொடங்கியிருந்தன. முன்பெல்லாம் அடுப்பில் வந்து நின்றார் என்றால் தொடர்ந்து டீ ஓடிக்கொண்டே இருக்கும். உணவகத்தின் முக்கிய வருமானமாகவே டீதான் இருந்தது. ஒவ்வொரு நாள் எத்தனை லிட்டர் பால் ஓடியதென்று அன்றைய நாளின் முடிவில் கணக்கு எழுதும்போதுதான் அவர்களுக்கே பிரமிப்பாக இருக்கும். தன்னால்தான் இங்கு அதிகம் வருமானம் என்று வெளியே சொல்லிக்கொண்டிருக்கும் பிரியாணி மாஸ்டரின் ஆணவம் ஒவ்வொரு நாளும் நொறுங்கும்.

வேலைபார்த்துக்கொண்டிருந்த பலருக்கு உள்ளுக்குள் ஒரு குற்றவுணர்வு இருந்துகொண்டே இருந்தது. வினயன் ஏதோ தங்களுக்காகவே இந்தக் கடையை மூடாமல் வைத்திருக்கிறான் என்று ஒவ்வொருவரும் கருதினர். உணவகம் தொடர்ந்து நஷ்டத்தில்தான் இயங்குகிறதென்று அனைவருக்கும் தெரியும். பெரும்பாலும் அனைவருமே பழைய ஆட்கள். அனைவருமே ஐம்பதைக் கடந்துவிட்டார்கள். சமையல் மாஸ்டர்களுக்கு எப்போதும் கிராக்கி உண்டுதான். அப்புண்ணியைக்கூடப் பல கடைகளில் கூப்பிட்டுக்கொண்டு இருக்கிறார்கள். ஆனால், சந்திரனும் சில சப்ளையர்களும் பார்சல் கட்டுபவர்களும் இந்த வயதுக்கு மேல் எங்கு போய் என்ன செய்வதென்று குழப்பத்துடனும் அச்சத்துடனுமே இருந்தார்கள். கதிர் வேலைக்குப் போக ஆரம்பித்ததிலிருந்து சந்திரன் கொஞ்சம் நிம்மதியாக இருந்தார். அவருக்கு அப்புண்ணியை நினைத்தால் பாவமாகத்தான் இருந்தது. சந்திரனும் அப்புண்ணியும் இப்போது சகஜமாகப் பேச ஆரம்பித்திருந்தார்கள்.

“அப்புண்ணி... பால் இன்னும் எவ்ளோ இருக்குது?”

“இருக்கும்... இன்னும் மூனு லிட்டர் இருக்கும்”

“ஓடிடுமா?”

“பாப்போம்.”

“பால் முடிஞ்சா எடுத்துவெச்சிட்டுப் போயிடலாம்.”

“ம்... இன்னும் எத்தன நாளுக்கு இப்படியே போகுமோ.”

“எனக்குத்தான் தலையெழுத்து, உனக்கென்ன? டீ மாஸ்டருக்குக் கிராக்கித்தான? உன்னயும் கூப்ட்டுன்னுதானே இருக்காங்க? எதுக்கு யோசிக்கற?”

அப்புண்ணி பதிலேதும் சொல்லவில்லை. சந்திரன் திரும்பிப்பார்த்தார். அப்புண்ணி ஆழ்ந்த யோசனையில் இருந்தார். சந்திரன் திரும்பிக்கொண்டு, நேராகத் தூரத்தில் வந்துகொண்டிருந்த டெம்போவைப் பார்த்தார். அது மெல்ல அசைந்தாடிக்கொண்டு வந்து அவர் எதிரில் இருந்த நிறுத்தத்தில் நின்று சிலரை இறக்கிவிட்டு சிலரை ஏற்றிக்கொண்டு நகர்ந்தது. பிறகு, மீண்டும் நேராகத் தூரத்தில் வந்துகொண்டிருந்த ஒரு பேருந்தைப் பார்த்தார். அதுவும் மெல்ல இவரை நோக்கி வந்துகொண்டிருந்தது.

21

நடப்பதை அமைதியாகக் கவனித்துக்கொண்டிருந்தாள் நாராயணி. வினயன் பரபரப்பாக இயங்கிக்கொண்டிருந்தான். நாளை மறுநாள் புது வீட்டுக்குக் குடிபோகப்போகிறார்கள். வினயன் ஏற்கெனவே பெரிய வீடு கட்டி நாராயணியை அதில் குடியமர்த்தி ஊர் மெச்ச வாழவைத்தான். இருந்தாலும், அவன் மனதுக்குள் சிறிய வருத்தம் இருந்துகொண்டே இருந்தது. கடனுக்காகத் தானும் தன் அம்மாவும் துரத்தப்பட்ட அந்தக் குடிசை இருந்த இடத்தை வாங்க வேண்டுமென்று. ஆனால், அது அத்தனை சுலபத்தில் நடக்கவில்லை. வினயனிடம் அடங்கிவிடக் கூடாதென்றே அதை அவனுக்கு நீண்ட காலம் விற்காமல் வைத்திருந்தார்கள். வினயன் விடாப்பிடியாகத் தொடர்ந்து முயன்றுகொண்டே இருந்தான். அந்த இடத்தைச் சுற்றி இருந்த இடங்களைக் கொஞ்சம்கொஞ்சமாக வாங்கினான். ஒருகட்டத்தில் அவன் இடமும் அவனிடமே வந்துசேர்ந்தது. அதன் பிறகு முழுக் கவனமும் அந்த வீட்டைக் கட்டுவதிலேயேதான் இருந்தது.

ஆட்களிடம் வேலைகளை ஒப்படைத்துவிட்டு, தான் செய்ய வேண்டியதையெல்லாம் செய்துவிட்டு, வாசலில் இருந்த நாற்காலியில் உட்கார்ந்தான் வினயன். எதிரே யாரோ வந்துகொண்டிருப்பதைக் கண்டு உற்றுப்பார்த்தான். ஐயப்பன் மாமா வந்துகொண்டிருந்தார். முகம் மலர்ந்தவனாக வேகமாக எழுந்துசென்று கையைப் பிடித்து அழைத்துக்கொண்டு வீட்டுக்குள் உட்காரவைத்துவிட்டு, நாராயணியை அழைத்தான். ஐயப்பனுக்குக் குடிக்கக் கொடுத்துவிட்டு மூவரும் உட்கார்ந்திருந்தனர். சிறிது அமைதிக்குப் பிறகு வினயனிடம் ஐயப்பன் கேட்டார், "கடேற விஷேஷம் வெல்லுதும் உண்டோ" அவர் அப்படிக் கேட்டதும் நாராயணி மெல்ல எழுந்து உள்ளே சென்றுவிட்டாள். வினயன் சற்றுத் தயங்கிவிட்டு, "ஓட்டம் குறவா."

"ஆ, புதிய ஹோட்டல்?"

"அதுவும் அத்தற ஓட்டமில்லா. நல்லா ஏரியான்னு பரஞ்சிட்டுக் காரியம் ஒன்னுமில்லா. சிளம்ட வீடு அவட அடுத்தா. ராஷ்ட்ரியகாரரடெடுத்து ஈ கட கட்டியெடுக்கான் ஞான்

கொறே கஷ்டப்பட்டு. ஒரு மலையாளி ஹோட்டல் வெச்சது அவருக்காருக்கும் இஷ்டப்பட்டில்லா.”

“மலையாளியா. நீ பாண்டிச்சேரிக்காரனல்ல. அச்சோல்லுக்கு அது அறியில்லா.”

வினயன் சிரித்துக்கொண்டான்.

“எந்துன சிரிக்கின்ன.”

“தமிழ்லு சம்சாரிக்கினோரரா அவருக்கு பாண்டிச்சேறிகார்ரு. அடுத்துள்ள கடலூர், விழுப்புரம், திண்டிவனத்தோரெல்லாம் அவருட நாட்டுக்கார்ரு. நம்ளு அவருக்கு மலையாளிதன்னே. அத்ரேயுள்ளோ.”

“நீ என்டெடுத்து இங்கன பரையுவா பக்ஷே குரியன் நின்னக் குறிச்சி வேற மாறியா பரையுன்ன.”

வினயன் மெல்லத் தலையை உயர்த்தி மாமாவின் கண்களை உற்றுநோக்கி, “அவன் எந்தா பரஞ்ச?” என்றார்.

ஐயப்பன் தலையை வேறுபக்கம் திருப்பிக்கொண்டு சுவரைப் பார்த்தவாறே பேசினார், “நீ நம்முட ஆளுகள்ன முக்கியத்துவம் கொடுக்காரில்லானும். பக்ஷே அவருடய ஆளுகள்ன தலையிலு தூக்கிவெச்சி ஆடுவான்னு.”

“ஞான் ஆறினியும் தலையில தூக்கிவெச்சி ஆடாறில்லா. மட்டுள்ளோர்க்குக் கொடுக்கண்ட மரியாத ஞான் கொடுக்குவா. அவாண்ட மன்டதரத்தினே என்ட ஜோலி ஞான் பாழாக்கில்லா. அது நிங்களுக்கு நன்னாயிட்டு அறியும். நிங்களல்லே என்ட கை பிடிச்சி ஈ நாடவிட்டு என்னே ஆயிச்சது. இப்போ ஞான் இல்ல ஈ பொஷிஷன் ஞான் கஷ்டப்பட்டு உண்டாக்கியதா. அது ஆருக்கு வேண்டியும் ஞான் விட்டுக்கொடுக்கில்லா.”

“செரி...தேஷியபடுண்டா. நீ ஆருக்கு வேண்டியும் ஒன்னும் விட்டுக்கொடுக்கண்டா. பிரத்தியேங்கில் நம்பட ஆளுகள்ன கூடச் சேர்த்தோன்னு தன்னே பரஞ்னது.”

வினயன் பதிலேதும் சொல்லவில்லை. எதையோ யோசித்தவாறு இருந்தான். ஐயப்பனுக்கும் என்ன பேசுவதென்றே தெரியவில்லை. எதையோ நினைத்தவராக, “செரி, ஆ ஓட்டமில்லாத பழைய ஹோட்டல் எந்துனா நடத்துன்னு.”

“ஒட்டமில்லெங்கிலும் நஷ்டத்துனுல்லா ஓடுனது. லாபம் இல்லான்னு மாத்ரம்.”

“அதுவும் ஒருவகையாய நஷ்டல்லே.”

“ஓடனவரைக்கும் ஓடிக்கோட்ட, அது விடான் எனிக்கி மனசில்லா.”

ஐயப்பன் எதுவும் பேசவில்லை. வேலையாட்கள் வினயனை அழைக்க, “வருணுண்டு” என்று சொல்லிவிட்டு எழுந்துசென்றான். வினயன் போவதையே ஐயப்பன் பார்த்துக்கொண்டிருந்தார். “வெள்ளிதாயி” என்று மனதுக்குள்ளாகவே சொல்லிக்கொண்டார். பின்னால் யாரோ வரும் சத்தம் கேட்டுத் திரும்பிப்பார்த்தார். குரியன்தான் வந்துகொண்டிருந்தான். ஐப்பனைப் பார்த்ததும் முகம் மலர்ந்தான். அவர் தன் அருகில் இருந்த நாற்காலியைக் காட்டினார். அவனும் உட்கார்ந்துகொண்டான். சிறிது நேரம் இருவரும் அமைதியாக இருந்தனர். பின் மெல்ல ஐயப்பன்தான் பேச்சைத் தொடங்கினார்.

“அவன் வெள்ளிய மொதலாளி ஆயி. எல்லாத்தினும் கணக்கு நோக்குவா. இனி அவன்டெடுத்து நம்மளு பிரதிஷிக்கான்பட்டில்லா.”

குரியன் ‘ஆமாம்’ என்பதுபோல் தலையாட்டினான்.

“அவன் ஆ பழைய ஹோட்டல் காரியாயிட்டுத்தான் நடத்துன்னே. அவன்ட மனசில் ஏதோ உண்டு. நினிக்கு வெள்ளோ அறியோ.”

“எனிக்கி அத்தரைதொக்க சிந்திக்கா அறியில்லா” என்று எங்கேயோ பார்த்துக்கொண்டே சொன்னான் குரியன்.

வினயன் திரும்பிவந்தபோது குரியனைப் பார்த்து ஆச்சரியமடைந்தான். ஐயப்பன் மெல்ல எழுந்து “நாராயணி எங்க?” என்று கேட்டுகொண்டே உள்ளே சென்றார்.

குரியனின் முகத்தைப் பார்த்தவுடனேயே வினயனுக்கு ஏதோ வில்லங்கத்துடன் வந்திருக்கிறான் என்று தோன்றியது. ஐயப்பன் உள்ளே சென்றுவிட்டார் என்பதை உறுதிப்படுத்திகொண்டு அவர் உட்கார்ந்திருந்த இடத்தில் அவன் உட்கார்ந்து குரியனிடம், “எந்தா பிரஸ்னம்” என்றான்.

“அவளு வந்துட்டுண்டு.”

“ஆரா.”

“சுசானா.”

“அதுனெத்தே எந்தா வேண்ட.”

குரியன் ஏதோ சொல்ல வாயெடுத்தபோது வெளியே சத்தம் கேட்டு இருவரும் திரும்பிப்பார்த்தனர். சுசானா வந்துகொண்டிருந்தாள். குரியனுக்கு சட்டென ஏதோ ஆகியது. இருவரும் எழுந்தனர். வினயன் அருகே சென்று வரவேற்றான். அவளும் சிரித்துக்கொண்டே வந்தாள். உள்ளே கூட்டிக்கொண்டு வந்து உட்காரவைத்துவிட்டு, வினயனும் உட்கார்ந்துகொண்டான். குரியன் இன்னும் நின்றுகொண்டிருந்தான். அவன் கண்கள் முழுவதும் அவள் கைகளைப் பிடித்துக்கொண்டு அவளருகில் உட்கார்ந்த குழந்தை மீதே இருந்தது. அவள் சிரித்துக்கொண்டே, “எந்தா குரியா... என்னெ மனசிலாயில்லே” என்றாள். வினயன் அவன் கையைப் பிடித்து உட்காரவைத்தான். அவள் கேட்டது அவனுக்குப் புரியவில்லை.

தடுமாறிக்கொண்டே, “எந்தா?” என்றான்.

“நீ பாண்டிச்சேரி டியூட்டியிலே இல்லப்போல் ரெண்டெட்டம் ஞான் நிண்டெடுத்து வன்நு சம்சாரிச்சு. பக்ஷே நீ என்ன திருச்சியறிஞ்சில்லா. ஞான் மனபூர்வம் வழி சோதிக்கின்னப் போலே நிண்டெடுத்து சம்சாரிச்சு. பக்ஷே நீ எனிக்கி வழி பரஞ்சிவிட்டு நிண்ட ஜோலி நோக்கி நீ போயி. குரியன் என்னெ மறந்தோன்னு விஜாரிச்சி ஞானும் ஸ்தலம்விட்டு” என்று சொல்லிச் சிரித்தாள். குரியனுக்கு அவமானமாக இருந்தது. அவன் யாருக்காக பாண்டிச்சேரிக்கு போயே ஆக வேண்டுமென்று துடித்தானோ அவளையே தான் மறந்துவிட்டதாகச் சொல்வதை அவனால் ஏற்றுக்கொள்ள முடியவில்லை. அவனுக்குச் சட்டென கோவம் வந்தது. “னொனப்பரயில்லே. ஞான் அங்கனையொன்னும் செய்தண்டாவில்லா. நின்ன ஞான் எங்கன திருச்சறியாதிருக்கியும்” என்றான்.

நிலைமையின் வீரியம் வினயனுக்குப் புரியத் தொடங்கியது. அவன் பேச்சை மாற்ற எத்தனித்தான். “சுசானா, கழிச்சது மதி, நிண்ட பர்த்தாவு வன்னில்லே” என்றான்.

“இல்லா. லீவு கிட்டியில்லா. ஞான் இவெடெக்கி வன்னதும் அவருக்கு இஷ்டல்லா. நீ வீட்டி வன்னு விளிச்சதும் எனிக்கி இவட வரான் கொதியாயி. இனி எப்பிழா நம்முடே நாடுகானா பெட்டேன்னு அறியில்லா. அதான் வன்னது.”

சுசானாவை வீட்டுக்குச் சென்று வினயன் அழைத்தான் என்று தெரிந்ததும் சூரியன் உடைந்துபோனான். வினயன் தனக்குத் தொடர்ந்து துரோகங்களை மட்டுமே செய்துவருகிறான் என்று அவனுக்குத் தோன்றியது. உண்மையில், அவன் மட்டுமே எல்லாம் தெரிந்தவன். தான் பாண்டிச்சேரிக்கு ஏன் வந்தேன், ஏன் இன்னும் திருமணம் செய்துகொள்ளவில்லை என அனைத்தும் அறிந்தவன். ஆனால், அவன் பச்சையாகத் தனக்குத் துரோகமிழைத்துவிட்டதாக உள்ளுக்குள் குமுறிக்கொண்டிருந்தான். அவர் ஏதேதோ பேசிக்கொண்டிருந்தார்கள். எதுவும் அவன் காதுகளில் விழவில்லை. அவளும்கூட சூரியனை ஒரு பொருட்டாக மதித்ததாகத் தெரியவில்லை. சூரியன் நினைவுகள் முழுவதும் அவர்கள் சிறுவயதைச் சுற்றிவந்தது. ஒவ்வொரு ஞாயிறும் சர்ச்சுக்குப் பின்புறம் தனியாக இருந்ததெல்லாம் சருகுகளைப் போல மெல்ல உதிர்ந்துகொண்டிருந்தது. இப்போது அந்த மணல்திட்டில் சூரியன் மட்டும் நின்றுகொண்டிருந்தான். தனியாக. கண்ணாம்பூச்சியில் கண்களை மூடி ஒன்று இரண்டு மூன்று என்று எண்ணி முடித்து சுசானாவைத் தேட ஆரம்பித்தவன் இப்போதுதான் ஒருவழியாகக் கண்டுபிடித்திருக்கிறான். ஆனால், ஆட்டம் எப்போதோ முடிந்துவிட்டிருந்தது. உள்ளேயிருந்து நாராயணி வந்து பேசி, சுசானாவை உள்ளே அழைத்துப்போகும்வரை சூரியன் இந்த உலகத்திலேயே இல்லை. வினயன் அவனைத் தட்டி அழைத்தபோது அவன் முழுவதும் உடைந்திருந்தான்.

“எந்தே” என்றான் வினயன்.

“மதி என்னெ பட்டிசது.”

வினயன் பெருமூச்சுவிட்டான். அவன் எதைச் சொல்கிறான் என்று வினயனுக்குப் புரிந்தது. மெல்ல நகர்ந்து அவனருகில் உட்கார்ந்தான். அவன் தோள்களில் கையைப் போட்டு, “இவட நோக்கு. ஞான் அவள்னெ ஆதியமாயிக் கண்டப்போள் அவள்ட கையில் ஒரு கொச்சி இண்டாருன்னு. கூட அவளெட பர்தாவும் இண்டாருன்னு. இத எங்கெனியா ஞான் நிண்டெடுத்து வந்த பரயா?”

“நீ பரயணும்.”

“பரஞ்சிருந்தால்?”

“ப்ரஞ்ரிந்தெங்கில் ஞான் ஒரு கல்யாணம் கட்டி என்ட ஜீவிதன் நோக்கிப் போயிருனே. எங்கன டைம் வேஸ்ட் செய்து என்ட ஜீவிதம் களையெண்ட ஆவிஷ்யமில்லா.”

வினயன் சட்டெனச் சிரித்துவிட்டான். “என்னெ கண்டால் நினிக்கி தமாஷியானோ.” சிரித்துக்கொண்டே தொடர்ந்தான், “இனியும் சமயுண்டுல்லோ. வேகம் விவாகம் செய்தோ. ஆரா வேண்டான்னு பரஞ்சது.”

சூரியன் அமைதியாகத் தலையாட்டினான்.

அன்றிலிருந்து மூன்றாவது நாள் வினயன் தன் கனவு இல்லத்தின் வாசலில் தன் அம்மாவுடன் நின்றுகொண்டிருந்தான். தன் அம்மாவின் கையைப் பிடித்துக்கொண்டு, தன் அம்மாவையும் தன்னையும் அந்த மழை இரவில் அடித்துத் துரத்தி வீட்டை இடித்தவர்களின் முகம் ஏதும் தெரிகிறதா என்று சுற்றிப்பார்த்தான். எதுவும் தென்படவில்லை. இருவரும் மெல்ல வீட்டுக்குள் சென்றார்கள்.

22

கோடைகால மாலை. சூரியன் மறைய இன்னும் நீண்ட நேரம் ஆகுமென்றாலும் மாலைப் பொழுதுக்கு உண்டான லட்சணங்கள் கடற்கரையில் தெரிய ஆரம்பித்திருந்தண. சந்திரன் இப்போதெல்லாம் உணவகத்தை மூடியதும் சிறிது நேரம் கடற்கரையில் உட்கார்ந்துவிட்டுப் போவதை வழக்கமாக வைத்திருந்தார். எல்லாம் மாறிவிடும் என்ற நம்பிக்கை சந்திரனுக்கு இந்தக் கடல் அலைகளைப் பார்க்கும்போதெல்லாம் தோன்றிக்கொண்டே இருந்தது. தன்னுடன் இப்போது யாருமே இல்லையோ என்ற எண்ணம் அவருக்கு அவ்வப்போது வருவதுண்டு. ஒரு மகன்தான் எங்கிருந்து தப்பித்து ஓடி வந்தோமோ அதே இடத்தில் நீந்திக்கொண்டிருக்கிறான். அவன் தன்னைப் போல் பேரலைகளுக்குப் பயந்து கரையொதுங்கிட மாட்டான் என்றே நம்பினார். இன்னொரு மகனைத் தன்னுடன் வைத்துக்கொள்வதில் இருக்கும் சிக்கலும் அவஸ்தையும் அவரைத் தினம்தினம் கொன்றுகொண்டிருந்தன. மனவளர்ச்சி குன்றிய சிறுவர் இல்லத்தில் அவனை விட்டுவிட்டு வாரத்தில் ஒரு நாள் அவனுடன் சில நிமிடங்கள் கழிப்பார். ஆசையாக வாங்கிக்கொண்டு போகும் கேக்கையும் பிஸ்கெட்டையும் அவன் சாப்பிட்டு முடிக்கும்வரை அவனையே ஆசையாகப் பார்த்துக்கொண்டிருந்துவிட்டு, “போயி தண்ணி குடிச்சிட்டு வெளாடு” என்று அவன் நெற்றியில் ஒரு முத்தம் வைத்துவிட்டுவரும் அந்த நேரத்தில் மட்டுமே ஏன் இன்னும் இங்கு வாழ்ந்துகொண்டிருக்கிறோம் என்பதற்கான காரணத்தை உணர்கிறார்.

எழுந்து போகலாமென்று நினைக்கும்போது தூரத்தில் அப்புண்ணி சைக்கிளைத் தள்ளிக்கொண்டு வருவதைக் கவனித்து, “அப்பு” என்று அழைத்தார். குரல் வந்த திசையை நோக்கித் தலையைத் திருப்பிய அப்புண்ணி சந்திரனை நோக்கி வந்தார். சைக்கிளை ஸ்டாண்டு போட்டுவிட்டு சந்திரனுக்கு அருகில் சிமென்ட் இருக்கையில் உட்கார்ந்துகொண்டு, “என்ன கேஷியர், வீட்டுக்குப் போகலயா?” என்றார்.

“போவத்தான் எழுந்தேன், உன்னப் பாத்ததும் உக்காந்துட்டேன். நீ எங்க இங்க?”

“அவசரமாப் போயி என்ன பண்ணப்போறேன்? இருட்டனதுக்கு அப்பறமா போறதுதான் இப்பல்லாம் சரியா இருக்கு. சீக்கரமா போயி எதையாவது பேசி என் பொண்டாட்டி அழறதத்தான் வேடிக்கைபார்த்துட்டு இருககணும்.”

“இன்னும் பெரியவன் எங்க இருக்கான்னு தெரியலயா?”

“ஏன் தெரியாம, அன்னிக்குப் பிரச்சனையானதும் அவன் நேரா என்னப் பாக்கத்தான் வந்தான். உடம்பெல்லாம் ரத்தம். சட்ட கிழிச்சி...” என்று சொல்லும்போதே அவர் கண்கள் கலங்கின.

சந்திரனுக்கு என்ன சொல்வதென்று தெரியவில்லை. சிறிது நேரத்துக்குப் பிறகு அவரே தொடர்ந்தார். “என் பாருக்குட்டி இதெல்லாம் தாங்குவாலான்னு தெரியல. ஆனா இவன் விஷயம் அவளுக்கு ஏற்கெனவே தெரிஞ்சிருக்கு. அவ என்கிட்ட மறைச்சிருக்கா. நான்தான் அவன்கிட்ட, எங்கயாவது போயி உன் இஷ்டம்போல இருந்துக்கன்னு சொல்லி அனுப்பிவெச்சேன். ரெண்டு நாளுக்கப்பறம் வந்து சென்னை போகப்பேறன்னு சொன்னா. நான் யாருக்கும் தெரியாம காசு கொடுத்து வீட்டுலருந்து அவன் சர்டிபிகேட்டெல்லாம் எடுத்துட்டு வந்துகொடுத்து அனுப்பிவெச்சேன். கொஞ்ச நாள் சென்னையில இருந்தானுங்க. இப்போ பெங்களூக்குப் போயிட்டானுங்கலாம்.” அழுதுகொண்டே சொல்லிமுடித்தார் அப்புண்ணி.

“செரி வுடுங்க. சின்னவனப் பாருங்க.”

“அவனயும் எங்கயாவது போயிடச் சொல்லிட்டேன்” என்றவர், கலங்கிய கண்களைத் துடைத்துக்கொண்டார்.

“ஏன்... அவனுக்கு இன்னாச்சி” என்று பதறினார் சந்திரன்.

“எதுவும் ஆயிடக் கூடாதுல்ல. இவன் கதை ஊரே நாறிப்போச்சி. வீடியோலாம் வேற வந்து வெளியே தலகாட்ட முடியல. அவனும் ஒரு பொண்ண லவ் பண்ணிருக்கான். பெரியவன் கத தெரிஞ்சி அதுவும் வுட்டுட்டுப் போயிடுச்சி. அதான் எங்கனா போயி உனுக்கு ஒரு வாழ்க்கையத் தேடிக்கன்னு சொல்லிட்டேன். அவன நெனச்சிநெனச்சி என் பாருக்குட்டிக்கு முடியாமப் போயிடுச்சி. எங்கயோ அனாதையா டீ ஆத்திட்டு இருந்தேன். என்கூட வந்து எனக்கு ஒரு குடும்பத்த, வாழ்க்கையக் கொடுத்தா. ம்... எதையும்

ஒழுங்கா வெச்சிக்கத் தெரியாம சீரழிச்சிட்டேன். இன்னும் அவ மட்டும்தான் பாக்கி. அவளும் போயிட்டா நான் பழையபடி அனாதையா சுத்த வேண்டியதுதான்."

"அதெல்லாம் ஒன்னும் ஆவாது அப்பு. நீ மொதல்ல ஏரியாவ மாத்து. பாதிப் பிரச்சனை செரியாயிடும். இங்க யாரும் ஒன்ன வுட்ற மாட்டோம். நாங்களே வுட்டாலும் உங்காளுங்க வுட்றுவாங்களா இன்னா?"

அப்புண்ணி விரக்தியாகச் சிரித்தார்.

"இன்னா சிரிக்கிற?"

"இந்த உங்க ஆளு, உங்க மனுஷங்க, உங்க ஜாதிக்காரங்க, ஊருக்காரங்க, பாஷை பேசறவங்க இதெல்லாம் சும்மா கேஷியர். அவன் அவனுக்கு அவன்அவன் பிரச்சனைதான் முக்கியம்."

"அப்டியெல்லம் இல்ல அப்பு."

"சும்மா சொல்லாதீங்க கேஷியர். நீங்க துணி வியாபாரம் பண்ணப்ப உங்கள ஏமாத்தனவனெல்லாம் உங்க ஆளுங்கதான. நான் எங்க ஆளுங்களுக்குப் பயந்துதானே பாருக்குட்டியக் கூட்டிக்கிட்டு ஊரவிட்டு வந்தேன். ஏன் நம்ப ஓனர். அவர் ஏன் சின்ன வயசுல ஊரவுட்டு வந்தாரு. அத வுடுங்க, பக்கத்து நாட்டுல உங்க பாஷ பேசற மக்களத்தான் சிங்களத்தான் சுத்திசுத்தி சுட்டான். நீங்க அவங்களுக்காக என்ன பண்ணீங்க? அங்கருந்து வந்தவங்கள ஒழுங்கா சந்தோஷமா வெச்சிக்கவாவது முடியுதா? இல்லல. எல்லாம் சும்மா கேஷியர். அவன் அவனுக்கு அவன்அவன் பிரச்சனை. நான் தோதுபட்டா நான், நீங்க தோதுபட்டா நீங்க. அவ்ளோதான் எல்லாம்."

சந்திரன் பதிலேதும் பேசவில்லை. உண்மை எப்போதும் எதிராளியைப் பேசவிடாது. அதையும் மீறிப் பொய் பேசும் துணிச்சல் நல்லவர்களுக்குக் கிடையாது. சிறிது நேரம் இருவரும் அமைதியாக இருந்தனர். "போலாமா?" என்றார் சந்திரன். எதுவும் பேசாமல் எழுந்துகொண்டார் அப்புண்ணி. இருவரும் நடக்க ஆரம்பித்தனர்.

"இன்னிக்கு எவ்ளொ பால் போச்சி?"

"எட்டுதான் போச்சி. ரெண்டு லிட்டர் ஃபிரிஜ்ல வெச்சிருக்கேன்."

"நாளைக்கு ஆறு லிட்டர் வாங்கு போதும்."

"ம்."

"செரி, நான் டெம்போ புடிச்சிப் போறேன்."

"ஏன் சைக்கிளு இன்னா ஆச்சி?"

"முன்ன மாதிரி ஓட்ட முடியல. கால்லாம் வலிக்குது."

"ம்... ஓனர் எப்ப வராராம்?"

"வீட்டு வேல முடிஞ்சி குடி போயிட்டாங்க. வந்துடுவாருன்னுதான் நினைக்கறேன்."

"ம்... செரி பாத்துப்போங்க"

"செரி... காலையில வந்துடு. பாப்போம்."

० ० ०